மெர்சோ: மறுவிசாரணை

காமெல் தாவுத்

பிரெஞ்சு மொழியிலிருந்து தமிழில்

பெ. ஸ்ரீராம்

க்ரியா

Cre-A: is a contributor to Bookshare, the world's largest online digital library for people with print disabilities.

Merso: Maruvisaranai, a Tamil translation of the French novel **MEURSAULT, CONTRE-ENQUÊTE** by **Kamel Daoud**

© Actes Sud

Tamil translation directly from the French by V. Sriram

This Tamil translation © Cre-A:

First Edition: January 2018

ISBN: 978-93-82394-32-7

Published by:

Cre-A:
New No. 2, Old No. 25
17th East Street, Thiruvanmiyur
Chennai - 600 041.
crea@crea.in
www.crea.in

Printed at:

Sudarsan Graphics Pvt. Ltd.,
Chennai - 600 017.

Price: Rs. 195

www.bibliofrance.in

The Work is published with the support of the Publication Assistance Programmes of the Institut français.

1

இன்று அம்மா இன்னும் உயிரோடிருக்கிறாள்.

அவள் இப்போதெல்லாம் எதுவும் சொல்வதில்லை, ஆனால், அவளால் நிறையவே சொல்ல முடியும். மீண்டும்மீண்டும் இந்தக் கதையைச் சொல்லி அலுத்துப்போய், இனி எதுவும் கிட்டத்தட்ட நினைவில் இல்லாமல் போய் விட்டிருக்கும் எனக்கு நேர்மாறாக.

அதாவது, நடந்து அரை நூற்றாண்டுக்கு மேலேயே ஆகிவிட்ட கதை. அது நிகழ்ந்தது, அதுபற்றி நிறையவே பேசினார்கள். இன்றும்கூட அதைப் பற்றிப் பேசுகிறார்கள், ஆனால், ஒரே ஒரு சாவை மட்டுமே குறிப்பிடு கிறார்கள்—வெட்கமேயில்லாமல், புரிகிறதா? ஏனென்றால், நிகழ்ந்ததோ இரண்டு. இரண்டு சாவுகள். ஆமாம், இரண்டு. இப்படி விடுபட்டுவிடுவதன் காரணம்? முதலாமவனுக்குக் கதை சொல்லத் தெரிந்திருந்தது, தன்னுடைய குற்றத்தை வெற்றிகரமாக மறக்கடிக்கச் செய்யும் அளவுக்கு. இரண்டா மவனோ, துப்பாக்கிக் குண்டை உடலில் வாங்கிக்கொண்டு, புழுதியோடு கலந்துவிடுவதற்காகவே இறைவன் அவனைப் படைத்திருந்தானோ என்று தோன்றும்படியான, எழுத்தறிவில்லாத ஒரு அப்பாவி; தனக்கென்று ஒரு இயற்பெயரைக்கூடப் பெற நேரமில்லாமல் போய்விட்ட அநாமதேயம்.

எடுத்த எடுப்பிலேயே உனக்குச் சொல்லிவிடுகிறேன்: இறந்த இரண்டா மவன், அதாவது, கொல்லப்பட்டவன், என்னுடைய அண்ணன். அவன் தன்னைக் குறித்து விட்டுச்சென்றது எதுவுமே இல்லை. இங்கே இருப்ப தெல்லாம் அவனுக்குப் பதிலாகப் பேசுவதற்காக இந்த மதுக்கூடத்தில் உட் கார்ந்துகொண்டும், இனி ஒருபோதும் எவருமே தெரிவிக்கப்போகாத இரங் கல் செய்திகளுக்காகக் காத்துக்கொண்டும் இருக்கும் நான் மட்டுமே. உனக்குச் சிரிப்பாக இருக்கலாம், ஆனால், ஒருவிதத்தில் அதுதான் நான் ஏற்றுக்கொண்டுள்ள பணி: நாடக அரங்கம் காலியாகிக்கொண்டிருக்கும் போது மேடைக்குப் பின்னால் நிலவும் மௌனத்தை விற்கும் சில்லறை வியாபாரி. மேலும், அதற்காகத்தான் நான் இந்த மொழியைப் பேசவும் எழுதவும் கற்றுக்கொண்டேன்: இறந்தவனுக்குப் பதிலாகப் பேச, அவனு டைய வாக்கியங்களைத் தொடர்ந்து பேச. கொலை செய்தவன் பிரபல மடைந்துவிட்டான். அவனைக் காப்பியடிக்கும் எண்ணமே எனக்கு வராத அளவுக்கு அவனுடைய கதை அவ்வளவு நன்றாக எழுதப்பட்டுவிட்டிருந் தது. அது அவன் மொழி. ஆகவே, சுதந்திரம் அடைந்த பிறகு இந்த

நாட்டில் என்ன செய்தார்களோ, அதை நான் செய்யப்போகிறேன்: காலனியர்களுடைய புராதன வீடுகளிலிருந்து கற்களை ஒன்றன்பின் ஒன்றாக எடுத்து, எனக்கென்று ஒரு புதிய வீட்டை, எனக்கென்று ஒரு புதிய மொழியை அமைப்பேன். கொலையாளியின் சொற்களும், சொல்லாட்சியும் எனக்காகவே இருக்கும் யாரும் உரிமை கோராத சொத்து. தவிர, வும், ஏற்கனவே யாருக்கும் சொந்தமில்லாத சொற்கள் இந்த நாடு முழுவதும் இறைந்து கிடக்கின்றன: பழைய கடைகளின் முகப்புகளிலும், பழுப்பேறிய புத்தகங்களிலும், பல முகங்களிலும் காணப்படும் சொற்கள், அல்லது காலனியாதிக்கத்திலிருந்து பெற்ற விடுதலை தயாரித்த வினோதமான கலப்பு மொழியால் உருமாற்றம் அடைந்த சொற்கள்.

ஆகவே, கொலையாளி இறந்துபோய் நீண்ட காலம் ஆகிவிட்டது, என்னைத் தவிர, மற்ற எல்லோரையும் பொறுத்தவரை பல ஆண்டுகளுக்கு முன்பே என் அண்ணன் இல்லாமல்போய்விட்டான். எனக்குப் பிடிக்காத கேள்விகளைக் கேட்பதற்காகப் பொறுமையில்லாமல் இருக்கிறாய் என்று எனக்குத் தெரியும், ஆனால், கவனமாக நான் சொல்வதைக் கேள், உனக்கே கடைசியில் எல்லாம் புரியும். இது ஒரு சாதாரணமான கதை அல்ல. முடிவைப் பற்றிக்கொண்டு தொடக்கம்வரை பின்னோக்கி ஏறிப்போகும் கதை. ஆமாம், இனப்பெருக்கத்துக்காக ஆற்று ஓட்டத்தின் எதிர்த் திசையில் நீந்திச் செல்லும் சாமன் மீன் கூட்டத்தின் பென்சில் கோட்டுச் சித்திரம்போல். நீயும் மற்ற எல்லோரையும் போலவே கதையை எழுதியவன் எப்படி விவரித்திருந்தானோ அப்படியேதான் படித்திருக்க வேண்டும். துல்லியமே வந்து நேராகச் சொற்களைக் கல்லில் செதுக்கியிருந்ததைப் போலத் தோன்றும் அளவுக்கு அவன் நேர்த்தியாக எழுதுகிறான். எழுத்தின் நயங்கள் விவகாரத்தில் கறாராக இருப்பவன் உன்னுடைய அந்த நாயகன், கிட்டத்தட்ட கணிதவியலின் கச்சிதம் அவனுக்கு அவசியமாக இருந்திருக்கிறது. கற்களும் கனிமங்களும் கொண்ட முடிவற்ற கணக்கீடுகள். அவன் எப்படி எழுதுகிறான் என்று பார்த்தாயா? துப்பாக்கிச்சூட்டைப் பற்றிப் பேசக் கவிதைக் கலையைக் கையாள்வதைப் போலத் தோன்றுகிறான்! அவனுடைய உலகம் சுத்தமாக, காலை ஒளியில் செதுக்கப்பட்டு, துல்லியமாக, தெளிவாக, வாசனைகளாலும் தொடுவானக் கோடுகளாலும் வரையப்பட்ட உலகம். புல்லாங்குழல் ஓசையை மட்டுமே தங்களுடைய மொழியாகக் கொண்ட பிசாசுகளைப் போல, தெளிவற்ற, சூழலுக்கு ஒவ்வாத பொருட்களாக, ‘ஏதோ அந்தக் காலத்திலிருந்து’ வந்திருந்த ‘அராபியர்கள்’தான் அங்கிருந்த ஒரே நிழல். தன்னை உயிருடனோ பிணமாகவோ ஏற்றுக்கொள்ளாத நாட்டில் சுற்றிச்சுற்றி வருவதால் அவன் சலிப்படைந்திருக்க வேண்டும் என்று நினைக்கிறேன். ஒரு மண்ணைத் தன் வசப்படுத்திக்கொள்ள முயன்று தோல்வியடைந்த காதலன் ஒருவன் செய்த கொலையைப் போலத் தோன்

றும் அவன் செய்த கொலை. பாவம், அவன் எவ்வளவு துன்புற்றிருந்திருக்க வேண்டும்! தனக்குப் பிறவி அளித்திருந்திருக்காத ஒரு இடத்தின் குழந்தை.

நடந்தவற்றைப் பற்றி அவனுடைய தரப்பில் சொல்லப்படுவதை நானும் படித்திருக்கிறேன். உன்னைப் போல, இன்னும் பல லட்சக் கணக் கானவர்களைப் போல. தொடக்கத்திலிருந்தே எல்லாவற்றையும் புரிந்து கொண்டோம்: அவனுக்கு ஒரு மனிதனுக்குண்டான பெயர் இருந்தது, என் அண்ணனுக்கோ ஒரு விபத்தின் பெயர். வேறொரு நாயகன் தன்னுடைய கறுப்பின உதவியாளனை 'வெள்ளிக்கிழமை' என்றழைத்தானே அதைப் போல, இவனை 'மதியம் இரண்டு மணி' என்று அழைத்திருக்கலாம். நாள் பொழுதின் ஒரு தருணம், வாரத்தின் நாள் ஒன்றைப் போல. மதியம் இரண்டு மணி, அது சரிதான்! அரபு மொழியில் 'ஸூஜ்', இரண்டு, இரட்டையர், அவனும் நானும், இந்தக் கதையின் கதையை அறிந்தவர்களைப் பொறுத்த வரை சந்தேகத்துக்கு அப்பாற்பட்ட இரட்டையர்கள். சுருக்கமான அரா பியன், சடுதியில் மறைந்துவிடும் அராபியன், இரண்டு மணி நேரம் உயி ருடன் இருந்து, புதைக்கப்பட்ட பிறகும் எழுபது ஆண்டுகளாகத் தொடர்ந்து இறந்தவனாக இருப்பவன். என் அண்ணன் கண்ணாடிப் பெட்டியில் இருப்பதைப் போல இருக்கிறான்: அவன் குண்டுக்குப் பலி யாகி இறந்துவிட்டிருந்தாலும், ஒரு நாள்பொழுதையும், தன் முதுகில் சுமந்துகொண்டிருந்த மற்ற எல்லாவற்றையும் எப்படிச் சமாளிப்பது என்று தெரிந்திருக்காத பிரெஞ்சுக்காரன் ஒருவனின் குண்டுக்கு இரையான தன் னுடைய சாவையே அவன் நடித்துக்காட்ட வேண்டுமென்பதற்காக, காற் றின் அலையையும் கடிகாரத்தின் இரண்டு முட்களையும் மட்டுமே அவனு டைய பெயராக மீண்டும்மீண்டும் சொல்லிக்கொண்டிருக்கிறார்கள்.

மேலும், இந்தக் கதையை மீண்டும் நினைத்துப்பார்க்கும்போது எனக் குக் கோபம் வருகிறது—குறைந்தபட்சம் கோபமடைவதற்குப் போதிய சக்தி எனக்கு இருக்கும்போதெல்லாம். அதில் இறந்தவனாக இருப்பது அந்தப் பிரெஞ்சுக்காரன்தான்: எப்படி அவன் தன் அம்மாவை இழந்தான், பிறகு எப்படி வெயில் தாங்காமல் தன் உடலையே இழந்தான், பின்னர் தன் காதலியின் உடலையும் எப்படி இழந்தான், பிறகு அவனுடைய இறைவன் மனிதனின் உடலையும் கைவிட்டுவிட்டான் என்பதைச் சொல் வதற்காக எப்படித் தேவாலயத்துக்குப் புறப்பட்டான், பிறகு எப்படி அம்மாவின் பிரேதத்துக்கு அருகே கண்விழித்திருந்தான் என்றெல்லாம் ஆய்வுக் கட்டுரை எழுதுகிறான். ஆண்டவனே, ஒருவனைக் கொலை யும் செய்துவிட்டு, எப்படி அவனுடைய சாவைக்கூட அபகரித்துக் கொள்ள ஒருவனால் முடிகிறது? குண்டை உடலில் வாங்கிக்கொண்டது என் அண்ணன்தான், அவன் அல்ல. அது மூசா, மெர்சோ அல்ல, இல்லையா? ஒரு விஷயம் என்னை மலைக்கச் செய்கிறது. கொல்லப்பட்டவனின்

பெயர், முகவரி, அவனுடைய முன்னோர்கள், அவனுக்குப் பிறக்கவிருந்த குழந்தைகள் இவற்றைத் தெரிந்துகொள்ள, நாடு சுதந்திரம் அடைந்த பிறகும்கூட—யாருமே முயற்சி செய்யவில்லை. யாருமேதான். பட்டை தீட்டிய வைரத்தின் தோரணையில் இருந்த கச்சிதமான அந்த மொழி நடையின் முன் எல்லோரும் வாய் பிளந்து நின்றார்கள். மிகவும் பொருத்தமான இரங்கல் செய்திகளைத் தெரிவித்து அந்தக் கொலையாளியின் தனிமையுணர்வைத் தாங்களும் உணர்வதாக எல்லோரும் அறிவித்தார்கள். இன்று மூசாவின் உண்மையான பெயர் யாருக்குத் தெரியும்? தனியாக, தன் மக்கள் கூட்டமில்லாமல், மந்திரக்கோல் இல்லாமல், நடந்தே அவன் கடக்க வேண்டியிருந்த கடல்வரை அவனை அடித்துச்சென்றது எந்த நதி? மூசாவிடம் துப்பாக்கி, தத்துவச் சிந்தனை, வெயிலின் தாக்கம் ஏதாவது இருந்ததா இல்லையா என்று யாருக்குத் தெரியும்?

மூசா யார்? அவன் என் அண்ணன். அதைத்தான் சொல்லவருகிறேன். மூசாவால் ஒருபோதும் சொல்ல முடியாமல் போனவற்றை உனக்கு நான் சொல்ல விரும்புகிறேன். என் இளம் நண்பனே, இந்த மதுக்கூடத்தின் கதவைத் திறந்த நீ ஒரு கல்லறையைத் திறந்துவிட்டிருக்கிறாய். உன்னுடைய தோள்பையில் அந்தப் புத்தகம் இருக்கிறதா? அப்படியானால் சரி, ஒரு நல்ல சீடனாக அதன் முதல் சில பக்கங்களை எனக்குப் படித்துக்காட்டு...

உனக்குப் புரிந்ததா? இல்லையா? நான் விளக்கமாகச் சொல்கிறேன். தன்னுடைய தாயார் இறந்த பிறகு இந்த மனிதன், இந்தக் கொலையாளி தனக்கென்று சொந்த நாடு எதுவுமில்லாமல், சோம்பேறித்தனத்திலும் அபத்தத்திலும் ஆழ்ந்துவிடுகிறான். தன்னுடைய வெள்ளிக்கிழமையைக் கொல்வதன் மூலம் தன்னுடைய விதியையே மாற்றி அமைக்க முடியும் என்று நினைக்கும் இந்த ராபின்சன் குரூசோ, தான் ஒரு தீவில் மாட்டிக்கொண்டுவிட்டதை உணர்ந்து தன்னளவில் திருப்தி அடைந்துவிட்ட கிளியைப் போல மேதாவிலாசத்துடன் பிதற்றத் தொடங்குகிறான். ''பாவம், மெர்சோ, நீ எங்கே இருக்கிறாய்?''[1] கொஞ்சம் இந்தக் கதறலை மீண்டும் மீண்டும் சொல்லிப்பார், உனக்கு அது அவ்வளவு கேலியாக இருக்காது என்று அடித்துச்சொல்கிறேன். உனக்காகத்தான் அப்படிச் செய்யும்படி உன்னைக் கேட்டுக்கொள்கிறேன். எனக்கோ அந்தப் புத்தகம் மனப்பாடமாகத் தெரியும், குர்-ஆனைப் போல அதை முழுமையாக உனக்கு ஒப்பித்துக்காட்டுவேன். இந்தக் கதையை எழுதியது ஒரு பிரேதம், எழுத்தாளன் அல்ல. வெயிலின் சுமையையும் வண்ணங்களின் பிரகாசத்தையும் அவன் தாங்கிக்கொள்ள முடியாததையும், சூரியன், கடல், புராதனக் கற்கள் இவற்றைத் தவிர, வேறெதையும் பற்றிச் சிந்திக்காததையும் வைத்து அதைத்

[1] மூலத்தில் இந்தத் தொடர் ஆங்கிலத்தில் உள்ளது.

தெரிந்துகொள்ளலாம். தொடக்கத்திலிருந்தே என்னுடைய அண்ணனை அவன் தேடிக்கொண்டிருந்தான் என்பதை ஒருவர் உணர முடியும். பார்க் கப்போனால், அவன் என் அண்ணனைத் தேடியதே அவனை எதிர்கொள் வதற்காக என்பதைவிட இனி ஒருபோதும் அவனுடன் தொடர்பே இருக் கக் கூடாது என்பதற்காகத்தான். நான் அதைப் பற்றி யோசிக்கும்போதெல் லாம் என் மனதை உறுத்துவது அவன் என் அண்ணனைக் கொன்றது அவ னைச் சுட்டதனால் அல்ல. மாறாக அவனைக் கடந்துபோய்விட்டதனால் என்பதுதான். உனக்குத் தெரியுமா, அந்தக் குற்றம் ஒரு கம்பீரமான அசட்டை, அதனால்தான், அதன் தொடர்ச்சியாக, என்னுடைய அண் ணனை ஒரு ஷஹீத்-ஆக (தியாகியாக) முன்வைக்கும் முயற்சிகள் சாத்திய மில்லாமல் போய்விட்டன. கொலை செய்யப்பட்டு நீண்ட காலத்துக்குப் பிறகுதான் தியாகி என்ற விவகாரமே வந்தது. இதற்கிடையில் என் அண் ணனுடைய உடல் அழுகிப்போயிற்று; அந்தப் புத்தகம் பெற்ற வெற்றியை எல்லோரும் அறிவார்கள். ஆகவேதான், அங்கு நடந்தது கொலையல்ல, வெயிலின் தாக்கம்தான் என்பதை நிரூபிக்கத் தாங்களே சோர்ந்துபோகும் வரை எல்லோரும் சொல்லிக்கொண்டிருந்தார்கள்.

ஹா, ஹா! நீ என்ன குடிக்கிறாய்? இங்கே மிகச் சிறந்த மதுபானங்கள் சாவுக்குப் பிறகுதான் அளிக்கப்படும், அதற்கு முன்னால் கிடையாது. மதம் தான் காரணம், சகோதரனே. சீக்கிரம் குடி. இன்னும் சில ஆண்டுகளில் உலகத்தின் ஒரே ஒரு மதுக்கூடம் சொர்க்கத்தில்தான் திறந்திருக்கும், உல கம் முடிந்த பிறகு.

இந்தக் கதையை உன்னிடம் சொல்வதற்கு முன்னால் அதனுடைய சுருக்கத்தைத் தருகிறேன்: எழுதத் தெரிந்த மனிதன் ஒருவன், தனக்கென்று இயற்பெயர்கூட இல்லாத ஒரு அராபியனைக் கொல்கிறான்—ஏதோ காட்சிக்குள் நுழைவதற்கு முன்னால் அந்த அராபியன் தன்னுடைய பெய ரைக் கழற்றி ஆணியில் மாட்டிவிட்டு வந்ததைப் போல. பின்னர், இல்லா திருக்கும் ஒரு கடவுளின் தவறுதான் தன் செயல் என்றும், இந்த வெயிலின் கீழ் அவனுக்கு இப்போது அது புரிந்துவிட்டதாலும் கடற்காற்றின் உப்பு அவனுடைய பார்வையை மறைத்துவிட்டிருந்ததாலும்தான் அது நிகழ்ந்தது என்றும் விளக்கம் அளிக்கத் தொடங்குகிறான். எதுவாக இருந்தாலும், உட னேயே அந்தக் கொலை முற்றிலும் தண்டிக்கப்படாத செயலாக ஆகி, உச்சிப்பொழுதுக்கும் பகல் இரண்டு மணிக்கும் இடையிலான நேரத்திலும், அவனுக்கும் அவனுடைய இரட்டைச் சகோதரனுக்கும் இடையிலும், மெர் சோவுக்கும் மூசாவுக்கும் இடையிலும் சட்டம் என்று எதுவும் இல்லாத தால் ஒரு குற்றமாக இல்லாமல் ஆகிவிடுகிறது. அடுத்த எழுபது ஆண்டு களாக எல்லோரும் ஒன்றாகச் சேர்ந்து, கொல்லப்பட்டவனின் உடலை அவ சரஅவசரமாக மறையச் செய்து, கொலை நடந்த இடத்தை ஒரு அரூபமான

அருங்காட்சியகமாக மாற்றுவதில் ஈடுபட்டார்கள். மெர்சோ (Meursault) என்றால் என்ன? 'தனிமையில் சாவதா' (Meurt seul)? 'முட்டாளாகச் சாவதா' (Meurt sot)? 'ஒருபோதும் சாகாமல் இருப்பதா' (Ne meurt jamais)? இந்தக் கதையில் ஒரு வார்த்தை சொல்ல என் அண்ணனுக்கு அனுமதி யில்லை. இதோ, நீயும் உனக்கு முன்னால் போனவர்களைப் போலத் தவ றான வழியில் போகிறாய். அபத்தம் என்பது எங்கள் முதுகிலோ அல்லது எங்களுடைய தாய்மண்ணின் வயிற்றிலோ நானும் என் அண்ணனும் சுமந்துகொண்டிருப்பதுதான், அந்த மற்ற ஒருவனோ அல்லது அவன் செய் ததோ அல்ல. சரியாகப் புரிந்துகொள், என் சோகத்தையோ அல்லது என் கோபத்தையோ நான் கொட்டவில்லை. நான் துக்கம் கொண்டாடக்கூட இல்லை... ஆனால், ஒன்றே ஒன்று... என்ன ஒன்றே ஒன்று? நீதி வழங்கப்பட வேண்டுமென்று நான் விரும்புவதாக நினைக்கிறேன். என் வயதில் உனக்கு அது கேலியாகக்கூடத் தோன்றலாம்... ஆனால், அதுதான் உண்மை என்று அடித்துச்சொல்வேன். அதாவது, நான் குறிப்பிடுவது நீதிமன்றங்களின் நீதி அல்ல, சமத்துவத்தின் நீதி. தவிர, இன்னொரு காரணமும் இருக்கிறது: என்னை ஒரு ஆவி துரத்தி வராத நிலையில் போய்விட விரும்புகிறேன். உண்மையில் ஒருவர் ஏன் எழுதுகிறார் என்பது எனக்குத் தெரியும் என்று நினைக்கிறேன். தான் பிரபலமாக வேண்டும் என்பதற்காக அல்லாமல், உலக வாழ்க்கையின் உட்கருவைக் கோரிப் பெற்றுக்கொண்டு தன்னால் முடிந்தவரை பிறருடைய பார்வையில் படாமல் இருப்பதற்காக.

குடித்துவிட்டு ஜன்னல் வழியாகப் பார்: நீர்வாழ் உயிரினக் காட்சியகம் போல் இந்த நாடு இருப்பதாகத் தோன்றும். சரி, சரி, நண்பனே, இது உன் னுடைய தவறும்கூட, உன்னுடைய ஆர்வம் என்னை உசுப்பிவிடுகிறது. பல ஆண்டுகளாக நான் உனக்காகக் காத்திருக்கிறேன். என் புத்தகத்தை என்னால் எழுத முடியாவிட்டாலும் குறைந்தபட்சம் உன்னிடம் கதை சொல்ல முடியுமே, இல்லையா? குடிக்கும் ஒருவன் தன் கனவில் தனக்குச் செவிமடுக்கும் ஒருவனை எப்போதும் எதிர்நோக்குவான். இது இன்றைய பொன் மொழி, உன் குறிப்பேட்டில் குறித்துக்கொள்வதற்காக...

ஆகவே, இது எளிதான ஒரு விஷயம். இந்தக் கதை மீண்டும் எழுதப்பட வேண்டும். அதே மொழியில், ஆனால், வலமிருந்து இடமாக. அதாவது, இன்னும் உயிருடன் இருக்கும் அராபியனுடைய உடலிலிருந்து தொடங்கி, தன் முடிவுக்கு அவனை இட்டுச்சென்ற சந்துபொந்துகள், அவனுடைய இயற்பெயர் இவற்றின் வழியாகத் துப்பாக்கிக் குண்டை அவன் சந்தித்தது வரை. ஆகவே, சூரியனின் தோழனான என் அண்ணனுக்குப் பதிலாக இந்தக் கதையைச் சொல்வதற்காகத்தான் ஓரளவு இந்த மொழியைக் கற் றேன். வினோதமாகத் தோன்றுகிறதா? நீ நினைப்பது தவறு. யாரும் ஒரு போதும் தேவையான தருணத்தில் எனக்கு அளித்திருக்காத பதிலை நான்

கண்டுபிடித்தாக வேண்டும். ஒரு மொழியை அருந்துகிறோம், பேசுகிறோம், பிறகு ஒருநாள் அது நம்மை ஆட்கொண்டுவிடுகிறது; நமக்குப் பதிலாக எல்லாவற்றையும் பற்றிக்கொள்ளும் வழக்கத்தைப் பெறுகிறது, முடிவற்ற முத்தத்தில் ஆழ்ந்திருக்கும் ஜோடியைப் போல இதயத்தைக் கவ்வுகிறது. யாருமே படித்துப் புரிந்துகொள்ள முடியாத ஒரு தந்தி, எழுதப் படிக்கத் தெரியாத தன் தந்தைக்கு வந்த காரணத்தால் பிரெஞ்சு மொழியில் எழுதக் கற்றுக்கொண்ட மனிதன் ஒருவனை எனக்குத் தெரியும்—உன்னுடைய கதாநாயகனும் காலனியர்களும் இருந்த காலம் அது. அவனுடைய தந்தைக்கு யாராவது அதைப் படித்துக்காட்டும்வரை அவனுடைய பாக்கெட்டிலேயே ஒரு வாரமாக அது அழுகிக்கொண்டிருந்தது. எங்கோ தொலைவில் அந்த நாட்டில் மரங்களற்ற ஏதோ ஒரு பகுதியில் அவனுடைய தாய் இறந்துவிட்டிருந்த செய்தியை மூன்றே வரிகளில் அது அறிவித்திருந்தது. ''என் தந்தைக்காகவும், இது போன்று இனிமேல் நிகழக் கூடாது என்பதற்காகவும் நான் எழுதக் கற்றுக்கொண்டேன். தன் மேலேயே அவருக்கு ஏற்பட்ட கோபத்தையும், என்னிடம் உதவி கேட்ட அவருடைய பார்வையையும் நான் ஒருபோதும் மறக்கவேயில்லை'' என்றான் அந்த மனிதன். அடிப்படையில் எனக்கும் அதே போன்ற காரணம் தான். ஆகவே, நீயும் ஆரம்பி, படிக்கத் தொடங்கு, எல்லாம் என் மண்டைக்குள் எழுதப்பட்டிருந்தாலும். ஒவ்வொரு இரவும் ஸௌஜ் என்கிற என் அண்ணன் மூசா, இறந்துபோனவர்களின் உலகத்திலிருந்து வெளிப்பட்டு, கத்திக்கொண்டே என் தாடியைப் பிடித்து இழுக்கிறான்: ''தம்பி ஹரூன், ஏன் இப்படி நடக்கவிட்டாய்? நான் ஒன்றும் பலிகடா இல்லை, உன்னுடைய அண்ணன்!'' சரி, நீ படி!

முதலிலேயே சரியாகச் சொல்லிவிடுவோம்: நாங்கள் இரண்டு சகோதரர்கள் மட்டுமே இருந்தோம், தன்னுடைய புத்தகத்தில் உன்னுடைய கதாநாயகன் உணர்த்தியிருந்ததைப் போல நடத்தை கெட்ட சகோதரி எங்களுக்கு இருக்கவில்லை. மூசா என்னுடைய அண்ணன், அவனுடைய தலை மேகங்களை முட்டும். உயரமாக இருப்பான். ஆமாம், பசியாலும் கோபம் அளித்த சக்தியாலும் அவனுடைய உடல் மெல்லியதாக, நரம்பு முடிச்சுகளுடன் இருந்தது. கரடுமுரடான முகம், எனக்குப் பாதுகாப்பு அளித்த பெரிய கைகள், முன்னோர்களின் நிலத்தை இழந்துவிட்டதால் கடுமையான பார்வையைக் கொண்ட கண்கள். ஆனால், அவனை நினைத்துப்பார்க்கும்போதெல்லாம் இறந்தவர்கள் நம்மை நேசிப்பதைப் போல எங்களை அவன் நேசித்தான் என்று நினைக்கிறேன், அதாவது, தேவையற்ற பேச்சுகள் எதுவுமில்லாமல் அப்பாலிலிருந்து வரும் பார்வை. அவனுடைய நினைவுகள் என்னிடம் மிகக் குறைவாகவே இருக்கின்றன, ஆனால், அவனைப் பற்றி உன்னிடம் கவனமாக விவரிப்பதால் அக்கறை

யுடன் இருப்பேன். உதாரணமாக, கடைத் தெருவிலிருந்தோ துறைமுகத்தி லிருந்தோ அவன் சீக்கிரம் திரும்பிவந்த அந்த ஒரு நாள்; அங்கே அவன் எதையாவது சுமந்துகொண்டும், இழுத்துக்கொண்டும், தூக்கிக்கொண்டும் வியர்த்துக் கொட்டியபடி, கூலியாளாகவோ எடுபிடியாகவோ வேலை பார்த்துக்கொண்டிருந்தான். அன்றைய தினம், பழைய டயர் ஒன்றுடன் விளையாடிக்கொண்டிருந்த என்னை வழியில் பார்த்து, தன் தோள்மேல் தூக்கிக்கொண்டு தன் தலையை ஸ்டியரிங்போல் பாவித்து தன் காது களைப் பிடித்துக்கொள்ளச் சொன்னான். கார் மோட்டாரைப் போலச் சத்தம் எழுப்பியபடி டயரையும் அவன் உருட்டிக்கொண்டு வந்தபோது ஆகாயத்தை எட்டிப் பிடிக்கும் அளவுக்கு ஏற்பட்ட மகிழ்ச்சியை நினைத் துப்பார்க்கிறேன். அவனுடைய வாசமும் நினைவுக்கு வருகிறது. சதையும் மூச்சுக் காற்றும் கலந்து அழுகிய காய்கறிகள், வியர்வை கலந்த பிடிவாத மான வாசம். இன்னுமொரு நினைவு, எங்களுடைய பண்டிகை தின நிகழ்வு. அதற்கு முந்தைய தினம், நான் செய்த ஒரு தவறுக்காக என்னை அடித்திருந்தான்; அது குறித்து நாங்கள் இருவருமே மனச்சங்கடத்திலிருந் தோம். அது மன்னிப்புக் கோரும் நாள், அவன் என்னை முத்தமிட்டிருக்க வேண்டும். ஆனால், நானோ, அவன் தன்னுடைய ரோஷத்தை இழந்து, இறைவனின் பெயரால்கூடக் கீழே குனிந்து என்னிடம் மன்னிப்புக் கேட் பதை விரும்பவில்லை. சிகரெட்டுடனும் எங்களுடைய தாயார் கொடுத்த பாலில்லாத காப்பியுடனும் எங்கள் வீட்டு நுழைவாயிலில் எதிர் வீட்டுச் சுவர்களைப் பார்த்தபடி சலனமேயில்லாமல் இருந்த அவனுடைய விசேஷ குணத்தையும் நினைத்துப்பார்க்கிறேன்.

* * * * *

பிரான்ஸில் எங்கள் தந்தையைப் பார்த்ததாகச் சொல்லப்பட்ட வதந்தி களில் இங்குமங்குமாக அவர் சிதறியிருந்த நிலையில் அவர் மறைந்து பல ஆண்டுகள் ஆகியிருந்தன. மூசாவுக்கு மட்டுமே அவருடைய குரல் கேட் கும். தன்னுடைய கனவுகளில் அவர் என்ன சொன்னார் என்று அவன் எங்களிடம் சொல்வான். என் அண்ணன் அவரை ஒரே ஒரு முறை மட்டுமே பார்த்திருந்தான். அதுவும் அவ்வளவு தொலைவிலிருந்து பார்த்ததால் அது குறித்து அவனுக்கே சந்தேகம். வதந்திகளின் நாட்களை, வதந்தி இல்லாத நாட்களிலிருந்து பிரித்துக் கண்டறியச் சிறுவனாக இருந்தபோதே என்னால் முடிந்திருந்தது. என் அண்ணன் மூசா என் அப்பாவைப் பற்றிப் பிறர் பேசக் கேட்க நேர்ந்தபோதெல்லாம் கண்களில் கனல் பறக்க, பதற்றமான உடல் அசைவுகளுடன் வீட்டுக்கு வந்த பிறகு அம்மாவுடன் குசுகுசுத்த குரலில்

ஆரம்பிக்கும் நீண்ட உரையாடல் கடுமையான சண்டையில் போய் முடியும். அதிலிருந்து நான் விலக்கப்பட்டிருந்தாலும், முக்கியமானவற்றைப் புரிந்துகொண்டேன்: ஏதோ ஒரு தெளிவற்ற காரணத்துக்காக அவனுக்கு அம்மாவிடம் கோபம், அதைவிடத் தெளிவற்ற விதத்தில் அவள் தன் தரப்பில் பதிலளிப்பாள். கவலை தரும், கோபம் பொங்கிவழிந்த பகல் பொழுதுகள், இரவுகள். மூசாவும் எங்களை விட்டுப் போய்விடுவானோ என்ற எண்ணத்தில் எனக்கு ஏற்பட்ட பீதியும் நினைவுக்கு வருகிறது. குடிபோதையில் தன்னுடைய கிளர்ச்சி குறித்த வினோதமான பெருமையுடன் ஏதோ ஒரு புதிய சக்தி கிடைக்கப்பெற்றவனைப் போல எப்போதும் மறுநாள் காலை திரும்ப வருவான். அதன் பின்னர் மூசா, என் அண்ணன், போதை தெளிந்துவிடுவான், அணைந்துவிட்டதைப் போல. தூங்கப்போவதில் திருப்தியடைந்துவிடுவான், என் தாயாரும் அவன் மீதான தன்னுடைய ஆளுமையைத் திரும்பப் பெறுவாள். என் தலைக்குள் இருப்பவை சில சித்திரங்களே: உன்னிடம் நான் தர முடிந்ததெல்லாம் அவை மட்டுமே. ஒரு கோப்பை காப்பி, சிகரெட் துண்டுகள், நூல்களால் கட்டப்பட்ட அவனுடைய காலணிகள், தேயிலைத் தூளோ சில மசாலா பொருட்களோ வாங்க வரும் பக்கத்து வீட்டுக்காரியிடம் அழுதுகொண்டே இருந்தாலும் விரைவில் சுதாரித்துக்கொண்டு சிரித்துப் பேசும் அம்மா, அவளுடைய நேர்மையில் எனக்குச் சந்தேகம் ஏற்படும் அளவுக்கு வருத்தத்திலிருந்து மரியாதை கலந்த பணிவுக்கு மாறிவிட்ட அம்மா. எனக்கு எல்லாமே மூசாவைச் சுற்றி வந்தது, மூசாவோ எனக்கு ஒருபோதும் தெரிந்திராத, குடும்பப் பெயரைத் தவிர, வேறெதையும் எனக்கு விட்டுச்செல்லாத தந்தையைச் சுற்றி வந்தான். அந்த நாட்களில் எங்களுக்கு என்ன பெயர் தெரியுமா? **'உலெத் எல் அஸ்ஸாஸ்',** பாதுகாவலரின் மகன்கள், இன்னும் துல்லியமாகச் சொல்வதென்றால் காவலாளியின் மகன்கள். ஏதோவொரு தொழிற்சாலையில் காவலாளியாக என் தந்தை வேலை பார்த்தார், எதுவென்று எனக்குத் தெரியாது. ஒரு இரவு, காணாமல்போய்விட்டார். அவ்வளவுதான். அப்படித்தான் அவரைப் பற்றிச் சொல்லப்பட்டது. **1930**களில், நான் பிறந்தவுடனேயே. ஆகவேதான் நான் எப்போதும் அழுதுவடிந்துகொண்டு, ஒரு மேல்கோட்டு அல்லது கறுப்பு ஜெல்லபா என்ற நீண்ட அங்கிக்குள்ளே ஒளிந்துகொண்டு, வெளிச்சம் இல்லாத ஒரு மூலையில் சுருண்டபடி, வாய் பேசாமல் எனக்குப் பதில் எதுவும் சொல்லாமல் இருப்பதாக அவரைக் கற்பனைசெய்துகொள்கிறேன்.

ஆகவே, மூசா தெளிவாகவும் அதிகம் பேசாதவனாகவும் இருந்த கடவுளாக, அடர்ந்த தாடியுடனும் எந்தவொரு புராதன கிரேக்க அரசர்களின் சிப்பாயின் கழுத்தை நெறிக்கக் கூடிய கைகளுடனும் ராட்சச ஆகிருதி பெற்றிருந்தான். எதற்காகச் சொல்கிறேனென்றால் அவனுடைய சாவையும் அதன் சூழ்நிலையையும் பற்றித் தெரிந்த அந்த நாளில் கோபத்

தையோ வருத்தத்தையோ நான் உணராமல், மாறாக, யாரோ என்னை அவமதித்துவிட்டதைப் போல ஏமாற்றத்தையும் வேதனையையும் உணர்ந்தேன். கடலையே இரண்டாகப் பிளக்க என் அண்ணன் மூசாவால் முடியும்; ஆனால், அவனோ அவனுக்கு நிரந்தரப் புகழை அளித்திருக்கக்கூடிய அலைகளுக்கு அருகில், சாதாரண துணை நடிகனைப் போல இன்று மறைந்துபோய்விட்ட ஒரு கடற்கரையில், அநாமதேயமாக இறந்துவிட்டான்.

அவனுக்காகக் கிட்டத்தட்ட ஒருபோதும் நான் அழுததில்லை. முன்பு செய்ததைப்போல ஆகாயத்தைப் பார்ப்பதை நிறுத்திவிட்டேன், அவ்வளவே. தவிரவும், வெகு காலம் கழித்து, சுதந்திரப் போராட்டத்திலும்கூட ஈடுபடவில்லை. சலிப்புணர்வு, வெயிலின் தாக்கம் போன்ற காரணங்களுக்காக என்னைச் சேர்ந்தவர்கள் எப்போது கொல்லப்பட்டார்களோ அப்போதே சுதந்திரப் போராட்டத்தில் வென்றுவிட்டோம் என்று எனக்குத் தெரிந்திருந்தது. என்னைப் பொறுத்தவரை நான் எழுதப் படிக்கக் கற்றுக்கொண்டது முதலே எல்லாம் எனக்குத் தெளிவாக இருந்தது: எனக்கு அம்மா இருந்தாள், அவன் கொலைசெய்தான், ஆனால், அது அவனுடைய தற்கொலை என்று எனக்குத் தெரிந்திருந்தது. மெர்சோவோ தன் அம்மாவை இழந்திருந்தான். பார்க்கப்போனால், அதுவும் ஒரு சுழலும் காட்சியமைப்பு திரும்புவதைப் போலத் திரும்பி, பாத்திரங்களின் பங்களிப்பு மாறுவதற்கு முன்பாக. எந்த அளவுக்கு நானும் அவனும் ரகசிய விசாரணை நடக்கும் சிறையின்—உடல் என்பதே வெறும் உடைதான் என்றிருந்த சிறையின்—சகாக்களாக இருந்தோம் என்பதை நான் உணர்வதற்கு முன்பாக.

ஆகவே, இந்தக் கொலையின் கதை 'இன்று அம்மா இறந்துவிட்டாள்' என்ற பிரபலமான வாக்கியத்தில் ஆரம்பமாகவில்லை. மாறாக, வீட்டை விட்டுக் கிளம்புவதற்கு முன் என் தாயாரிடம் அண்ணன் மூசா அன்றைய தினம் 'இன்று நான் வழக்கத்துக்கு முன்பேயே திரும்பிவருவேன்' என்று சொன்ன, இதுவரை யாருமே கேட்டிருக்காத வாக்கியத்தில் தொடங்குகிறது. எனக்கு நினைவிருக்கிறது, வதந்திகள் இல்லாத நாள் அது. என்னுடைய உலகத்தையும் அதன் இருமை நாட்காட்டியையும் நினைவுபடுத்திப்பார்: என் தந்தையைப் பற்றி வதந்திகள் **இருந்த** நாள்; புகைப்பதிலும், அம்மாவுடன் சண்டை போடுவதிலும், ஏதோ சாப்பாடு மட்டும் போட்டு என்னை வளர்த்தாக வேண்டும் என்று என்னை ஒரு ஜடப்பொருளைப் போல மூசா பார்ப்பதிலும் கழிந்துவிட்ட, வதந்திகள் **இல்லாத** நாள். பார்க்கப்போனால், நானும் மூசாவைப் போலவே செய்தேன்: என் தந்தையின் இடத்தை அவன் எடுத்துக்கொண்டான், அவனுடைய இடத்தை நான் எடுத்துக்கொண்டேன். ஆனால், இதுகூட நான் உன்னிடம் சொல்லும் பொய், நீண்ட காலமாக எனக்கு நானே பொய் சொல்லிக்கொண்டு

இருந்ததைப் போல. உண்மையில் சுதந்திரம் சாதித்ததெல்லாம் எங்களுடைய பங்களிப்புகளைப் பரஸ்பரம் பரிமாற்றம் செய்துகொள்ளும் நிலைக்கு எங்களைத் தள்ளியதுதான். காலனியர்கள் இந்த நாட்டைத் துஷ்பிரயோகம் செய்துகொண்டு, தேவாலய மணிகளையும் சைப்ரஸ் மரங்களையும் நிறுவி அன்னப் பறவைகளை உலவவிட்டபோது, நாங்கள் இந்த நாட்டின் ஆவிகளாக இருந்தோம். இன்று எல்லாம் தலைகீழாக மாறிவிட்டது! இப்போது சிலசமயம், பழைய நினைவுகளில் இருப்பவர்களின் குழந்தைகளோ, 'கறுப்புப் பாதம்'[2] என்று அழைக்கப்படும் அல்ஜீரிய பிரெஞ்சுக்காரர்களோ இந்நாட்டுக்கு, குழுக்களாகச் சேர்ந்து பயணம் வருகிறார்கள்—ஒரு பழைய தெருவையோ, வீட்டையோ, தங்கள் பெயரின் முதல் எழுத்துகளைத் தாங்களே பொறித்துவைத்த மரங்களையோ தேட முயன்றபடி. அண்மையில் விமான நிலைய சிகரெட் கடைக்கு முன் ஒரு பிரெஞ்சுக் கும்பலைப் பார்த்தேன். மௌனமாக, அராபியர்களாகிய எங்களை, வாய் பேசாமல் அடக்கத்துடன் பேய்களைப் பார்ப்பதைப் போலப் பார்த்தார்கள். **கற்களை அல்லது பட்ட மரங்களைவிட எவ்விதத்திலும் உயர்ந்தோ தாழ்ந்தோ நாங்கள் இல்லாததைப் போல.** இருந்தாலும், இப்போது எல்லாம் முடிந்துபோன கதை. அவர்களுடைய மௌனம் சொன்னதும் அதுதான்.

ஒரு குற்றத்தைப் பற்றி விசாரணை செய்யும்போது முக்கியமான அம்சத்தை நீ கவனத்தில் கொள்ள வேண்டும் என்று நான் வற்புறுத்துவேன்: இறந்தது யார்? யார் அவன்? அவனுடைய பெயரை நீ குறித்துக்கொள்ள வேண்டும் என்பது என் ஆசை; ஏனென்றால், முதலில் கொல்லப்பட்டதும், இன்னும் கொல்லப்பட்டுக்கொண்டிருப்பதும் அவன்தான். மீண்டும் சொல்கிறேன், குறித்துக்கொள் என்று, இல்லையென்றால் இங்கேயே நாம் பிரிந்து செல்வது நல்லது. புத்தகத்தை நீ எடுத்துக்கொள். பிரேதத்தை நான் எடுத்துக்கொள்கிறேன், ஒவ்வொருவரும் அவரவர் பாதையில். என்னதான் இருந்தாலும், எவ்வளவு பாவப்பட்ட பரம்பரை! நான் காவலாளியின் மகன், உலேத்-எல்-அஸ்ஸாஸ், அராபியனின் சகோதரன். உனக்குத் தெரியுமா, இந்த ஓரான் நகரத்தில் மக்கள் தங்கள் பூர்வீகத்தைக் குறித்து அதீதப் பற்று கொண்டிருக்கிறார்கள். ஆனால், இந்த நகரத்தின், இந்த நாட்டின் உண்மையான மகன் அல்ஜீரியாவின் சிறு கிராமத்திலிருந்து வந்தவன்தான். எல்லோரும் இந்த நகரத்தின் ஒரே ஒரு மகனாக—முதல், கடைசி அல்லது மூத்த மகனாக இருக்க விரும்புகிறார்கள். இந்த விவகாரத்தில் தங்கள் பிறவி ஈனப்பிறவியோ என்கிற மனக்கிலேசம் இருக்கிறது, இல்லையா? ஒவ்வொருவனும் தானே—தானோ, தன் தந்

---

[2] குடியேறிகளாக இருந்து, அல்ஜீரியப் புரட்சிக்குப் பின் பிரான்ஸுக்குத் திரும்பிய பிரெஞ்சுக்காரர்களைக் குறிக்கும் சொல்.

தையோ, மூதாதையரில் ஒருவரோ—முதலில் இங்கு வசிக்க வந்தவர் என்றும், மற்றவர்கள் அந்நியர்கள் என்றும், சுதந்திரத்துக்குப் பிறகு மொத்தமாக ஒழுங்கு முறையின்றி நிலப் பிரபுக்களாக ஆக்கப்பட்ட நில மற்ற குடியானவர்கள் என்றும் நிரூபிக்க முயற்சி செய்கிறான். கல்லறை களில் துழாவிப் பார்க்கும் பரிதவிப்பு இவர்களுக்கு ஏன் வந்தது என்று எனக்கு ஆச்சரியமாக இருக்கிறது. ஆமாம், ஒருவேளை பயமாகவோ அல்லது களவாடுவதற்கான பதற்றமாகவோ இருக்கலாம். இங்கே முதலில் வசித்தவர்கள் யார்? எதையுமே நம்பாதவர்களும் கடைசியாக வந்து சேர்ந்தவர்களும் சொல்வதன்படி பார்த்தால் ‘எலிகள்’தான். கடலை நோக் கித் தன் கால்களை விரித்தபடி இருக்கும் நகரம் இது. பழைய பேட்டை களான ஸிதி-எல்-ஹுவாரியை நோக்கி, காலேர் டெஸெஸ்பான்யோல் வழியாக இறக்கத்தில் செல்லும்போது துறைமுகத்தைச் சற்றுப் பார். தன் பழைய நினைவுகளின் ஏக்கத்தில் இப்போது வாயாடியாக ஆகி விட்ட ஒரு முதிய விலைமாதுவின் வாடை வீசும். சில சமயங்களில் நான் தனியாக உட்கார்ந்து மது அருந்துவதற்காகவோ அல்லது குற்ற வாளிகள் மத்தியில் இருப்பதற்காகவோ லெதாங்க் என்ற நடை பயிற்சிப் பாதையின் அடர்ந்த தோட்டங்களை நோக்கிப் போவ துண்டு. பூமிக்கடியில் ஆழப் பதிந்தது மட்டுமன்றி ஆகாயத்திலும் பெரு மளவில் படர்ந்து வளர்ந்திருந்த ஈச்ச மரங்களைத் தவிர, அத்தி, ஊசி யிலை, கற்றாழை எல்லாம் நிறைந்த வினோதமான, அடர்த்தியான பசுமை. அதற்கும் கீழே இறங்கிப் போனால், மீளாச்சிக்கலான பாதைகளுடன் இருந்த ஸ்பானிய, துருக்கிய காட்சிக்கூடங்களுக்கும் நான் போயிருக்கிறேன். பொதுவாக அவை மூடியே இருக்கும், ஆனால், அங்கு நான் வியக்க வைக்கும் காட்சியைப் பார்த்திருக்கிறேன்: பிரம்மாண்டமாகவும், வளைந்து நெளிந்தும், அதற்குள்ளே இருந்து கொண்டே பார்ப்பதைப் போலத் தோன்றும் நூற்றாண்டுகள் பழமை வாய்ந்த மரங்களின் வேர்கள், நிர்வாணமாகத் தொங்கவிடப்பட்டதைப் போல இருந்த ராட்சச மலர்கள். அந்தத் தோட்டத்துக்குப் போ. அந்த இடம் எனக்குப் பிடிக்கும், ஆனால், சில சமயங்களில் ஒரு பெண்ணின் ராட்சச, சோர்ந்துவிட்ட குறியின் வாடையை அங்கே என்னால், ஊகிக்க முடிகிறது. ஒருவிதத்தில் இது என்னுடைய ஆபாசப் பார்வையை உறுதி செய்யும்: விரிகுடாவிலிருந்து தொடங்கி, செழிப்பான, நறுமணம் வீசும் இந்தத் தோட்டம் இருக்கும் நகரத்தின் மேடான பகுதிவரை இந்த நகரம் தன் தொடைகளை விரித்து, கடலை நோக்கித் தன் கால்களை அகட்டிக் கொண்டிருக்கிறது. ஒரு ராணுவத் தளபதிதான்—தளபதி லெதாங்க்—*1847*இல் அதை உருவாக்கினார். என்னைக் கேட்டால், அதைச் **சூலுறச் செய்தார்** என்பேன், ஹா, ஹா. நீ தவறாமல் அங்கே போய்ப் பார்,

தங்களுக்குப் பிரபலமான மூதாதையர் இருக்க வேண்டும் என்ற ஆவலில் இந்த மக்கள் ஏன் தவிக்கிறார்கள் என்று புரிந்துகொள்வாய். கண்கூடாகத் தெரிவதிலிருந்து தப்பிப்பதற்காகத்தான்.

சரியாகக் குறித்துக்கொண்டாயா? என் அண்ணன் பெயர் மூசா. அவனுக்கென்று ஒரு பெயர் இருந்தது. ஆனால், அவன் அராபியன் என்றே அறியப்படுவான், நிரந்தரமாக. பட்டியலில் கடைசியாக, உன்னுடைய ராபின் குரூஸோவின் கணக்கெடுப்பிலிருந்து விலக்கப்பட்டு. வினோதமாக இல்லை? பல நூற்றாண்டுகளாக, தாங்கள் கையகப்படுத்திக்கொண்டதற்குப் பெயர்களை அளித்தும், தங்களுக்கு இடையூறாக இருந்தவற்றின் பெயர்களை நீக்கிவிட்டும் காலனியர்கள் தங்கள் செல்வத்தைப் பெருக்கிக் கொள்கிறார்கள். என்னுடைய அண்ணனை அராபியன் என்று சொல்வது ஏனென்றால், இலக்கொன்றும் இல்லாமல் அலைந்துகொண்டிருக்கும் போது நேரத்தைக் கொல்வதைப் போல அவனையும் கொல்வதற்காகத் தான். உனக்கு ஒரு செய்தி. சுதந்திரத்துக்குப் பிறகு தியாகியின் தாயாருக்கான உதவித்தொகை பெறுவதற்காக அம்மா பல ஆண்டுகளாகப் போராடினாள். அது அவளுக்குக் கிடைக்கவில்லை என்று நீ நினைப்பது சரி, ஏன் என்று தெரியுமா? அந்த அராபியன் ஒரு மகனாக, ஒரு சகோதரனாக இருந்தான் என்று அவளால் நிரூபிக்க முடியவில்லை. எல்லோருடைய கண்ணெதிரே கொல்லப்பட்டிருந்தாலும் அப்படி ஒருவன் இருந்தான் என்பதை நிரூபிக்க முடியவில்லை. மூசாவுக்கும் மூசாவுக்குமே இடையில் இருந்த தொடர்பைக் கண்டுபிடித்து உறுதிசெய்ய முடியவில்லை! உனக்குப் புத்தகங்களை எழுதத் தெரியாத நிலையில் மனிதகுலத்துக்கு இதை எப்படிச் சொல்வது? சுதந்திரம் கிடைத்த முதல் சில மாதங்களில் கையெழுத்துகளையும் சாட்சியங்களையும் சேகரிக்கும் முயற்சியில் அம்மா களைத்துப்போனாள்; பயனில்லை. மூசாவின் பிரேதம்கூட இருக்கவில்லை!

மூசா, மூசா, மூசா... அரிச்சுவடியிலிருந்து இந்த எழுத்துகள் மறைந்துவிடக் கூடாதே என்பதற்காக இவற்றைத் திரும்பத்திரும்பச் சொல்வது எனக்குப் பிடித்திருக்கிறது. இதை நான் வற்புறுத்திச் சொல்வேன். நீயும் பெரிய எழுத்துகளில் இதைக் குறித்துக்கொள்ள வேண்டும். ஒரு மனிதனின் பிறப்பு, இறப்புக்கு அரை நூற்றாண்டு ஆன பிறகு இப்போதுதான் அவனுக்கு ஒரு பெயர் கிடைத்திருக்கிறது. மீண்டும் வற்புறுத்திச் சொல்கிறேன்.

இந்த முதல் மாலை சந்திப்பில் பில் தொகையை நான்தான் கொடுப்பேன். அது சரி, உன் இயற்பெயர்? •

2

வணக்கம். ஆமாம், வானம் அழகாக இருக்கிறது, குழந்தைகளின் வண்ணப்பூச்சுப் புத்தகத்தைப் போல. அல்லது, நிறைவேறிய பிரார்த்தனையைப் போல. நேற்றிரவு எனக்கு மோசமாக இருந்தது. கோபம் நிறைந்த இரவு. நம் குரல்வளையைப் பற்றி, காலால் மிதித்து, ஒரே கேள்வியை மீண்டும்மீண்டும் கேட்டு இம்சித்து, நம்மிடமிருந்து ஒரு ஒப்புதலையோ அல்லது ஒரு பெயரையோ பிடுங்கி இழுப்பதற்காக வதைக்கும் அந்த மாதிரியான கோபம். புலன்விசாரணையிலிருந்து மீண்டுவருவதைப் போல மனம் புண்பட்டு, போதாக்குறைக்கு ஏதோ துரோகம் செய்துவிட்ட உணர்வுடன் அதிலிருந்து மீண்டு வர வேண்டும்.

நான் தொடர விரும்புகிறேனா என்று கேட்கிறாயா? ஆமாம், சந்தேகமில்லாமல், இந்தக் கதையை என்னிடமிருந்து விட்டொழிக்கும் வாய்ப்பு அதிசயமாகக் கிடைத்திருக்கிறதே!

சிறுவனாக நான் இருந்தபோது, பொய்யான அற்புதக் கதை ஒன்றுதான் பல காலமாக இரவு வேளைகளில் எனக்குச் சொல்லப்பட்டது. கொல்லப்பட்ட அண்ணன் மூசாவின் கதைதான் அது. என் தாயாரின் மனநிலைக்கேற்ப ஒவ்வொரு முறையும் வெவ்வேறு வடிவங்களைக் கொண்டிருந்த கதை. எங்களுடைய சேரியில் மங்கலான வெளிச்சம் தந்த அரிக்கேன் விளக்குகளுடனும், என் தாயாரின் முணுமுணுப்புகளுடனும்தான் இந்த இரவுகள் என் நினைவில் இருக்கின்றன. அதுவும் அடிக்கடி நடக்காது. எப்போதாவது சாப்பிட உணவில்லாதபோதோ அல்லது மிகவும் குளிராக இருந்த நாட்களிலோ அல்லது, நான் நினைக்கிறேன், வழக்கத்தைவிட இன்னும் அதிகமாகத் தன்னை விதவையாக அம்மா உணர்ந்தபோதோதான். ஆமாம், உனக்குத் தெரியுமா, கதைகள் செத்துப்போய்விடுகின்றன, மேலும், அந்தப் பாவப்பட்டவள் சொன்னதெல்லாமே எனக்கு ஞாபகத்தில் இல்லை. ஆனாலும், தன் பெற்றோர்களையும், தன் குலத்தின் முன்னோடிகளையும் பெண்களிடையே பேசப்பட்ட விஷயங்களையும் பற்றித் தன் நினைவில் எஞ்சியிருந்தவற்றை வரவழைக்க அவளுக்குத் தெரிந்திருந்தது. பார்வைக்குத் தெரியாத ராட்சதன் மூசாவுக்கும், எங்கள் வியர்வையையும் நிலத்தையும் அபகரித்துக்கொண்ட 'கவுரி', 'ரூமி' என்றெல்லாம் அழைக்கப்பட்ட, பருமனான பிரெஞ்சுக்காரனுக்கும் இடையே கட்டிப்புரண்டு போட்ட, நம்ப முடியாத சண்டையின் கதைகளையும்கூட. ஆகவே, எங்களுடைய

கற்பனைகளின்படி என் அண்ணன் மூசா பலவிதமான பணிகளை நிறை வேற்றுவதற்காக நியமிக்கப்பட்டவன்: வாங்கிய அடியைத் திருப்பித் தருவது, அவதூறுக்குப் பழிவாங்குவது, பறிக்கப்பட்ட நிலத்தை மீட்பது, சம்பளத்தைப் வாங்கித் தருவது, இத்யாதி. ஆகவே, பாரம்பரியக் கதை யின் பிரகாரம் மூசாவிடம் ஒரு குதிரை, ஒரு வாள், தவிர, அநீதிக்கு நியாயம் கேட்க வரும் ஆவிகளின் ஒளிவட்டம் எல்லாம் இருந்தன. மற்ற படி ஊகித்துப்பார். ஏற்கனவே, உயிருடன் இருந்த நாட்களில் முன் கோபக்காரன், முரட்டுக் குத்துச்சண்டை வீரன் என்ற புகழ் அவனுக்கு இருந்தது. ஆனால், மூசாவின் இறுதி நாளின், அதாவது, ஒருவிதத்தில் அவனுடைய அமரத்துவத்தின் முதல் நாளின், நிகழ்வுகளைச் சுற்றித்தான் அம்மாவின் கதைகள் மையம் கொண்டிருந்தன. கிட்டத்தட்ட நேரடியான தாகவும் மனதில் பீதியைக் கிளப்பும் அளவுக்கும் அந்த நாள்பொழுதை விவரிக்க அம்மாவுக்குத் தெரிந்திருந்தது. அவள் எனக்கு விவரித்தது ஒரு கொலையையும் சாவையும் அல்ல, மாறாக, வியப்பூட்டும் உருமாற்றம் ஒன்றை: அல்ஜேயின் ஏழ்மையான பகுதியிலிருந்து வந்து, எல்லோரும் எதிர்பார்த்துக் காத்திருந்த ஒரு ரட்சகனைப் போல, யாராலும் வெல்லப் பட முடியாத நாயகனாக மாறிவிட்ட வாலிபனின் உருமாற்றத்தை. அந் தக் கதையின் வடிவங்களோ மாறிக்கொண்டிருந்தன. சில சமயங்களில் அபசகுனமான கனவு ஒன்றாலோ அல்லது அவனுடைய பெயரைச் சொன்ன ஒரு பயங்கரக் குரலாலோ எழுப்பிவிடப்பட்டு சற்று சீக்கிர மாகவே வீட்டை விட்டு அவன் கிளம்பியிருந்தான். வேறு சமயங்களில், பெண்கள், சிகரெட்டுகள், காயத் தழும்புகள் இவற்றின் மேல் நாட்டம் கொண்ட **உலேத்-எல்-ஹீமா** என்று சொல்லப்பட்ட சோம்பேறி இளை ஞர்களின் அழைப்பை ஏற்றுச் சென்றான். அதைத் தொடர்ந்த ஒரு தெளி வற்ற வாக்குவாதமே மூசாவின் மரணத்தில் போய் முடிந்துவிட்டிருந்தது. அதற்கு மேல் எனக்குத் தெரியாது. ஆயிரத்தொரு கதைகள் அம்மாவிடம் இருந்தன, எனக்கோ அந்த வயதில் உண்மை ஒரு பொருட்டாக இருக்க வில்லை. இவை போன்ற தருணங்களில் எனக்கு வேண்டியிருந்தவை யெல்லாம் அம்மாவுடன் எனக்கு ஏற்பட்ட இந்தப் புலனுணர்வு ரீதியான நெருக்கமும், நெருங்கிக்கொண்டிருந்த இரவு நேரங்களில் எங்களிடையே ஏற்பட்ட அழுத்தலான சமாதானமும். தூங்கி எழுந்தவுடன் எல்லாம் அத னதன் இடத்துக்குத் திரும்பச் சென்றுவிடும்—என் தாயார் ஒரு உலகத் திலும், நான் வேறொன்றிலும்.

விசாரணையாளர் அவர்களே, ஒரு புத்தகத்தில் செய்யப்பட்ட குற்றத் தைப் பற்றி நான் உங்களிடம் என்ன சொல்ல வேண்டும் என்று எதிர் பார்க்கிறீர்கள்? அந்த விபரீத கோடைக்கால தினத்தன்று காலை ஆறு மணி யிலிருந்து மூசா மரணம் அடைந்த அந்த மதியம் இரண்டு மணிவரையி

லான நேரத்தில் என்ன நடந்தது என்று எனக்குத் தெரியாது. அவ்வளவு தான்! மூசா கொல்லப்பட்ட பிறகு எங்களிடம் விசாரணைக்கு யாரும் வரவில்லை. தீவிரமான விசாரணை எதுவும் நடக்கவில்லை. நானும் அன்றைய தினம் என்ன செய்துகொண்டிருந்தேன் என்று நினைவுகூருவது சிரமமாக இருந்தது. தெருவில், எங்கள் பேட்டையின் வழக்கமான ஆட்களை உலகம் எழுப்பிவிட்டிருந்தது. அங்கே, தெருவின் இறக்கத்தில் தாவியினுடைய மகன். ஊனமுற்ற தன் இடது காலை இழுத்துக்கொண்டும், இருமிக்கொண்டும், சதா புகைத்துக்கொண்டும், எவ்வித சங்கட உணர்வுமின்றி விடியற்காலையில் சுவரின் மீது சிறுநீர் கழித்துக்கொண்டிருந்த பருமனான ஆள். அவனை எல்லோருக்கும் தெரியும், ஏனென்றால், அவனுடைய அன்றாடச் சடங்குகள் அவ்வளவு துல்லியமாக இருந்ததால் அந்தப் பேட்டையின் கடிகாரமாக அவன் இருந்தான்; அவனுடைய காலணிகளின் உடைந்த தாளகதியும், இருமலும் அந்தத் தெருவில் பொழுது விடிந்துவிட்டதன் முதல் அறிகுறிகள். இன்னும் சற்று மேலே போனால், வலதுபுறத்தில் யாத்திரிகன் என்றழைக்கப்பட்ட எல்-ஹஜ் இருந்தான்— மெக்காவுக்குப் புனித யாத்திரை போயிருந்ததால் அல்லாமல், வம்சாவளியாக அவனுக்குக் கிடைத்த இயற்பெயர் அது என்பதால் அவன் எல்-ஹஜ். மௌனமாக இருந்த அவன், தன் அம்மாவை அடிப்பதும், அந்தப் பேட்டை மக்களை எப்போதுமே சவாலுக்கு அழைப்பது போன்ற தோரணையில் பார்ப்பதும்தான் தன் தொழில் என்பதைப் போலத் தோன்றினான். அடுத்து இருந்த சந்துக்குத் திரும்பும் முதல் முனையில் மோரோக்கோ நாட்டவன் ஒருவன் எல்-ப்லிதி என்ற சிறிய காப்பிக் கடை வைத்திருந்தான். பொய் பேசுபவர்களாகவும், திருடர்களாகவும் இருந்த அவனுடைய மகன்கள் தங்களால் முடிந்த அளவு எல்லா மரங்களின் அத்தனைப் பழங்களையும் திருட வல்லவர்கள். அவர்கள் ஒரு விளையாட்டைக் கண்டுபிடித்தார்கள்: நடைபாதை ஓரமாக இருந்த அசுத்த நீர்ச் சாக்கடையில் தீக்குச்சிகளை எறிந்து அவற்றின் போக்கைச் சோர்வின்றிப் பார்த்துக்கொண்டிருப்பது. அவ்வப்போது மாறிக்கொண்டிருக்கும் மனநிலையுடன் தனக்கு வாரிசு என்று யாருமில்லாத பருமனான, வயதான தைபியா என்ற முதியவளையும் எனக்கு நினைவிருக்கிறது: மற்ற பெண்களின் குழந்தைகளான எங்களை அவள் பார்த்த விதம் பேராசை மிக்கதாயும், கவலை தருவதாகவும் இருந்தது; எங்களிடையே பதற்றமான ஒரு சிரிப்பை அது கிளப்பியது. ஆயிரக்கணக்கான சந்துகளுடன் இருந்த இந்த நகரத்தின், இந்தப் பிரம்மாண்ட நிலவியல் மிருகத்தின் முதுகில் தொலைந்துபோய்விட்ட பேன்களின் கூட்டமாக நாங்கள் இருந்தோம்.

ஆகவே, அந்த நாள் எந்த விதத்திலும் சொல்லும்படியாக இருக்கவில்லை. சகுனங்களின் ரசிகையாகவும், ஆவிகளை நம்புபவளுமாக இருந்த

என் அம்மாகூட அசாதாரணமான எதையும் அன்று கண்டுபிடிக்கவில்லை. பெண்களின் கூச்சல், திறந்தவெளியில் காயப்போட்ட துணிகள், தள்ளு வண்டி வியாபாரிகள்—மொத்தத்தில், வழக்கம்போல ஒரு நாள். நகரத்தி லிருந்து வெகு தூரம் கீழிறங்கி, கடற்கரையோரமாகத் துப்பாக்கியால் சுடப் பட்ட குண்டு ஓசையை யாரும் கேட்டிருந்திருக்க முடியாது. அந்தப் பிசாசு நேரத்திலும் கூட, கோடைக்காலத்து மதியம் இரண்டு மணி—மதியத் தூக்க நேரம். ஆகவேதான், சொல்லும்படியாக எதுவும் இல்லை, விசாரணை யாளர் அவர்களே! ஆனாலும், வெகு காலம் கழித்து நான் யோசித்துப் பார்த்தபோது சிறிதுசிறிதாக, அம்மாவின் ஆயிரக்கணக்கான கதை வடிவங் களுக்கும், ஞாபகத்தின் சிறு துண்டுகளுக்கும், இன்னமும் சாகாதிருந்த உள்ளுணர்வுகளுக்கும் இடையே, மற்ற பல கதை வடிவங்களைக் காட்டி லும் உண்மையான கதை என்று ஒன்று இருந்திருக்க வேண்டுமே என்று நான் நினைத்தேன். எனக்கு நிச்சயமாகத் தெரிந்திருக்காவிட்டாலும் அந்த நாட்களில் எங்கள் வீட்டில் பரஸ்பர போட்டியாளர்களான பெண்களின் வாடை போன்று ஏதோ ஒன்று காற்றில் மிதந்துகொண்டிருந்தது: அம்மா வும், இன்னொருத்தியும். நான் அவளைப் பார்த்திருக்காவிட்டாலும் தன் குரல், தன் பார்வை, அம்மாவின் மறைமுகக் குற்றச்சாட்டுகளை வன்மை யாக அவன் மறுத்த விதம் இவற்றின் மூலம் அந்த வாடையின் தடயம் மூசாவிடம் தென்பட்டது. ஒருவித அந்தப்புர இறுக்கம் என்றும் நான் அதைச் சொல்வேன். ஒரு அந்நிய மணத்துக்கும், பெரிதும் பழகிவிட்ட சமையலறை மணத்துக்கும் இடையேயான மௌனச் சண்டை. அந்தப் பேட்டையில் பெண்கள் எல்லோருமே 'சகோதரிகள்'. திறந்தவெளிகளில் துணி உலர்த்த வரும்போதோ திருமண விழாக்களின்போதோ பெண் களைப் பார்த்துக் கண்ணடிப்பதோடு ஆண்களைக் காதல் வயப்படுத்தும் விளையாட்டைக் குறுக்கி, சுவாரஸ்யமான காதல் விவகாரங்களை மரி யாதை விதி ஒன்று தடுத்துவிட்டிருந்தது. மகத்தான காதல் என்று எதுவு மில்லாமல், கிட்டத்தட்ட தகாத உறவு என்று சொல்லக்கூடிய திருமணங் களுக்கான சாத்தியக்கூறையே மூசாவின் வயதில் இருந்த இளைஞர்களுக்கு அந்தப் பேட்டையின் சகோதரிகள் அளித்தார்கள் என்பது என் அனு மானம். அதே சமயம், நகரத்தில் பிரெஞ்சுக்காரர்கள் வசித்த பகுதியின், ரூமிகளின் உலகத்துக்கும் எங்கள் உலகத்துக்கும் இடையே, திரட்சியான மார்பகங்களுடனும் குட்டையான பாவாடைகளுடனும் சில அல்ஜீரியப் பெண்கள்—கவலை அளித்த ஒருவித 'மேரி-ஃபத்மாக்கள்'[1]—அலைந்து கொண்டிருப்பார்கள். பொடியன்களாகிய நாங்கள் அவர்களை வேசிக ளாகப் பாவித்து, பார்வையாலேயே அடித்துக் கொல்வோம். திருமணம்

---

[1] கிறிஸ்துவப் பெயர் மேரியும், இஸ்லாமியப் பெயர் ஃபத்மாவும் இணைந்து கேலி யாகச் சொல்லப்படும் ஒரு கலப்புப் பெயர்.

என்ற விதியைத் தவிர்த்து, காதலின் இன்பத்தை அளிக்கக்கூடிய கவர்ச்சியான வேட்டைகள். தீவிரமான காதல் விவகாரங்களையும் வெறுப்பில் தோய்ந்த போட்டாபோட்டிகளையும் இந்தப் பெண்கள் அடிக்கடி உசுப்பி விடுவது உண்டு. உன்னுடைய எழுத்தாளனும் இதைத்தான் விவரிக்கிறான். ஆனால், அவன் சொன்ன கதையில் நியாயம் இல்லை, ஏனென்றால், கண்ணுக்குத் தெரியாமல் இருந்த அந்தப் பெண், மூசாவின் சகோதரி அல்ல. பார்க்கப்போனால், ஒருவேளை அவனுடைய ஆசைநாயகிகளில் ஒருத்தியாக இருந்திருக்கலாம். மனத்தாங்கல் அங்கிருந்துதான் வந்தது என்று நான் எப்போதும் நினைப்பேன்: பழிக்குப் பழி என்ற ஒரு விவகாரம் சீரழிந்து போனதுதான் தத்துவ ரீதியிலான அந்தக் குற்றத்துக்குக் காரணமே தவிர, வேறெதுவும் இல்லை. உன்னுடைய கதாநாயகனுக்கு அடி, உதை கொடுத்து பெண்ணின் மானத்தைக் காக்க விரும்பிய மூசா; தன்னுடைய தற்காப்புக்காகக் கடற்கரையில் இரக்கமின்றி அவனைச் சுட்டுத்தள்ளிய உன் கதாநாயகன். மேலும், அல்ஜேயின் பாமரர் பேட்டைகளில் எங்களுடைய மக்களுக்குத் தீவிரமானதும் கோமாளித்தனமானதுமான கௌரவ உணர்வு ஒன்று இருந்தது. எங்களுடைய பெண்களையும் அவர்களுடைய தொடைகளையும் பாதுகாப்பது! தங்களுடைய நிலம், கிணறுகள், கால்நடைகள் இவற்றை இழந்த பிறகு அவர்களிடம் மிஞ்சியிருந்தது அவர்களுடைய பெண்கள்தான். இந்த நிலப்பிரபுத்துவ விளக்கத்தைக் கேட்டால் எனக்கும்கூட புன்னகை செய்யத் தோன்றுகிறது. ஆனால், சற்று யோசித்துப்பார், தயவுசெய்து இதை முற்றிலும் கேலியாக எடுத்துக் கொள்ள முடியாது. உன் புத்தகத்தின் கதையின் சுருக்கமே இரண்டு பெரிய கெட்ட வழக்கங்கள் பக்கம் சரியும் செயல்தான்: பெண்கள், சோம்பேறித்தனம். ஆகவே, சில சமயம் நான் உண்மையாகவே அப்படித்தான் நினைத்துப்பார்க்கிறேன். மூசாவின் கடைசி நாட்களில் ஒரு பெண்ணின் தடயங்களும், பொறாமையின் மணமும் நன்றாகவே இருந்தன. அம்மா அதைப் பற்றி ஒருபோதும் பேசியதில்லை, ஆனால், எங்கள் பேட்டையில், அந்தக் குற்றத்துக்குப் பிறகு, மீட்கப்பட்ட கௌரவத்தின் வாரிசாக நான் அடிக்கடி போற்றப்பட்டேன், அதன் காரணங்களைச் சிறுவனாக இருந்த என்னால் ஆய்ந்து அறிய முடியாத நிலையில். இருந்தாலும் எனக்குத் தெரிந்திருந்தது! நான் அதை உணர்ந்தேன். பொய்களையும் மூசா பற்றிய நம்ப முடியாத கதைகளையும் என்னிடம் அம்மா சொல்லியிருந்ததன் விளைவாக அவை எனக்குள் சந்தேகத்தைக் கிளப்பி, என்னுடைய உள்ளுணர்வுகளில் ஒரு ஒழுங்கை ஏற்படுத்துவதில் போய் முடிந்தன. எல்லாவற்றையும் நான் மீண்டும் கட்டமைத்தேன். கடைசி சில நாட்களாக மூசா அடிக்கடி போதையில் இருந்தது, காற்றில் மிதந்துகொண்டிருந்த அந்த நறுமணம், நண்பர்களைச் சந்தித்தபோது அவனிடம் தென்பட்ட அந்தப் பெருமிதப்

புன்சிரிப்பு, மிகத் தீவிரமாகவும் கிட்டத்தட்ட கோமாளித்தனமாகவும் இருந்த அவர்களுடைய ரகசிய உரையாடல்கள், தன் கத்தியுடன் விளையாடிக்கொண்டு தன் உடலில் பச்சை குத்தியிருப்பவற்றையெல்லாம் என் அண்ணன் என்னிடம் காட்டிய தோரணை. எஷதா-ஃபி-அல்லா.[2] அவனுடைய வலது தோளில், 'முன்னேறு அல்லது மடிந்துபோ'. தன் இடது முன்னங்கையில் உடைந்த இதயத்தின் படத்தை வரைந்து அதன் கீழ் 'வாயை மூடு' என்ற வாசகம். மூசா எழுதிய ஒரே ஒரு புத்தகம் அதுதான். இறுதி மூச்சைவிடச் சுருக்கமாக, மூன்றே வாக்கியங்களில், உலகிலேயே மிகப் பழமையான தோல்-தாளில், தன்னுடைய சொந்த சருமத்தில், சுருக்கமாகத் தன்-விவரக் குறிப்பாக. மற்ற எல்லோரும் தங்களுடைய வாழ்வின் முதல் சித்திரப் புத்தகத்தை நினைவில் வைத்திருப்பதைப் போல அவனுடைய உடலின் பச்சை என் நினைவில் இருக்கிறது. மற்ற விவரங்களா? அவனுடைய பணிமேலுடை, கயிற்றால் ஆன காலணிகள், அவன் வளர்த்திருந்த முகமது நபி தாடி, என் தந்தையின் ஆவியைப் பிடித்து வைத்துக்கொள்ள முயற்சிசெய்த அவனுடைய பெரிய கைகள், அவனுடைய அந்தப் பெயரற்ற, கௌரவமற்ற பெண்ணின் கதை—அதற்கு மேல் எனக்குத் தெரியாது. எனக்கு உண்மையாகவே தெரியாது, பல்கலைக்கழக ஆய்வாளர் அவர்களே!

ஆ, அந்த மர்மப் பெண்! அப்படி ஒருத்தி இருந்தாள் என்று வைத்துக்கொண்டால். எனக்கு அவளுடைய இயற்பெயர் மட்டுமே தெரியும்; அது அவளுடைய பெயர்தான் என்று நினைக்கிறேன், அன்றிரவு என் அண்ணன் தன்னுடைய தூக்கத்தில் அந்தப் பெயரைச் சொன்னான்: ஸுபைதா. அவன் சாவதற்கு முந்தைய இரவு. ஒரு அறிகுறியா? இருக்கலாம். எப்படிப் பார்த்தாலும், நானும் என் அம்மாவும் அந்தப் பேட்டையிலிருந்து இறுதியாக வெளியேறியபோது—அல்ஜேயிலிருந்து, கடலிலிருந்து விலகிப் போய்விட அம்மா முடிவு செய்திருந்தாள்—எங்களை உற்றுப் பார்த்துக்கொண்டிருந்த ஒரு பெண்ணை நான் பார்த்தேன், எனக்கு அதில் சந்தேகமேயில்லை. குட்டையான ஒரு பாவாடையையும், மோசமான ரசனையை வெளிப்படுத்திய காலுறைகளையும் அணிந்திருந்தாள். அந்தக் காலத்துத் திரைப்பட நட்சத்திரங்களைப் போல முடியலங்காரம் செய்துகொண்டிருந்தாள் என்று எனக்குத் தோன்றியது. அவள் பார்ப்பதற்கு பழுப்பு நிறத்தவளாக இருந்தாலும், முடியில் பொன்னிற வண்ணம் பூசியிருந்தாள். ''என்றும் ஸுபைதா'', ஹா, ஹா! ஒருவேளை இந்த வாசகத்தையும் தன் உடலின் ஏதாவதொரு பாகத்தில் என் அண்ணன் பச்சைகுத்திக்கொண்டிருந்திருக்கலாம்; எனக்குத் தெரியவில்லை. ஆனால், அன்றைய

[2] கடவுள் என் ரட்சகர்.

தினம் நாங்கள் பார்த்தது அவள்தான் என்பது நிச்சயம். அன்று அதிகாலை வேளையில் நாங்கள் கிளம்பத் தயாராகிக்கொண்டிருக்கிறோம், அம்மாவும் நானும். அந்தப் பெண் தன் கையில் ஒரு சிவப்பு நிறப் பையை வைத்திருக்கிறாள், தொலைவிலிருந்து எங்களை உற்றுப்பார்க்கிறாள், அவளுடைய உதடுகளையும் எங்களிடம் ஏதோ கேட்க வேண்டும் என்று தோன்றிய அவளுடைய பெரிய கரிய விழிகளையும் நான் பார்க்கிறேன். அது அவள்தான் என்று நான் கிட்டத்தட்ட நிச்சயமாக இருக்கிறேன். அந்தச் சமயத்தில் அதுதான் என் விருப்பமாக, என் தீர்மானமாக இருந்தது, ஏனென்றால், என் அண்ணனின் மறைவுக்கு அது ஒரு வசீகரத்தை அளித்தது. மூசாவுக்கு ஒரு சமாதானம், ஒரு காரணம் இருந்திருக்க வேண்டும் என்று எனக்கு அவசியமாகப் பட்டது. அதைப் பற்றி சற்றும் உணராமல் இருந்தாலும், நான் எழுதப்படிக்கக் கற்றுக்கொள்வதற்குப் பல ஆண்டுகள் முன்பேயே, அவனுடைய சாவின் அபத்தத்தை நான் நிராகரித்திருந்தேன். முறையான ஈமச்சடங்குத் துணியை அவனுக்குப் போர்த்த ஒரு கதை எனக்குத் தேவைப்பட்டது. சரி, போகட்டும். என் அம்மாவின் நீண்ட வெண்ணிற அங்கியைப் பிடித்து நான் இழுத்தாலும் அவள் அந்தப் பெண்ணைப் பார்க்கவில்லை. ஆனால், நிச்சயமாக அவள் ஏதோ உணர்ந்திருக்க வேண்டும், ஏனென்றால், அவளுடைய முகம் கோரமாக மாறி, நம்ப முடியாத ஆபாச வசை ஒன்றை அவள் உரக்கச் சொன்னாள். நான் திரும்பிப் பார்த்தேன், அந்தப் பெண் மறைந்துவிட்டிருந்தாள். நாங்களும் கிளம்பிப் போய்விட்டோம். ஹஜூத்தை நோக்கிப் போன சாலை, இருமருங்கிலும் எங்களுக்குக் கிடைக்கவிருக்காத அறுவடைப் பயிர்கள், நிர்வாண சூரியன், தூசி படிந்த பேருந்தின் பயணிகள் இவையெல்லாம் எனக்கு நினைவில் இருக்கின்றன. இன்ஜின் எண்ணெயின் வாடை குமட்டியது, ஆனால், அதனுடைய வீரியம் மிக்க, கிட்டத்தட்ட ஆறுதல் அளித்த ரீங்காரம் எனக்குப் பிடித்திருந்தது; உயர்ந்த கட்டடங்கள், நசுக்கப்பட்ட மக்கள், சேரிகள், அழுக்கான பொடியன்கள், முசுட்டுக் காவலர்கள், அராபியர்களைச் சாகடித்த கடற்கரைகள் மீளாச்சிக்கலான பாதைகளிலிருந்து எங்களை, என் தாயாரையும் என்னையும், பிடுங்கி இழுத்துச் சென்று, ஒரு தந்தையைப் போல ஆறுதலளித்த ரீங்காரம். எங்கள் இருவரைப் பொறுத்தவரை அந்த நகரம் குற்றத்தின் உறைவிடமாக அல்லது புராதனமான, பரிசுத்தமான ஏதோ ஒன்றை இழந்துவிட்ட இடமாகவே எப்போதும் இருக்கும். ஆமாம், என் நினைவில் அல்ஜே எப்போதும் ஒரு அழுக்கான, கறைபடிந்த, மனிதர்களைத் திருடிய, துரோகமிழைத்த, இருண்ட ஜென்மம்.

அப்படியானால், ஏன் இன்று மீண்டும் ஒரு முறை இன்னொரு நகரத்தில், ஓரானில், தோற்றுப்போனவனாய் நான் வந்து இருக்க வேண்டும்?

நல்ல கேள்வி. என்னை நானே தண்டித்துக்கொள்ளவதற்காக இருக்கலாம். சற்று உன்னைச் சுற்றிப் பார், இங்கே ஓரானிலோ, அல்லது வேறிடத்திலோ. நகரத்தின் மேல் மக்கள் கோபமாக இருக்கிறார்கள் என்றும், ஏதோ ஒரு அந்நிய நாட்டைச் சூறையாடுவதுபோல் இதைச் சூறையாட இங்கே வருகிறார்கள் என்றும் சொல்லத் தோன்றும். நகரத்தை ஒரு கொள்ளைச் சொத்தைப் போல, ஒரு கிழட்டு வேசியாக மக்கள் பார்க்கிறார்கள், அதைத் திட்டுகிறார்கள், கொடுமைப்படுத்துகிறார்கள், முகத்தில் குப்பைக் கூளங்களை வீசுகிறார்கள். ஒருகாலத்தில் சுகாதாரமாகவும் சுத்தமாகவும் இருந்த அந்தச் சிறிய கிராமத்துடன் ஓயாமல் அதை ஒப்பிட்டுப் பேசுகிறார்கள். ஆனால், இனிமேல் அதை விட்டுப் போகவும் முடியாது, ஏனென்றால், கடலுக்குத் தப்பித்துச் செல்ல அது ஒன்றேதான் வழி, பாலைவனத்திலிருந்து மிகத் தொலைவிலும் இருந்தது. இந்தச் சொற்றொடரைக் குறித்துக்கொள், அழகாக இருக்கிறது என்று நினைக்கிறேன், ஹா..., ஹா... இங்கே ஒரு பழைய பாடல் சுற்றி வந்துகொண்டே இருக்கிறது, அதன் வரிகள், ''பீர் அராபியப் பானம், விஸ்கி மேலை நாட்டினுடையது.'' நிச்சயமாக அது தவறுதான். தனியாக இருக்கும்போதெல்லாம் நான் அடிக்கடி இந்தப் பாடலைத் திருத்தி அமைப்பேன்: இதோ, ஓரான் நகரப் பாடல்: பீர் அராபியாவிலிருந்து, விஸ்கி ஐரோப்பாவிலிருந்து, மதுக்கூட ஊழியர்கள் கபீலியாவிலிருந்து, தெருக்கள் பிரான்ஸிலிருந்து, வாசல் முற்றங்கள் ஸ்பெயினிலிருந்து... இப்படியே, முடிவில்லாமல். சில பத்தாண்டுகளாகவே நான் இங்கே வசிக்கிறேன், நலமாக இருப்பதாகவே உணர்கிறேன். கடல் மிகத் தொலைவில் அங்கே, இறக்கத்தில் இருக்கிறது, துறைமுகத்தின் பெரிய கட்டமைப்புகளுக்குக் கீழே நசுக்கப்பட்டு. அது என்னிடமிருந்து யாரையும் பறித்துக்கொள்ளாது, என்னைத் தொடவும் முடியாது.

நான் மகிழ்ச்சியாக இருக்கிறேன், பார்த்தாயா? பல ஆண்டுகளாக நான் என் அண்ணனுடைய பெயரை எவ்வித முக்கியத்துவத்துடனும் உச்சரித்ததே இல்லை—என் மனதுக்குள்ளேயோ அல்லது இந்த மதுக்கூடத்தைத் தவிர. முன்பின் தெரியாதவர்களை இந்த நாட்டு மக்கள் எப்போதும் 'மொகமத்' என்றழைப்பார்கள், நான் எல்லோருக்கும் 'மூசா' என்ற இயற்பெயரை அளிக்கிறேன். இந்தக் கடையின் சர்வரின் இயற்பெயரும் அதுதான், நீ அப்படியே அவனை அழைக்கலாம், அது அவனிடம் புன்முறுவலை வரவழைக்கும். இறந்துவிட்ட ஒருவனுக்கும் ஒரு பெயர் கொடுக்க வேண்டியது முக்கியம், புதிதாகப் பிறந்த குழந்தைக்குக் கொடுக்கும் அதே அளவுக்கு முக்கியம். ஆமாம், முக்கியம்தான். என் அண்ணனின் பெயர் மூசா. அவனுடைய வாழ்க்கையின் கடைசி நாளன்று எனக்கு வயது ஏழு, ஆகவே, உன்னிடம் நான் சொல்லியிருப்பதற்கு மேல் எனக்கு எதுவும் தெரியாது. அல்ஜேயில் நாங்கள் இருந்த தெருவின் பெயர் எனக்

குச் சரியாக ஞாபகம் இல்லை; பாப்-எல்-உவெத் என்ற பேட்டை, அதன் அங்காடி, அதன் கல்லறைத் தோட்டம் இவை மட்டுமே ஞாபகம் இருக்கின்றன. மீதமுள்ளவை காணாமல்போய்விட்டன. இன்னும் எனக்கு அல்ஜே என்றால் பயம். அதற்கு என்னிடம் சொல்ல எதுவுமில்லை, என்னையோ என் குடும்பத்தையோ அதற்கு நினைவில்லை. சுதந்திரத்துக்குப் பிறகு ஒரு கோடைக்காலத்தில், 1963 என்று நினைக்கிறேன், என் தரப்புக்கு விசாரணை செய்யும் முடிவோடு அல்ஜேயிக்குத் திரும்பி வந்தேன். ஆனால், ரயில் நிலையத்தில் அப்படியே அசடு வழியத் திரும்பிவிட்டேன். வெயில் அதிகமாக இருந்தது, நகரவாசியின் கோட்-சூட் அணிந்திருந்த நான் என்னையே கேலிக்குரியவனாக உணர்ந்தேன். மரங்கள், அறுவடை என்ற நிதானமான வாழ்க்கைச் சுழற்சிக்குப் பழகிவிட்டிருந்த என்னுடைய கிராமப்புற உணர்வுகளுக்கு இங்கு எல்லாமே மிக வேகமாக, தலைச் சுற்றலைப் போல, போய்க்கொண்டிருந்தன. நான் உடனேயே பின்னோக்கித் திரும்பிப் போய்விட்டேன். அதற்குக் காரணமா? தெரிந்ததுதானே, நண்பரே. எங்கள் பழைய வீட்டை நான் மீண்டும் தேடிப் பிடித்தால் சாவு எங்களைத் தேடிக் கண்டுபிடித்துவிடும், அம்மாவையும் என்னையும். அதனுடன் கடலும் அநீதியும் சேர்ந்துவிடும். மிக ஆடம்பரமாக, வெகு நாட்களாக யோசித்துத் தயாராக வைத்திருக்கும் பதிலைப் போல இது தோன்றலாம், ஆனால், அது உண்மையும்கூட.

பார்க்கலாம், நான் கச்சிதமாக நினைவுபடுத்திப்பார்க்க முயற்சி செய்கிறேன்... மூசாவின் மரணத்தை நாங்கள் எப்படி அறிந்துகொண்டோம்? எங்கள் தெருவில் தலைக்கு மேலே கவிந்துகொண்டிருந்த, பார்வைக்குத் தெரியாத ஒருவித மேகமும், கை கால்களை ஆட்டிக்கொண்டு உரக்கப் பேசிக்கொண்டிருந்த பெரியவர்களும் எனக்கு நினைவிருக்கிறது. ஒரு அராபியப் பெண்ணையும் அவளுடைய மானத்தையும் காக்க முயன்ற அண்டை வீட்டுக்காரரின் பையன் ஒருவனை ஒரு கவுரி கொன்றுவிட்டான் என்று அம்மா சொல்லிக்கொண்டிருந்தாள். இரவு வந்தவுடன்தான் எங்கள் வீட்டுக்குள் கலவரம் ஊடுருவி, கொஞ்சம்கொஞ்சமாக அம்மாவுக்கும் புரியத் தொடங்கியது என்று நினைக்கிறேன். சந்தேகமில்லாமல் எனக்கும்தான். திடீரென்று அதிகரித்துக்கொண்டே வந்து, பிறகு மிகப் பெரிதாகிவிட்ட புலம்பலைக் கேட்டேன். எங்களுடைய கட்டடங்களைத் தகர்த்து, எங்களுடைய சுவர்களையும் பிறகு அந்தப் பேட்டையையுமே வெடிக்கச் செய்து, என்னைத் தனிமையாக ஆக்கிவிட்ட குரல். எல்லோரும் என்னையே பார்த்துக்கொண்டிருந்ததால் மட்டுமே, வேறு எந்தக் காரணமும் இல்லாமல், நான் அழ ஆரம்பித்தது நினைவிலிருக்கிறது. அம்மாவைக் காணவில்லை. ஒருவித ஒட்டுமொத்தப் பேரிழப்பில் மனம் குழம்பி, என்னைவிட மிக முக்கியமான ஏதோ ஒன்றால்

விலக்கிவைக்கப்பட்டு, என் வீட்டுக்கு வெளியே நான் இடித்துத் தள்ளப் பட்டேன். வேடிக்கையாக இல்லை? மனக்குழப்பத்தில் ஒருவேளை அது என் அப்பாவைக் குறித்து இருக்கலாம் என்றும், இம்முறை அவர் நிஜமாகவே இறந்துவிட்டிருப்பாரோ என்றும் நினைத்துப்பார்த்தேன், என் அழுகை இரு மடங்காகியது. இரவு நீண்டுகொண்டே போனது, ஒரு வரும் தூங்கவில்லை. துக்கம் விசாரிக்க மக்கள் வந்துகொண்டேயிருந்தது நிற்கவே இல்லை. பெரியவர்கள் என்னிடம் தீவிர முனைப்புடன் பேசி னார்கள். அவர்கள் என்னிடம் என்ன சொன்னார்கள் என்பதைப் புரிந்து கொள்ள முடியாதபோது, அவர்களுடைய தீவிரமான விழிகளையும், நடுங்கிக்கொண்டிருந்த அவர்களுடைய கைகளையும், ஏழைகளுக்கேயான அவர்களுடைய காலணிகளையும் பார்ப்பதோடு நிறுத்திக்கொண்டேன். விடியும்போது, எனக்கு மிகவும் பசித்து, எங்கே என்றுகூடத் தெரியாமல் தூங்கிவிட்டேன். இந்த நாளையும் அடுத்த நாளையும் பற்றி என்னதான் துழாவிப் பார்த்தாலும் எதுவும் என் நினைவில் தங்கவில்லை, குஸ்குஸின்[3] மணத்தைத் தவிர. அது ஒருவித மகத்தான நாள், ஹீரோவின் தம்பி என்ற புதுக் கௌரவத்துக்கு உண்டான மரியாதையை எனக்கு அளித்த, மற்ற தீவிரமான பொடியன்களுடன் நான் மேலும்கீழுமாகப் போய்வந்து கொண்டிருந்த, ஒரு ஆழ்ந்த பள்ளத்தாக்கைப் போலப் பெருமளவு பெரி தாக இருந்த நாள். பிறகு எதுவும் இல்லை. ஒரு மனிதனின் வாழ்க்கையில் கடைசி நாள் என்பதாக ஒன்று இல்லை. புத்தகங்கள் சொல்லும் கதைக ளுக்கு அப்பால் விமோசனம் என்று எதுவும் இல்லை, வெடிக்கும் நீர்க் குமிழிகள் என்பதைத் தவிர. நமது வாழ்க்கையின் அபத்தத்தை மிக நன் றாக விளக்குவது இதுதான், நண்பரே: கடைசி நாள் என்ற ஒன்றுக்கு யாருமே உரிமை கோர முடியாது, உயிர்வாழ்தல் தற்செயலாகத் தடை படுகிறது, அவ்வளவே.

* * * * *

*நா*ன் வீட்டுக்குப் போக வேண்டும், நீ?

ஆமாம், சர்வரின் பெயர் மூசா—என் புத்தியில் அப்படித்தான். அப் புறம், அங்கே கடையின் கோடியில் இருக்கிறானே, அவனுக்கும் நான் மூசா என்றுதான் பெயர் சூட்டியிருக்கிறேன். ஆனால், அவனுடைய கதையே முற்றிலும் வேறு. அவன் நிச்சயம் ஒரு பாதி மனைவியை இழந்தவன் அல் லது ஒரு பாதி மணமானவன். அவனுடைய சருமத்தைப் பார், பதப்படுத் திய மிருகத் தோல் என்று சொல்லத் தோன்றும். பிரெஞ்சு மொழி கற்

[3] அல்ஜீரிய உணவு.

பிக்கும் கல்வித் துறையின் முன்னாள் கண்காணிப்பாளர். எனக்கு அவ னைத் தெரியும். அவனை நேருக்கு நேர் பார்க்க எனக்குப் பிடிக்காது, ஏனென்றால், அவன் அதைப் பயன்படுத்திக்கொண்டு என் மண்டைக்குள் புகுந்து, தன் வாழ்க்கைக் கதையைச் சளசளத்துக்கொண்டிருப்பான். சோகத்தில் இருப்பவர்களை நான் கொஞ்சம் தள்ளியே வைத்திருப்பேன். எனக்குப் பின்னால் இருக்கும் மற்ற இருவர்களா? அதே குணாதிசயம் தான். மீன் தொட்டியின் அடியைச் சுரண்டியபடி நீந்திக்கொண்டிருக்கும் கொழுத்த மீன்களைக் கொண்ட நீர்வாழ் உயிரினக் காட்சியகம்தான் இந்த நாட்டில் இன்னமும் திறந்திருக்கும் சில மதுபானக் கடைகள். தன்னுடைய வயது, தன்னுடைய கடவுள், தன்னுடைய மனைவியிடமிருந்து தப்பித்துக் கொள்ள வேண்டும்போது மக்கள் இங்கு வருகிறார்கள் என்று நினைக்கி றேன், ஆனால், ஒழுங்கு குலைந்த நிலையில். சரி, இது போன்ற இடத் தைப் பற்றி உனக்குக் கொஞ்சம் தெரியும் என்று நினைக்கிறேன். வெகு விரைவில் இந்த நாட்டின் எல்லா மதுக்கூடங்களையும் மூடப்போகிறார் கள் என்பதையும், மூழ்கிக்கொண்டிருக்கும் ஒரு கப்பலிலிருந்து இன் னொரு கப்பலுக்குத் தாவிச் செல்லும், மாட்டிக்கொண்டுவிட்ட எலி களைப் போல நம் நிலைமையும் ஆகிவிடும் என்பதையும் தவிர. கடைசி மதுக்கூடத்துக்கு வந்து சேர்ந்தவுடன் ஒருவரையொருவர் முட்டியால் இடித் துத் தள்ள வேண்டிவரும், அவ்வளவு பேர் இருப்போம், அதற்கு உன்னை வரவேற்கிறேன், வெகு சீக்கிரமே வரப்போகிறது. இங்கே வரும் வாடிக் கையாளர்கள் இதை எப்படி அழைக்கிறார்கள் தெரியுமா? டைட்டானிக். ஆனால், கடையின் முகப்பில் ஒரு மலையின் பெயர் பொறிக்கப்பட் டிருக்கிறது: ஜெபெல் ஸெண்டல். போய்ப் பார்.

இல்லை இல்லை, இன்று நான் என் அண்ணனைப் பற்றிப் பேசப் போவதில்லை. இந்தக் குச்சில் இருக்கும் மற்ற எல்லா மூசாக்களையும் ஒருவர்பின் ஒருவராகப் பார்த்து, நான் அடிக்கடி செய்வதைப் போலக் கற்பனைசெய்துபார்ப்போம்: நல்ல வெயிலில் சுடப்பட்ட துப்பாக்கிக் குண்டிலிருந்து அவர்கள் எப்படி உயிர் பிழைத்திருக்க முடியும், உன்னு டைய எழுத்தாளனை அவர்கள் எப்படிச் சந்திக்காமல் இருந்திருக்க முடி யும், கடைசியாக, இன்னும் எப்படி அவர்கள் சாகாமல் இருக்கிறார்கள்? என்னை நம்பு, இதைப் போல ஆயிரக்கணக்கில் இருக்கிறார்கள். சுதந்திரத் துக்குப் பின் அங்குமிங்குமாகத் திரிந்துகொண்டிருக்கிறார்கள். கடற்கரை களில் அலைந்துகொண்டும், இறந்த தாயார்களைப் புதைத்துக்கொண்டும், பால்கனியிலிருந்து மணிக்கணக்காக வேடிக்கை பார்த்துக்கொண்டும், சே, சில சமயங்களில் உன்னுடைய மெர்சோவின் தாயார் இருந்த முதியோர் இல்லத்தை இந்த மதுக்கூடம் எனக்கு நினைவுபடுத்துகிறது: அதே மௌனம், வெளியில் தெரியாத அதே மூப்படைதல், வாழ்வின் அதே இறு

திச் சடங்குகள். இன்று நான் சற்று சீக்கிரமே குடிப்பதைத் தொடங்கி விட்டேன், ஒரு நல்ல சமாதானத்துடன்: நெஞ்செரிச்சல் ஏற்பட்டதால். இரவு வேளைகளில்தான் இந்த நெஞ்செரிச்சல் தாக்கும். உனக்கு ஒரு சகோதரன் இருக்கிறானா? இல்லையா? நல்லது.

ஆமாம், பெண்களைப் பற்றி என்னால் சொல்ல முடியாத எல்லாக் குற்றம் குறைகளையும் இந்த நகரத்தைப் பற்றிச் சொல்ல எனக்கு மிகவும் பிடித்திருக்கிறது என்றாலும், இந்த நகரத்தை நான் விரும்பவே செய்கிறேன். காசையோ, கடலையோ அல்லது ஒரு இதயத்தையோ தேடியபடி மக்கள் இங்கே வருகிறார்கள். ஒருபோதும் இங்கேயே பிறந்தவர்கள் என்று எவருமே இல்லை, இந்தப் பிரதேசத்திலிருக்கும் ஒரே ஒரு மலைக்குப் பின்னாலிருந்து இங்கே வருகிறார்கள். மேலும், உன்னை அனுப்புவது யார், எப்படி என்னை நீ கண்டுபிடித்தாய் என்று எனக்கு வியப்பாக இருக்கிறது. இதை நம்புவதே மிக அரிது, ஏனென்றால், பல ஆண்டுகளாக எங்களை, என் அம்மாவையும் என்னையும், யாருமே நம்பவில்லை தெரியுமா? ஆகவே, உண்மையாகவே மூசாவை நாங்கள் ஒருவழியாகப் புதைத்து விட்டோம். ஆமாம், உனக்கு விளக்கமாகச் சொல்வேன்.

ஆஹா, இதோ வந்துவிட்டான்... வேண்டாம், திரும்பிப் பார்க்காதே, அவனை நான் 'மதுப் புட்டியின் ஆவி' என்றுதான் அழைப்பேன். கிட்டத் தட்ட தினமும் இங்கே வருகிறான். ஒருவருக்கொருவர் வார்த்தைப் பரிமாற்றம் இல்லாமல் வணக்கம் தெரிவித்துக்கொள்வோம். மீண்டும் அதைப் பற்றி உன்னிடம் பிறகு சொல்வேன். ●

3

இன்று, என் தாயார் அவளுடைய தாயாரைப் போல அவ்வளவு முதியவளாக இருக்கிறாள், அல்லது அவளுடைய கொள்ளுப் பாட்டியைப் போல, அல்லது அவளுடைய கொள்ளுப்பாட்டியின் பாட்டியைப் போலக் கூட. ஒரு குறிப்பிட்ட வயதுக்குப் பிறகு நம் முன்னோர்கள் அனைவரின் முகத் தோற்றங்களையும், மறுபிறவிகளின் தளர்ந்த நெரிசலில், ஒன்றாகச் சேர்த்து முதுமை நமக்கு அளித்துவிடுகிறது. இறுதியில், ஒருவேளை அப்பால் என்பது இப்படித்தான் இருக்கிறதோ என்னவோ, முன்னோர்கள் அனைவரும் ஒருவர்பின் ஒருவராக வரிசையாக நின்றுகொண்டிருக்கும் ஒரு தாழ்வாரம். இன்னும் உயிர் வாழ்ந்துகொண்டிருப்பவனின் பக்கமாகத் திரும்பி, பேசாமல், அசைவுகள் இல்லாமல், பொறுமையான பார்வையுடன், ஒரு குறிப்பிட்ட தேதியில் தங்கள் பார்வை நிலைபெற அவர்கள் வெறுமனே காத்துக்கொண்டிருக்கிறார்கள்—ஏற்கனவே அம்மா ஒருவித முதியோர் இல்லத்தில் வசித்துக்கொண்டிருக்கிறாள், அதாவது, தன்னுடைய இருண்ட சிறிய வீட்டில், கடைசிப் பயணக் கைப்பையைப் போலச் சுருண்டு கிடக்கும் தன் உடலுடன். ஒரு வாழ்க்கை முழுவதன் நீண்ட வரலாற்றுடன் ஒப்பிட்டுப் பார்க்கும்போது முதுமையில் இந்த உடல் சிறுத்துப்போவது எனக்கு நம்ப முடியாததாக இருக்கிறது. ஆகவே, என்னை எடை போடுவதற்கோ, அல்லது ஒருவழியாக எனக்கு ஒரு மனைவியைக் கண்டுபிடித்துவிட்டேனா என்று கேட்பதற்கோ, எனக்கு முன்னால் வட்ட வடிவில் உட்கார்ந்து, ஒரே ஒரு தனி முகத்தில் சுருக்கப்பட்டிருக்கும் முன்னோர்களின் கூட்டம். என் வயதைப் பற்றி அவளுக்குத் தெரியாததைப் போலவே எனக்கு அவளுடைய வயது எவ்வளவு என்று தெரியாது. சுதந்திரத்துக்கு முன்பு, சரியான தேதி பற்றிய தகவல் இல்லாமலேயே எல்லாம் நடந்தது; பிரசவங்கள், தொற்றுநோய்கள், வறட்சிக் காலங்கள் போன்றவற்றால் வாழ்க்கை குறிப்பிடப்பட்டது. என்னுடைய பாட்டி டைஃபஸ் நோயால் இறந்தாள், காலண்டர் ஒன்றை உருவாக்க இந்த நிகழ்ச்சி போதுமானதாக இருந்தது. என் தந்தை ஒரு டிசம்பர் மாதம் 1ஆம் தேதி கிளம்பிப் போனார் என்று நினைக்கிறேன், ஒருவிதத்தில் சொல்வதானால் இதயத்தின் வெப்பநிலையை அளக்கவும் அல்லது தீவிரக் குளிர்காலத்தின் தொடக்கத்தை அறிவிக்கவும் அது ஒரு அளவுகோலாக விளங்கியது.

உனக்கு ஒரு உண்மையைச் சொல்லட்டுமா? இப்போதெல்லாம் என் தாயாரை நான் பார்க்கப் போவதே அரிது. நடமாடிக்கொண்டிருக்கும் ஒரு பிரேதமும், ஒரு எலுமிச்சை மரமும் கொண்ட சூழலில் இருக்கும் வீட்டில் அவள் வசிக்கிறாள். வீட்டின் ஒவ்வொரு மூலையையும் பெருக்கித் தள்ளுவதிலேயே நாள்பொழுதைக் கழிக்கிறாள். தடயங்களை அழிக்கிறாள். யாருடைய, எதனுடைய? அதாவது, ஒரு கோடைக்கால இரவில் அறுதியாகிவிட்ட ஆண்மைக்குள் என்னை ஒருவழியாகக் குதிக்கச் செய்த, எங்களுடைய ரகசியத்தின் தடயங்களை... பொறுமையாக இரு, உனக்கு நான் சொல்லத்தான் போகிறேன். ஆகவே, தலைநகரிலிருந்து எழுபது கிலோமீட்டர் தொலைவில், முன்பு மாரங்கோ என்று அழைக்கப்பட்ட ஹஜூத் என்ற ஒருவித சிறிய கிராமத்தில் அம்மா இருக்கிறாள். அங்குதான் என் குழந்தைப் பருவத்தின் இரண்டாம் பகுதியை முடித்துவிட்டு, அல் ஜேயிக்குச் சென்று மேற்படிப்பைத் தொடர்வதற்கு முன்பாக என் வாலிபப் பருவத்தின் ஒரு பகுதியைக் கழித்தேன். அங்கே நிலநிர்வாகத் துறை ஆய்வாளர் வேலை ஒன்றைக் கற்றுக்கொண்டு, ஹஜூதுக்குப் பணியாற்ற வந்தபின் அந்தத் தொழிலின் இயந்திர கதி என்னுடைய சிந்தனை ஓட்டத்துக்கு வலுவாக ஊட்டமளித்தது. நாங்கள், என் தாயாரும் நானும், அலைகளின் ஓசைக்கும் எங்களுக்கும் இடையே இருந்த தூரத்தை முடிந்த அளவுக்கு அதிகரித்துக்கொண்டோம்.

ஆண்டு வாரியாக வருவோம். மாமா ஒருவரின் வீட்டுக்குப் போவதற்காக ஒருநாள் நாங்கள் அல்ஜேயிலிருந்து கிளம்பினோம்—ஸூபைதாவைப் பார்த்ததாக நான் நிச்சயமாக இருந்த பிரசித்திபெற்ற அந்த நாள். ஏறக்குறைய அங்கே ஏற்றுக்கொள்ளப்படாமலேயே, எங்களுக்குத் தங்க அனுமதி கொடுத்தவர்களே எங்களை விரட்டிவிடும்வரை ஒரு சேரியில் வசித்தோம். பிறகு, ஒரு காலனியப் பண்ணையின் நிலத்தில், ஒரு சிறிய வீட்டில் வசித்துக்கொண்டிருந்தோம்; அங்கே பலதரப்பட்ட வேலைகளைச் செய்யக்கூடிய வேலைக்காரியாக அம்மா வேலைபார்த்தாள், நான் எடுபிடியாக இருந்தேன். என் கருத்துப்படி, தன்னுடைய சதையின் கொழுப்பிலேயே மூச்சுமுட்டிக்கொண்டிருந்த அந்த முதலாளி, அல்சாஸ் பிரதேசத்தைச் சேர்ந்த பிரெஞ்சுக்காரன். வேலை செய்யாமல் ஏய்ப்பவர்கள் நெஞ்சின் மேல் உட்கார்ந்து அவர்களை இம்சிப்பான் என்று பேசிக்கொண்டார்கள். தவிர, நன்கு புடைத்திருந்த அவன் தொண்டையில் அவன் அவசரமாக விழுங்கிவிட்டிருந்த ஒரு அராபியனின் பிரேதம் தன்னைச் சுருக்கிக்கொண்டு குரல்வளையில் குறுக்காக மாட்டிக்கொண்டிருந்தது என்றும் பேசிக்கொண்டார்கள். அந்தக் காலகட்டத்தில் எனக்கு நினைவில் இருப்பவை எப்போதாவது எங்களுக்குச் சாப்பிட ஏதாவது கொண்டுவந்த பாதிரியார், எனக்கு உடை தயார்செய்வதற்காக என்னுடைய தாயார் ஒரு

சணல் பையைத் தைத்து வைத்தது, விசேஷ நாட்களில் கிடைத்த ரவையில் தயாரித்த சாப்பாடு. எங்களுடைய ஏழ்மையைப் பற்றி உனக்கு நான் சொல்ல விரும்பவில்லை, ஏனென்றால், அந்த நாட்களில் இருந்தது பசிதானே ஒழிய, அநீதி அல்ல. மாலை வேளைகளில் நாங்கள் கோலிக் குண்டு விளையாடுவோம், சிறுவர்களில் ஒருவன் அடுத்த நாள் வரவில்லை யென்றால் அவன் இறந்துவிட்டிருப்பான் என்று அர்த்தம்—நாங்கள் தொடர்ந்து விளையாடுவோம். தொற்றுநோய்களின், பஞ்சங்களின் காலம் அது. கிராமப்புறங்களில் வாழ்க்கை கடினமாக இருந்தது, நகரங் கள் மறைத்துவைத்திருந்ததை அது வெளிப்படுத்தியது, அதாவது, நாடு பசியால் செத்துக்கொண்டிருந்தது என்பதை. என் அம்மாவுக்குக் காவலாக யாருமில்லாமல் இருக்கிறாள் என்பதை அறிந்த மனிதர்களின் கவலை யளிக்கும் காலடி ஓசைகளைப் பற்றி, குறிப்பாக இரவு வேளைகளில், பயந்துகொண்டிருந்தேன். கண் விழித்துக் கண்காணித்துக்கொண்டிருந்த இரவுகள், அவளுடன் ஒட்டிப் படுத்தபடியே. நான் நிஜமாகவே எல்லா விதத்திலும் என் தந்தைக்கு வாரிசுதான்: இரவுக் காவலாளர், உலெத்-எல்-அஸ்ஸாஸ்.

ஆச்சரியம் என்னவென்றால், உறுதியான இருப்பிடம் கிடைக்கும்வரை ஹஜூதின் சுற்று வட்டாரங்களிலேயே பல ஆண்டுகளாக இருந்துகொண் டிருந்தோம். நாங்கள் இப்போது வசித்துக்கொண்டிருக்கும் வீட்டை, எங்களுடைய வீட்டைக் கண்டுபிடிப்பதற்கு அம்மாவுக்கு எவ்வளவு பொறுமையும் எவ்வளவு சாமர்த்தியங்களும் தேவைப்பட்டிருக்கின்றன? தெரியாது. எப்படி இருந்தாலும், அவள் சரியாகவே தேடிப் பிடித்திருந்தாள், அவளுக்கு நல்ல ரசனை இருந்ததை நான் புரிந்துகொண்டேன். அவ ளுடைய சவ அடக்கத்தின்போது நான் உன்னை அங்கு அழைத்துப்போகி றேன்! அந்த வீட்டில் வீட்டு வேலைக்காரியாகத் தன்னை ஏற்றுக்கொள் ளும்படி செய்வதில் வெற்றிபெற்று, என்னையும் முதுகில் தூக்கிக்கொண்டு நாட்டின் சுதந்திரத்துக்காகக் காத்திருந்தாள். உண்மையில், அவசரத்தில் கிளம்பிப் போய்விட்ட காலனியர் குடும்பம் ஒன்றுக்குச் சொந்தமான வீடு அது, சுதந்திரம் கிடைத்த முதல் சில நாட்களிலேயே நாங்கள் அங்கே வசிக் கத் தொடங்கிவிட்டோம். வண்ணக் காகிதங்கள் ஒட்டப்பட்ட சுவர் களுடன் இருந்த, மூன்று அறைகளைக் கொண்ட வீடு அது; முற்றத்தில் வானத்தைப் பார்த்த ஒரு குட்டையான எலுமிச்சை மரம். பக்கவாட்டில் இரண்டு சிறிய கொட்டில்கள், நுழைவாயிலில் மரத்தால் ஆன கதவு. சுவர் நெடுகிலும் நிழல் தந்த திராட்சைக் கொடிகளும், பறவைகளின் பலத்த கிறீச்சிடல்களும் எனக்கு நினைவில் இருக்கின்றன. அதற்கு முன்பு, அண்டை வீட்டுக்காரர் இப்போது மளிகைக்கடையாக வைத்திருந்த, அருகிலிருந்த ஒரு சிறிய அறையில் இருந்தோம். அந்தக் காலத்தை நினைவு

படுத்திப் பார்க்க எனக்குப் பிடிக்காது. பச்சாதாபத்தைப் பெறுவதற்காகப் பிச்சையெடுக்க உந்தப்படுவதைப் போல இருக்கும். பதினைந்து வயதில் பண்ணைகளில் வேலை செய்தேன். ஒருநாள், விடிவதற்கு முன்னால் எழுந்தேன், வேலை கிடைப்பது அரிதாக இருந்தது, மிகவும் அருகிலிருந்த பண்ணை மூன்று கிலோமீட்டர் தொலைவில் இருந்தது. எனக்கு வேலை எப்படிக் கிடைத்தது தெரியுமா? உன்னிடம் மனம் திறந்து சொல்கிறேன். இன்னொரு பணியாளனுக்கு முன்பேயே போய், அவனுடைய இடத்தை எடுத்துக்கொள்வதற்காக அவனுடைய சைக்கிள் டயரில் ஓட்டையைப் போட்டேன். வேறு வழி? பசி. பாதிக்கப்பட்டவன்போல் வேஷம் போட நான் விரும்பவில்லை, ஆனால், காலனியரின் வீட்டுக்கும் எங்களுடைய சேரிக்கும் இடையேயிருந்த சில பத்து மீட்டர் தொலைவைக் கடக்க ஏதோ ஒரு கொடிய கனவில் வருவதைப் போல, சேற்றிலும் புதை மணலிலும் சுமையுடனும் தட்டுத் தடுமாறி நடந்து செல்லப் பல ஆண்டுகள் பிடித்தது. கடைசியில் இந்த வீட்டைக் கைகளால் தொட்டுப் பார்த்து, அது விடு விக்கப்பட்டது என்று அறிவிக்கப் பத்து ஆண்டுகளுக்கு மேல் ஆகிவிட்டது என்று நினைக்கிறேன்: எங்களுடைய சொத்து! ஆமாம், எல்லோரையும் போலவே நாங்களும் செய்தோம், சுதந்திரம் கிடைத்த முதல் நாளிலிருந்தே கதவுகளை உடைத்து நொறுக்கி, பாத்திரங்களையும் சர விளக்குகளையும் எடுத்துக்கொண்டோம். என்ன நடந்ததா? அது ஒரு நீண்ட கதை. கொஞ் சம் தடுமாறச் செய்கிறது.

அந்த வீட்டின் அறைகள் எப்போதுமே மிகவும் இருட்டாக இருந்தன, நீத்தார் கண்விழிப்பு ஏதோ ஒன்று நடந்துகொண்டிருப்பதைப் போல அவ்வளவு மங்கலான விளக்குகள். நான் சற்றுக் கண்ணயர்வதற்காகவும், ஒன்று அல்லது இரண்டு மணி நேரம் என் அம்மாவைப் பார்ப்பதற்காகவும் மூன்று மாதங்களுக்கு ஒரு முறை அங்கே போவேன். பிறகு, ஒன்றும் நடக்காது. பால் கலக்காத காப்பி குடித்துவிட்டு, பிறகு என் வழியில் போய் மதுபானக் கடையை நோக்கிச் சென்று மீண்டும் காத்துக்கொண் டிருப்பேன். ஹஜூதில் உன்னுடைய கதாநாயகன் தன்னுடைய தாயார் என்று சொல்லப்பட்டவளின் சவப்பெட்டியுடன் நடந்துபோனபோது இருந்த கிராமப்புறம் அப்படியேதான் இன்றும் இருக்கிறது. கான்கிரீட் பாளங்களால் கட்டப்பட்ட புதிய கட்டடங்கள், கடையின் முகப்புகள், எங்கும் பரவியிருக்கும் சுமையான சோம்பேறித்தனம், இவற்றைத் தவிர்த் துப் பார்த்தால் எதுவுமே மாறியிருப்பதைப் போலத் தோன்றாது. பழைய பிரெஞ்சு அல்ஜீரியாவை நினைத்து எனக்கு ஏக்கமா? இல்லை, நீ எதையும் புரிந்துகொள்ளவில்லை. அராபியர்களாகிய நாங்கள் இன்று சுற்றிச்சுற்றி வந்துகொண்டிருப்பதைப் போல இல்லாமல், அந்த நாட்களில் காத்துக் கொண்டிருப்பதைப் போல மட்டுமே தோன்றினோம் என்று சொல்ல

வருகிறேன். ஹஜூதையும் அதன் சுற்று வட்டாரங்களையும் எனக்கு மனப்பாடமாகத் தெரியும், மிகச் சிறிய கூழாங்கல்லிலிருந்து பெரிய நெடுஞ்சாலைவரை. அந்தக் கிராமம் இன்னும் பரந்து வளர்ந்திருந்தது, ஆனால், ஒழுங்கற்ற முறையில். முடிவு பெறாத குட்டி பங்களாக்கள் பெருகிவிட்டன, சைப்ரஸ் மரங்கள் அழிந்துவிட்டன, குன்றுகளும்கூட. இப்போது வயல்களில் பாதைகள் இல்லை. மேலும், இப்போது வயல்களும் இல்லை.

ஒருவர் தம் வாழ்க்கையில் தரையில் இருந்துகொண்டே சிறப்பான முறையில் சூரியனிடம் நெருங்க முடிந்த இடம் இது என்று நினைக்கிறேன். அதாவது, என்னுடைய சிறு வயது நாட்களின் நினைவுப்படி பார்த்தால். ஆனால், இந்த இடம் இன்று எனக்குப் பிடிக்கவில்லை. என் அம்மாவை—சாக விரும்பாதவளைப் போலத் தோன்றும் அவளை—புதைப்பதற்காக இங்கே திரும்பிவர வேண்டிய அவசியம் எனக்கு ஏற்படப் போகும் நாளை நினைத்துப் பயப்படுகிறேன். அவளுடைய இந்த வயதில் மறைந்துபோவது என்பதற்கு இனி அர்த்தம் இல்லை. ஒருநாள், நீயும் உன்னைச் சார்ந்தவர்களும் ஒருபோதும் கேட்டிருக்காத ஒரு கேள்வியை—புதிரின் திறவுகோல் அதுதான் என்றிருக்கும் கேள்வியை—நான் என்னிடமே கேட்டுக்கொண்டேன். உன்னுடைய கதாநாயகனின் தாயாருடைய கல்லறை எங்கே இருக்கிறது? ஆமாம், அவன் அடித்துச் சொல்வதைப் போல அங்கேதான், ஹஜூதில், ஆனால், குறிப்பாக எந்த இடத்தில்? என்றாவது ஒருநாள், யார் அங்கே வந்திருக்கிறார்கள்? புத்தகத்திலிருந்து தொடங்கி முதியோர் இல்லம்வரை யார் திரும்பிப் போயிருக்கிறார்கள்? கல்லறையில் பொறிக்கப்பட்ட வாசகங்களின் மேல் தன்னுடைய ஆள்காட்டி விரலை யார் ஓடவிட்டிருக்கிறார்கள்? யாருமேயில்லை என்றுதான் எனக்குத் தோன்றுகிறது. நானோ, அந்தக் கல்லறையை நானும் தேடினேன், ஆனால், ஒருபோதும் அதைக் கண்டுபிடிக்கவில்லை. இந்தக் கிராமத்தில் அதைப் போன்ற பெயரைக் கொண்ட நிறைய பேரின் கல்லறைகள் இருந்தன, ஆனால், அந்தக் கொலையாளியின் தாயாரின் கல்லறை கிடைக்கவேயில்லை. ஆமாம், நிச்சயமாக இதற்கு ஒரு விளக்கம் சாத்தியமே: காலனியாதிக்க ஒழிப்பு என்பது எங்கள் நாட்டில் காலனியர்களின் கல்லறைத் தோட்டங்கள்வரை பரவி, தோண்டியெடுக்கப்பட்ட மண்டை ஓடுகளுடன் எங்கள் பொடியன்கள் பந்தாடுவதை அடிக்கடி பார்த்திருக்கிறோம். அது கிட்டத்தட்ட இங்கே ஒரு மரபாகவே ஆகிவிட்டிருக்கிறது. காலனியர் ஓடிப்போகும்போது பெரும்பாலும் மூன்று விஷயங்களை விட்டுச் செல்வார்கள்: எலும்புகள், சாலைகள், சொற்கள்—அல்லது இறந்தவர்கள்… ஆனாலும், அவனுடைய தாயாரின் கல்லறையை என்னவோ நான் கண்டுபிடிக்கவேயில்லை. தன்னுடைய பூர்வீகத்தைப் பற்றி உன்னுடைய கதாநாயகன் பொய் சொன்னானா? ஆமாம் என்று நினைக்கிறேன். சூரிய

வெளிச்சமும் அத்தி மரங்களும் நிறைந்திருக்கும் ஒரு நாட்டில் பிரசித்தி பெற்ற அவனுடைய அலட்சியத்தையும், சாத்தியமில்லாத அவனுடைய உணர்ச்சியற்ற தன்மையையும் அதுதான் விளக்கும். அவனுடைய தாயார் நாம் நினைப்பவள் அல்ல, நான் ஏதோ உளறிக்கொண்டிருக்கிறேன் என்று எனக்குத் தெரிகிறது, ஆனால், என்னுடைய சந்தேகத்துக்கு ஒரு ஆதாரம் இருக்கிறது என்று உறுதியாகச் சொல்ல முடியும். அந்தச் சவ அடக்கத்தைப் பற்றி அவன் அவ்வளவு விவரங்களைக் குறிப்பிடுவதைப் பார்த்தால் வெறும் செய்தி அறிவிப்பை ஒரு கட்டுக்கதையாகத் திரிக்கும் எண்ணம் அவனுக்கு இருந்ததைப் போலத் தோன்றுகிறது. சொந்த உணர்வைப் பகிர்ந்துகொள்ளாமல் இட்டுக்கட்டிய கதை என்றே சொல்லத் தோன்றும். திசை திருப்பும் ஒரு கச்சிதமான உத்தியே தவிர, உண்மையான நினைவு கூரல் அல்ல. நான் சொல்லிக்கொண்டிருப்பதை இப்போது என்னால் நிரூபிக்க முடிந்தால், தன்னுடைய தாயாரின் சவ அடக்கத்தில் உன்னுடைய கதாநாயகன் பங்கேற்கவேயில்லை என்று நிரூபிக்க முடிந்தால், அதற்கு என்ன அர்த்தம் என்று நீ எண்ணிப்பார்க்கிறாயா? பல ஆண்டுகளுக்குப் பிறகு ஹஜுத் கிராமத்தைச் சேர்ந்தவர்களிடம் விசாரித்துப் பார்த்த பிறகு அந்தப் பெயரோ, முதியோர் இல்லத்தில் இறந்துபோன ஒரு பெண்ணோ, வெயிலில் நடைபெற்ற ஒரு கிறிஸ்துவர்கள் ஊர்வலமோ யாருக்குமே நினைவில் இல்லை என்பதை என்னால் பார்க்க முடிகிறது. இது திசை திருப்பும் ஒரு உத்தியல்ல என்று நிரூபிக்கும் ஒரே தாயார் என்னுடைய தாயார்தான், அவளோ இன்னமும் எங்கள் வீட்டு எலுமிச்சை மரத்தைச் சுற்றிப் பெருக்கிக்கொண்டிருக்கிறாள்.

என் ரகசியத்தை உன்னிடம் சொல்லிவிட வேண்டும் என்று எதிர்ப்பார்க்கிறாயா—அதாவது, எங்களுடைய ரகசியம், என்னுடையதும் என் அம்மாவினுடையதும். அதோ அங்கேதான், ஹஜுதில் ஒரு பயங்கர இரவில், உன்னுடைய கதாநாயகன் சூரியனுக்குக் கீழே தொடங்கிவைத்த பணியை நான் முடித்துவைக்கும்படி நிலவு என்னைக் கட்டாயப்படுத்தியது. ஒவ்வொருவருக்கும் அவரவர் கிரகபலன், அவரவர் அம்மா என்ற சாக்கு. நான் இன்னும்கூட நிறுத்தாமல் தோண்டிக்கொண்டிருக்கும் பள்ளம். ஆண்டவனே, நான் எவ்வளவு மோசமாக உணர்கிறேன்! உன்னைப் பார்க்கிறேன், என் ரகசியத்தைத் தெரிந்துகொள்ள உனக்குத் தகுதி இருக்கிறதா என்று சந்தேகப்படுகிறேன். நடந்தவற்றைப் பற்றி வேறு விதமான கதையை, இன்னும் கொஞ்சம்கூட வெளியிடப்படாத கதையை நீ நம்புவாயா? எனக்குத் தயக்கமாக இருக்கிறது, எனக்குத் தெரியவில்லை. இல்லை, சரி, இப்போது வேண்டாம், ஒருவேளை இன்னும் காலம் கடந்து, வேறொரு நாள். ஏற்கனவே ஒருவர் இறந்துவிட்ட பிறகு எங்கே போவது? விஷயத்தை விட்டுவிட்டு வேறு எங்கேயோ போய்க்கொண்டிருக்கிறேன்.

உனக்கு வேண்டியது, நடந்தவை மட்டுமே, மற்றவை தேவை இல்லை, அப்படித்தானே?

மூசாவின் கொலைக்குப் பிறகு, நாங்கள் இன்னமும் அல்ஜேயிலேயே வசித்தபோது, என்னுடைய தாயார் தன்னுடைய கோபத்தை ஒரு நீண்ட இரங்கல் காட்சிப் பொருளாக மாற்றினாள்; அண்டை வீட்டாரின் பச்சா தாபங்களை அது அவள்பால் இழுத்ததோடல்லாமல் தெருவில் அவள் இறங்கி வந்து, ஆண்களோடு கலந்து, மற்றவர்களின் வீடுகளுக்கு வேலைக் குப் போய், மளிகைச் சாமான்களை விற்று, அன்றாட வீட்டு வேலைக ளைச் செய்து, இவையெல்லாமே மற்றவர்கள் தன்னை எடைபோடும் அபாயத்தில் இல்லாத வகையில் இருக்க உதவி, ஒருவித சமூக அங்கீ காரத்தை அவளுக்கு அளித்தது. அவளுடைய பெண்மை இறந்துவிட, அதனுடன் ஆண்களின் சந்தேகமும் இறந்துவிட்டது. அந்த நாட்களில் அவளை நான் பார்த்ததே குறைவு; மூசாவின் சாவைப் பற்றித் தன் விசா ரணையை அவள் மேற்கொண்டு, மூசாவை அறிந்திருந்தவர்கள் அல்லது தெரிந்திருந்தவர்கள் அல்லது அந்த 1942ஆம் ஆண்டு கடைசியாக அவ னைச் சந்தித்தவர்கள் இவர்களிடையே கேள்விகளைக் கேட்டு நகரத் தெருக்களில் வளைய வந்துகொண்டிருந்தபோது பெரும்பாலும் அவளுக் காக நான் காத்துக்கொண்டிருப்பதிலேயே நாட்களைக் கழித்தேன். சில அண்டை வீட்டுப் பெண்கள் எனக்குச் சாப்பாடு கொடுக்க, பெரும் நோயாளிகளுக்கோ அல்லது மிகவும் மனமுடைந்தவர்களுக்கோ அளிக்கப் படும் மரியாதையை அந்தப் பேட்டைச் சிறுவர்கள் சிலர் எனக்குக் கொடுத்தார்கள். 'இறந்தவனின் தம்பி' என்ற இந்தக் கௌரவம் கிட்டத் தட்ட எனக்குப் பிடித்திருந்தது. பார்க்கப்போனால், நான் வயதுக்கு வந்து படிக்கக் கற்றுக்கொண்டு, என் அண்ணனுக்கு இழைக்கப்பட்ட அநீதியைப் புரிந்துகொண்டபோதுதான் இந்தக் கௌரவம் என்னை வருத்தியது—ஒரு புத்தகத்தில் இறந்துவிட்டிருந்த என் அண்ணன்.

அவனுடைய மறைவுக்குப் பிறகு நேரத்தின் ஒழுங்குமுறை எனக்கு வேறு விதமாக அமைந்தது. சரியாக நாற்பது நாட்கள் நீடித்த பூரணமான சுதந்திரத்துடன் என் வாழ்க்கை இருந்தது. அப்போதுதான் சவ அடக்கம் நடைபெற்றிருந்தது. அந்த வட்டாரத்தின் இமாம் சற்றே தடுமாறிப் போயிருந்திருக்க வேண்டும்... காணாமல்போனவனை அடக்கம் செய் வது என்பது அடிக்கடி நடக்கும் ஒன்றல்ல... ஏனென்றால், மூசாவின் உடல் கண்டுபிடிக்கப்படவேயில்லை. கொஞ்சம்கொஞ்சமாக நான் அறிந்துகொண்டதன்படி என் தாயார் மூசாவை எல்லா இடங்களிலும் தேடியிருந்தாள்—சவக்கிடங்கில், பெல்கூரின் காவல் நிலையத்தில், எல் லாக் கதவுகளையுமே தட்டிப்பார்த்திருந்தாள். மூசா காணாமல்போய்விட் டிருந்தான், முற்றிலுமாக இறந்துவிட்டிருந்தான், புரிந்துகொள்ள முடியாத

ஒரு கச்சிதத்துடன். மணலும் உப்புமாக இருந்த அந்த இடத்தில் இருந்தவர்கள் இருவர், அவனும் அவனைக் கொன்றவனும். இருவர் மட்டுமே. கொலையாளியைப் பற்றி எங்களுக்கு எதுவுமே தெரிந்திருக்கவில்லை. அவன் எல்-ரூமி, 'அந்நியன்'. செய்தித்தாளில் வந்திருந்த அவனுடைய புகைப்படத்தை அந்தப் பேட்டைவாசிகள் என் தாயாரிடம் காண்பித்தார்கள். ஆனால், எங்களைப் பொறுத்தவரை எங்களுடைய அறுவடைகளைத் திருடித் தின்று கொழுத்த காலனியர்களின் அவதாரமாகத்தான் அவன் எங்களுக்கு இருந்தான். அவனுடைய உதடுகளிடையே ஒட்டிக்கொண்டிருந்த சிகரெட்டைத் தவிர, அவனிடம் விசேஷமாக எதையும் பார்க்க முடியவில்லை; விரைவிலேயே அவனைச் சேர்ந்த மற்றவர்களிடமிருந்து பிரித்து இனம் காண முடியாதபடி அவனுடைய குணாதிசயங்கள் மறந்துபோய்விட்டன. என்னுடைய தாயார் பல கல்லறைத் தோட்டங்களுக்குப் போனாள், என் அண்ணனுடைய பழைய சகாக்களைத் துளைத்தெடுத்தாள், தன்னுடைய சிறையில் பாயின் அடியிலிருந்த செய்தித்தாள் துண்டு ஒன்றிடம் மட்டுமே பேசிக்கொண்டிருந்த உன்னுடைய கதாநாயகனிடம் பேச விரும்பினாள். ஒன்றும் பலனில்லை. ஆனால், அதன் மூலம் அரட்டையடிக்கும் திறமையைப் பெற்றாள். அவளுடைய துக்க அனுசரிப்பு பரிணாம வளர்ச்சி பெற்று, அந்த அற்புத நாடகம் அவளுடைய மிகச் சிறந்த படைப்பாக ஆகும் அளவுக்கு மாறியது. அவள் ஏதோ மீண்டும் ஒரு முறை விதவையாக ஆனதைப் போல இருந்தது; தன்னை நெருங்குபவர்கள் எல்லோரும் கட்டாயமாகத் தன்னிடம் இரக்கம் கொள்ளச் செய்யும்படியான வியாபாரமாகத் தன்னுடைய சொந்த இழப்பைக் கையாண்டாள். ஒரு சாதாரண ஒற்றைத் தலைவலி வந்தால்கூட, தன் இனத்தைச் சேர்ந்த அக்கம்பக்கத்துப் பெண்கள் அனைவரையும் ஒன்று கூட்டுவதற்காக நோய்களின் பட்டியல் ஒன்றையே கண்டுபிடித்து வைத்திருந்தாள். அடிக்கடி நான் ஒரு அனாதை என்பதைப் போல விரலால் என்னைச் சுட்டிக்காட்டி, பிறகு தன் பரிவை என்னிடமிருந்து திரும்பப் பெற்று, சந்தேகத்துடன் கண்களைக் குறுக்கி, கடிந்துகொள்ளும் கண்டிப்பான பார்வை ஒன்றை வீசினாள். வேடிக்கை என்னவென்றால் இறந்தது நான்தான் என்பதைப் போலவும், என் அண்ணன் பிழைத்திருப்பவனைப் போலவும் கருதப்பட்டோம். அவனுக்காக நாள்பொழுதின் முடிவில் காப்பியைச் சூடாகக் கலந்து, படுக்கையைச் சரிசெய்து, மிகத் தொலைவிலிருந்தே, அல்ஜேயின் இறக்கத்தில் அப்போதெல்லாம் எங்களுக்கு மறுக்கப்பட்டிருந்த பேட்டைகளிலிருந்தேகூட வந்தாலும் அம்மாவால் அவனுடைய காலடியோசையை ஊகிக்க முடியும் என்பதைப் போல இருந்த மூசா. என் பங்குக்கு எதுவும் அளிக்க முடியாதவனாக நான் இருந்ததால், ஒரு இரண்டாம்பட்ச முக்கியத்துவத்துக்கு நான் தள்ளப்பட்டிருந்தேன்.

உயிரோடிருக்கும் குற்றத்துக்கு ஆளானவனாகவும், அதே சமயம் எனக்குச் சொந்தமில்லாத ஒரு வாழ்க்கைக்குப் பொறுப்பேற்பவனாகவும் என்னை நான் உணர்ந்தேன். நான் காவலாளி, **அஸ்ஸாஸ்**, என் தந்தையைப் போல, வேறொரு உடலைப் பாதுகாத்தபடி.

அந்த வேடிக்கையான சவ அடக்கமும் எனக்கு நினைவிருக்கிறது. ஏகப்பட்ட மனிதர்கள், இரவு வெகு நேரம்வரை நடந்த விவாதங்கள், மின்விளக்குகளாலும் மெழுகுவர்த்திகளாலும் கவரப்பட்ட குழந்தைகளாகிய நாங்கள், காலியான கல்லறை, பின்னர் மறைந்தவருக்கான பிரார்த்தனை. நீரில் அடித்துச்செல்லப்பட்ட மூசா, மத சம்பிரதாயப்படி நாற்பது நாட்களுக்குப் பிறகு, இறந்துவிட்டதாக அறிவிக்கப்பட்டது. ஆகவே, இஸ்லாமிய மரபுப்படி, மூழ்கிவிட்டவர்களுக்காகச் செய்யப்படும் இந்த அபத்தமான அந்திமச் சடங்கு நிறைவேறியது. பிறகு, என் தாயாரையும் என்னையும் தவிர, எல்லோரும் கலைந்துசென்றுவிட்டார்கள்.

காலை நேரம். என் போர்வைக்குள் எனக்கு இன்னும் குளிர்கிறது, நடுங்குகிறேன். மூசா இறந்துபோய் பல வாரங்கள் ஆகிவிட்டன. வெளிப்புறத்து ஓசைகள் எனக்குக் கேட்கின்றன—கடந்து செல்லும் சைக்கிள், முதிய தாவியின் இருமல், நாற்காலிகளின் கிறீச் ஒலிகள், மேல்நோக்கித் தூக்கப்படும் இரும்புக் கதவுகள். ஒவ்வொரு ஓசையும் என் மனதுக்குள் ஒரு பெண்ணையோ, வாழ்வின் ஒரு நேரத்தையோ, ஒரு அக்கறையையோ, ஒரு மனநிலையையோ மட்டுமல்லாமல், அன்று கொடியில் உலர்த்தப்படும் ஆடை ரகங்களைக்கூட நினைவூட்டும். எங்கள் வீட்டுக் கதவு தட்டப்படுகிறது. அம்மாவைப் பார்த்துப்போகச் சில பெண்கள் வந்திருக்கிறார்கள். இந்தத் திரைக்கதை எனக்கு மனப்பாடம்: மௌனம், பிறகு விம்மல்கள், பின்னர் அணைப்புகள்; இன்னும் கொஞ்சம் கண்ணீர், தொடர்ந்து அவர்களில் ஒருத்தி எங்கள் அறையை இரண்டாகப் பிரித்த திரையைத் தூக்கி, என்னைப் பார்த்து, ஏதோ யோசித்தபடி புன்னகை செய்து, காப்பிச் சொம்பையோ அல்லது வேறெதையோ எடுத்துக்கொள்வாள். இவையெல்லாம் உச்சிவேளைவரை நீடிக்கும். அப்போது கிடைக்கும் மிகப் பெரிய சுதந்திரத்தை நான் அனுபவித்தாலும், ஒருவர் கண்ணிலும் படாமல் இருப்பது கொஞ்சம் எரிச்சலூட்டும். பின்னால், மதிய வேளையில், ஆரஞ்சுப் பூக்களின் சாறு கலந்த நீரில் தோய்த்த ஸ்கார்ஃபை அவளுடைய தலையில் கட்டும் சடங்கு முடிந்த பின்னர்தான், அதுவும் முடிவில்லாத முனகல்கள், மீக நீண்ட ஒரு மௌனம் இவற்றுக்கும் பிறகு அம்மாவுக்கு என்னுடைய ஞாபகம் வந்து என்னைத் தன் கைகளில் எடுத்துக்கொள்வாள். அவள் தேடுவது மூசாவைத்தானே தவிர, என்னை அல்ல என்று எனக்குத் தெரியும். அப்படியே இருக்கட்டும் என்று விட்டுவிடுவேன்.

ஒருவிதத்தில் பார்த்தால், என் அம்மா உக்கிரமாக ஆகியிருந்தாள். வினோதமான பழக்கங்களைப் பின்பற்றினாள். அடிக்கடி தன் உடல் முழுவதையும் சுத்தம்செய்து குளிப்பது, தன்னால் இயன்ற அளவு பலமுறை நீராவிக் குளியலுக்குச் சென்று, குழம்பிப்போயும் முனகிக்கொண்டும் திரும்பி வருவது போன்ற பழக்கங்கள். சிதி அப்துர் ரஹ்மானின் தர்காவுக்கு நாங்கள் போவது அதிகரிக்கும்படி செய்தாள்—நாங்கள் வியாழக்கிழமைகளில் போவோம், ஏனென்றால், வெள்ளிக்கிழமை இறைவனுடைய நாள். அந்த இடத்தைக் குறித்த என்னுடைய நினைவுகள் குழம்பிவிட்டிருக்கின்றன: பச்சை நிறத்தால் ஆன துணிகள், பிரம்மாண்ட தொங்கு விளக்குகள், இவற்றைத் தவிர, ஊதுவத்திகளின் மணத்துடன் கூடி கணவனையோ, மகப்பேறையோ, காதலையோ அல்லது பழிவாங்குவதையோ இறைஞ்சி வேண்டிக்கொண்டு புலம்பிக்கொண்டிருந்த பெண்களின் மூச்சுத்திணறவைக்கும் நறுமணங்கள் போன்ற நினைவுகள். பெயர்களும் சகுனங்களும் கிசுகிசுக்கப்பட்டுக்கொண்டிருந்த சோகமான, வெதுவெதுப்பான ஒரு உலகம். இந்தப் பெண்ணைக் கொஞ்சம் கற்பனைசெய்துபாருங்கள்: தன்னுடைய இனத்திலிருந்து பிரித்து இழுத்துவரப்பட்டு, தன்னை அறிந்திராத, தன்னை விட்டு ஓடிப்போகும் அவசரத்திலிருந்த ஒரு கணவனுக்கு மணமுடித்து வைக்கப்பட்டு, இறந்த ஒருவனுக்கும் தனக்குப் பதில்கூட சொல்ல முடியாத அளவுக்கு மௌனமாக இருக்கும் ஒரு சிறுவனுக்கும் தாயாகி, இரண்டு முறை விதவையாகி, பிழைப்புக்காக ரூமிகள் வீட்டில் வேலை செய்ய வேண்டிய கட்டாயத்தில் இருந்த பெண். தன் தியாக வாழ்க்கையின் ருசியை அவள் ரசித்தாள். உன்னுடைய கதாநாயகன் என் அண்ணனைப் பற்றிப் பேசுவதைவிட, தன் தாயாரைப் பற்றியே அதிக நேரம் பேசுவது எனக்கு நன்றாகப் புரிகிறது என்று அடித்துச்சொல்வேன். விசித்திரமாக இல்லை? அவளை நான் நேசித்தேனா? ஆமாம், நிச்சயமாக. எங்களுடைய உலகத்தில் பாதி தாயார்தான். ஆனால், அவள் என்னை நடத்திய விதத்தை நான் ஒருபோதும் மன்னித்தது இல்லை. அடிப்படையில் நான் எப்போதுமே உணர மறுத்த ஒரு சாவுக்காக அவள் என்னிடம் கோபமடைந்தாள், அதற்காக என்னைத் தண்டித்தாள். எனக்கு அது தெரியவில்லை, ஆனால், எனக்குள் ஒரு எதிர்ப்புணர்வு இருந்தது, தெளிவற்ற ஒரு விதத்தில் அவளும் அதை ஊகித்திருந்தாள்.

ஆவிகளுக்கு உயிரூட்டும் கலை என் அம்மாவுக்குத் தெரிந்திருந்தது, ஆனால், அதே சமயம் தான் இட்டுக்கட்டிய பூதாகரமான கதைகளின் பொழிவில் தன்னுடைய நெருங்கிய உறவினர்களை இல்லாமல் போகச் செய்துவிடுவாள். உறுதியாகச் சொல்கிறேன் நண்பனே, என் குடும்பத்தின், என் அண்ணனின் கதையை என்னைவிட நன்றாகவே அவள் சொல்வாள், படிக்கத் தெரியாத அவள். அவள் பொய் சொன்னது ஏமாற்ற வேண்டும்

என்ற எண்ணத்தால் அல்லாமல், உண்மையைத் திருத்தி அமைத்துத் தன்னுடைய உலகத்தையும் என்னுடைய உலகத்தையும் தாக்கிய அபத்தத்தைக் குறைப்பதற்காகத்தான். மூசாவின் மறைவு அவளைச் சிதைத்துவிட்டிருந்தது, ஆனாலும், முரண்பாடு என்னவென்றால் அதுவே முடிவுறாத துக்க அனுசரிப்பாக ஒருவித இழவு கொண்டாடும் மோசமான அனுபவத்தில் அவளை ஈடுபடுத்தியது, நீண்ட காலமாக மூசாவின் உடலைக் கண்டுபிடித்துவிட்டதாகவோ, அவனுடைய மூச்சுக் காற்றையோ காலடியோசையையோ கேட்டதாகவோ, அவனுடைய காலணியின் பதிவை அடையாளம் கண்டுகொண்டதாகவோ என்னுடைய தாயார் அடித்துச்சொல்லாமல் ஒரு ஆண்டுகூட கழிந்ததில்லை. சிறிதும் சாத்தியமே இல்லாத ஒரு அவமான உணர்வு நீண்ட காலமாக அவளாலேயே எனக்கு ஏற்பட்டது— ஆகவே, பிற்காலத்தில் இதுவே எனக்கும் அவளுடைய உன்மத்தங்களுக்கும் இடையே ஒரு தடுப்பாக இருக்க வேண்டும் என்பதற்காக என்னை ஒரு மொழியைக் கற்கத் தூண்டியது. ஆமாம், ஒரு மொழி. இன்று நான் படிக்கும் மொழி, என் எண்ணங்களைச் சொல்லும் மொழி, அவளுடையதாக இல்லாத மொழி. அவளுடைய மொழியோ செழுமையாக, படிமங்கள் நிறைந்து, உயிரோட்டத்துடன், எதிர்பாராத குலுக்கல்களுடன், துல்லியத்தைக் கருதாமல் மனம்போன போக்கில் இருந்த ஒரு மொழி. அம்மாவின் துக்கம் அவ்வளவு ஆண்டுகள் நீடித்ததால் அதை வெளிப்படுத்த ஒரு புதிய மரபுத் தொடர் மொழி அவளுக்குத் தேவைப்பட்டது. தன்னுடைய மொழியில் ஒரு தீர்க்கதரிசியைப் போலப் பேசி, தொழில்முறையில் சூழலுக்கு ஏற்றபடி ஒப்பாரி வைப்பவர்களை வேலைக்கமர்த்தி, தனக்கு இழைக்கப்பட்ட இரட்டை அநியாயத்தைத் தவிர, வேறெதையும் அறிந்திருக்காத அவள் அழுதுதீர்த்தாள்: காற்று விழுங்கிவிட்ட கணவன், கடல் விழுங்கிவிட்ட மகன். ஆகவே, அதைத் தவிர, வேறொரு மொழியைக் கற்றுக்கொள்வது எனக்கு அவசியமாகியது. உயிர்பிழைக்க. இப்போது நான் பேசிக்கொண்டிருக்கும் மொழிதான் அது. சுமார் என்னுடைய பதினைந்தாவது வயதில் தொடங்கி, நாங்கள் ஹஜுதில் வந்து முடங்கியபோது நான் ஆழ்ந்த, தீவிரப் பள்ளி மாணவனாக ஆனேன். சிறிதுசிறிதாக எல்லா விஷயங்களையும் வேறு கோணத்தில் இனம்கண்டுகொள்ள, என்னுடைய சொந்தச் சொற்கள் மூலம் உலகத்தைச் சீரமைக்கத் தேவையான சாத்தியக்கூற்றைப் புத்தகங்களும் உன்னுடைய கதாநாயகனுடைய மொழியும் எனக்கு அளித்தன.

நீ போய் மூசாவைக் கூப்பிட்டு, நமக்குக் குடிக்க இன்னும் ஒரு சுற்று மதுபானம் கொடுக்கச் சொல். இரவு நேரம் நெருங்கிக்கொண்டிருக்கிறது, இந்த மதுக்கூடம் மூடுவதற்கு இன்னும் சில மணி நேரம் இருக்கிறது. நேரமாகிக்கொண்டிருக்கிறது.

ஹஜூதுக்கு வந்த பிறகு மரங்களைப் பார்க்கிறேன். கையை நீட்டித் தொட முடிந்தது போன்ற தொலைவில் வானம். ஒருவழியாக, என்னைப் போன்ற சில சுதேசிச் சிறுவர்களும் இருந்த பள்ளிக்கூடத்தில் சேர்த்துக் கொள்ளப்பட்டேன். அது ஒருவகையில் அம்மாவை மறக்கச் செய்து, நான் வளர்வதையும் உண்பதையும் என்னை ஏதோ பலி கொடுக்கத் தயார் செய் வதைப் போலக் கவலையளிக்கும் விதத்தில் அவள் பார்த்ததையும் மறக்கச் செய்தது. வினோதமான ஆண்டுகள் அவை. தெருவில் அல்லது பள்ளிக் கூடத்தில் அல்லது நான் வேலை பார்த்துவந்த பண்ணையில் நான் உயி ரோடு இருந்ததைப் போலவும், வீட்டுக்குத் திரும்பி வந்தபோது ஒரு கல் லறையில் நுழைந்ததைப் போலவும் அல்லது வயிற்றுவலியில் இருந்ததைப் போலவும் உணர்ந்தேன். அம்மாவும் மூசாவும், அவரவர் பாணியில், எனக் காகக் காத்திருந்தார்கள். குடும்பத்தின் பழிவாங்கும் கத்தியைத் தீட்டா மல் வீணடித்த நேரத்துக்கு விளக்கமளித்து அதை நியாயப்படுத்தும் கட் டாயத்தில் நான் கிட்டத்தட்ட இருந்தேன். எங்களுடைய பேட்டையில் எங்களுடைய சிறிய வீடு ஒரு துரதிர்ஷ்டமான இடமாகக் கருதப்பட்டது: மற்ற சிறுவர்கள் என்னை 'விதவையின் மகன்' என்று அழைத்தார்கள். மக்கள் என் அம்மாவைப் பார்த்துப் பயந்தார்கள், மேலும், அவள் ஏதோ வினோதமான குற்றம் புரிந்திருப்பதாக—இல்லையென்றால் நகரத்தை விட்டுவிட்டு இங்கே வந்து ஏன் ரூமிகளின் வீட்டுப் பாத்திரங்களைக் கழுவ வேண்டும்?—சந்தேகப்பட்டார்கள். ஹஜூதுக்கு நாங்கள் வந்து சேர்ந்தது ஒரு வினோதமான காட்சியாக இருந்திருக்க வேண்டும் என்று நான் நினைக்கிறேன்: கவனமாக மடிக்கப்பட்ட செய்தித்தாள் துண்டுகள் இரண்டைத் தன் மார்பகங்களுக்கு மத்தியில் மறைத்து வைத்திருந்த ஒரு தாயார், சில பிச்சைக்காரப் பைகளுடனும், தன் வெற்றுக் கால்களை நோக்கிக் குனிந்த தலையுடனும் ஒரு இளைஞன். சரியாக அதே நேரத்தில் அந்தக் கொலை செய்தவன் தன்னுடைய புகழின் இறுதிப் படிகளில் ஏறிக் கொண்டிருந்திருக்க வேண்டும். அது 1950கள்: பிரெஞ்சுப் பெண்கள் குட்டையான, பூப்போட்ட உடை அணிந்திருந்தார்கள். சூரிய ஒளி அவர் களுடைய மார்பகங்களைக் கடித்துக்கொண்டிருந்தது.

ஹஜூதைப் பற்றி உனக்குக் கொஞ்சம் சொல்லட்டுமா? அம்மாவைத் தவிர, என்னைச் சுற்றிலும் அங்கிருந்த மற்ற மக்களைப் பற்றி? சரி, எனக்கு 'எம்ராப்தி' குலத்தவர்களை நினைவிருக்கிறது—அவர்களின் வெளிக் கோட்டுருவம் மட்டும். உயர்ந்த பீடபூமிகளில் அவர்களுடைய ஆட்கள் ஒரு காலத்தில் வேலைக்காரர்களாக இருந்துகொண்டும், தர்காக்களைப் பராமரித்துக்கொண்டும் இருந்தார்கள். பிறகு, அவர்கள் செழிப்பான மிதிஜா சமவெளிக்கு இடம்பெயர்ந்து, அங்கே திராட்சைப் பழங்களைப் பறிப்பதிலும், கிணறுகளைச் சுத்தம் செய்வதிலும் ஈடுபட்டார்கள்.

இதைத் தவிர, அங்கே எல்-மெல்லாஹ் குடும்பத்தினரும் இருந்தார்கள்— அதை நீயே 'உப்பு மனிதர்கள்' என்று மொழிபெயர்த்துக்கொள்ளலாம். 'மாக்ரெப்' என்றழைக்கப்பட்ட அன்றைய வடமேற்கு ஆப்பிரிக்கப் பிரதேசத்தைச் சேர்ந்த யூதர்களின் வம்சாவளியைச் சேர்ந்தவர்கள்; சுல்தானால் தலைசீவப்பட்ட சக யூதர்களின் தலைகளை உப்புப் போட்டுப் பதப்படுத்திவைத்திருக்கக் கட்டாயப்படுத்தப்பட்ட வம்சம். என் குழந்தைப் பருவத்தின் மற்ற சாட்சியங்களா? எனக்கு அவ்வளவாக நினைவில்லை. போர்வைகளையும் இதர துணிமணிகளையும் திருடிவிட்டதாக அண்டை வீட்டாரிடையே நடந்த சண்டை சச்சரவுகள் துண்டுதுண்டாக நினைவிருக்கின்றன. 'எம்ராப்தி' இன மக்களைச் சேர்ந்த பையன் ஒருவன், எதையாவது திருடிவிட்டால் எப்படி வீட்டுக்குப் போவது என்று சொல்லிக்கொடுத்தான்: திரும்பாமல் அப்படியே அடிகளைப் பின்னோக்கி வைத்தபடியே போக வேண்டுமாம், உள்ளூர்க் காவலர்களால் நம் தடயத்தைத் தொடர முடியாமல் செய்ய! அந்த நாட்களில் குடும்பப் பெயர்களும் பிறந்த நாட்களைப் போலவே தெளிவற்றும் மாறிக்கொண்டும் இருந்தன. நான்தான் உன்னிடம் சொல்லியிருக்கிறேனே. நான் உலெத்-எல்-அஸ்ஸாஸ். அம்மா அர்மலா, அதாவது, 'விதவை'. ஒரு வினோதமான, பாலினம் சாராத அந்தஸ்து, நிரந்தர துக்க அனுசரிப்பால் வந்த கௌரவம், இறந்த ஒருவரின் மனைவி என்பதற்கு மேலாக, சாவுக்கே மனைவி.

ஆமாம், இன்று அம்மா இன்னும் உயிரோடிருக்கிறாள். இந்த உண்மை என்னை எந்த விதத்திலும் பாதிக்கவில்லை. அதில் எனக்கு வருத்தம்தான், ஆனால், நான் அவளை மன்னிக்கவில்லை. அவளுக்கு நான் ஒரு ஜடப் பொருள், அவளுடைய மகன் அல்ல. இப்போதெல்லாம் அவள் பேசுவதே யில்லை. ஒருவேளை மூசாவின் உடலிலிருந்து செதுக்கி எடுப்பதற்கு இனியும் எதுவுமில்லை என்றும் இருக்கலாம். என்னுடைய சருமத்துக்கு அடியில் அவள் ஊர்ந்து செல்லும் விதத்தையும், எங்கள் வீட்டுக்கு விருந்தாளிகள் வந்தபோதெல்லாம் எனக்குப் பதிலாக அவளே பேசிக்கொண்டிருந்ததையும், தனக்குக் கோபம் வந்தபோதெல்லாம் அவளிடம் தென்பட்ட ஆவேசம், பொல்லாத்தனம், பைத்தியக்காரத்தனமான பார்வை இவை எல்லாவற்றையும் மீண்டும்மீண்டும் நினைவுபடுத்திப்பார்க்கிறேன்.

அவளுடைய சவ அடக்கத்தின்போது என்னுடன் உன்னை அழைத்துச் செல்கிறேன்.

* * * * *

வானம் தன் தலையை முடிவின்மையை நோக்கித் திரும்பச் செய் திருக்கும் இரவு இது. உன்னுடைய கண்களைக் கூசவைக்கும் சூரியன் இல்லாத சமயத்தில் நீ பார்த்துக்கொண்டிருப்பது இறைவனின் முதுகுப் புறம். அமைதி. இந்தச் சொல்லை நான் வெறுக்கிறேன், அதன் பலவிதமான வரையறைகளின் இரைச்சலை அங்கே நான் கேட்கிறேன். உலகம் மௌனமாகிவிடும்போதெல்லாம் அதனுடைய கரகரப்பான மூச்சுக் காற்று எனக்கு ஞாபகம் வருகிறது. உனக்கு இன்னொரு கோப்பை மது வேண்டுமா, அல்லது கிளம்புகிறாயா? முடிவுசெய். நேரம் இருக்கும்வரை குடி. இன்னும் சில ஆண்டுகளுக்குப் பிறகு மௌனமும் நீரும் மட்டுமே இருக்கும். இதோ, மீண்டும் அந்தப் புட்டியின் ஆவி. அடிக்கடி அவனை நான் இங்கே சந்திக்கிறேன்; இள வயது என்று நினைக்கிறேன், நாற்பது வயதாக இருக்கலாம், பார்ப்பதற்குப் புத்திசாலி, ஆனால், தன் சமகால நிச்சயங்களுடன் முரண்பட்டு இருக்கிறான். ஆமாம், கிட்டத்தட்ட தினமும் இரவுகளில் இங்கே வருகிறான், என்னைப் போலவே. இந்த மதுக் கூடத்தின் ஒரு கோடியை நானும், இன்னொரு கோடியை, அதாவது, ஜன்னல்கள் பக்கம் அவனும் பிடித்துவைத்திருக்கிறோம். திரும்பிப் பார்க்காதே, வேண்டாம். பார்த்தால் மறைந்துபோய்விடுவான். ●

4

நான் உன்னிடம் ஏற்கனவே சொல்லியிருந்ததைப் போல, மூசாவின் உடல் கண்டுபிடிக்கப்படவே இல்லை.

ஆகவே, மறுபிறவியெடுக்கும் ஒரு கட்டாயக் கடமையை என் அம்மா என்மேல் திணித்தாள். அதற்காக, நான் கொஞ்சம் வளர்ந்து பெரியவனான வுடன் அவனுடைய உடைகளை—உள்ளாடைகள், சட்டைகள், காலணி கள் இவற்றை—எனக்கு மிகப் பெரியவையாகவே அவை இருந்தபோதி லும், போட்டுக்கொள்ளும்படி சொன்னாள்; அதுவும் கிழிந்துபோகும் வரை. நான் அவளை விட்டு விலகிச் செல்லக் கூடாது, தனியாக உலாத்திக் கொண்டிருக்கக் கூடாது, முன்பின் தெரியாத இடத்தில் போய் உறங்கக் கூடாது, தவிர, நாங்கள் அல்ஜேயில் இருந்தவரை கடற்கரைப் பக்கமே தலைகாட்டக் கூடாது. முக்கியமாக, கடல் இருக்கும் பக்கம். மென்மை யாக உறிஞ்சிவிடும் கடலின் தன்மையைக் கண்டு பயப்பட எனக்குக் கற்றுக் கொடுத்தாள். கடல் அலைகள் மடிந்துவரும் கரையோரத்தில் கால்களுக் கடியில் மணல் அரித்துச் செல்லப்படும் உணர்வை இன்றுவரை என் மனம் நீரில் மூழ்கிப்போவதன் தொடக்கத்துடன் தொடர்புபடுத்தித்தான் பார்க்க முடிந்திருக்கிறது. அடிப்படையில், தன் மகனின் உடலைக் கடல் நீர்தான் அடித்துக்கொண்டுபோய்விட்டது என்று அம்மா எப்போதும் நம்பினாள். ஆகவே, இறந்தவனின் **கூடாக** என் உடல் ஆகியிருந்தது; வாய் திறந்து சொல்லப்படாத அந்த அறுதியான கட்டளைக்கு நான் பணிந் தேன். நிலைகொள்ளாத ஆனால், உண்மையில் எவ்விதப் பேரார்வமும் அற்ற, அறிவுத்திறனால் மட்டுமே ஈடுசெய்யப்பட்ட, என்னுடைய உடல் ரீதியால் ஆன கோழைத்தனத்தை இதுதான் விளக்க முடியும். நான் அடிக் கடி உடல்நலமற்றுப்போனேன். அந்த ஒவ்வொரு முறையும் கிட்டத்தட்ட ஒரு பாவச் செயலின் ஈடுபாட்டுடனும், இனமறியாத தகாத உறவொன் றின் அடியோட்டத்துடனும் என் உடலை அவள் கவனித்துக்கொண் டிருப்பாள். ஒரு சின்ன சிராய்ப்புக்குக்கூட என்னைத் திட்டுவாள், ஏதோ மூசாவையே நான் காயப்படுத்திவிட்டதைப் போல.

ஆகவே, என் வயதுக்கேற்ற ஆரோக்கியமான மகிழ்ச்சிகள், உணர்ச்சி களின் எழுச்சி, வாலிபத்துக்கேயான திருட்டுத்தனமான காம உணர்வுகள் எல்லாம் எனக்கு மறுக்கப்பட்டிருந்தன. நான் மௌனமாக, அவமானத் துடன் இருந்தேன். ஹம்மாம் என்ற பொது நீராவிக் குளியலறைகளையும்,

மற்றவர்களுடன் சேர்ந்து விளையாடுவதையும் தவிர்த்தேன். மற்றவர்களின் பார்வையிலிருந்து என்னை மறைத்த ஜெல்லபா என்ற உடையைக் குளிர் காலங்களில் அணிந்துகொண்டேன். என் உடலுடன், என்னுடன், நானே இசைந்துபோவதற்கு எனக்குப் பல ஆண்டுகள் பிடித்தது. மேலும், இப்போது இன்று மட்டுமென்ன, இசைந்துபோய்விட்டேனா? உயிர் வாழ்ந்து கொண்டிருக்கிறேன் என்ற குற்ற உணர்வால் என்னுடைய தோரணையில் ஒருவித இறுக்கத்தைக் கொண்டிருக்கிறேன். எப்போதும் மரத்துப் போனதைப் போன்ற கைகள், ஒளியிழந்த முகம், மங்கிய சோகமான களை. இரவுக் காவலாளியின் உண்மையான மகனைப் போல, அதுவும் போதாமல், இப்போதும் நான் சிறிதளவே தூங்குகிறேன்; என்னை இழுத்துப் பிடித்து நிலைநிறுத்தாத ஏதோவொரு இடத்தில் இயற்பெயரும் இல்லாமல் வீழ்ந்துவிடுவோனோ என்ற கிலியில் கண்ணை மூட அஞ்சுகிறேன். அம்மா தன்னுடைய பயங்களையும், மூசா தன்னுடைய பிரேதத்தையும் எனக்கு அளித்துவிட்டிருந்தார்கள். தாயாருக்கும் சாவுக்கும் இடையில் இப்படிச் சிக்கிக்கொண்டுவிட்ட இளைஞன் என்னதான் செய்வான்?

மறைந்துவிட்ட என் அண்ணனைப் பற்றிய தகவல்களைத் தேடி அல் ஜேயின் தெருக்களில் நடந்துகொண்டிருந்த என்னுடைய தாயாருடன் நான் போன அரிதான சில நாட்கள் என் நினைவுக்கு வருகின்றன. விறுவிறுவென்று அவள் நடக்க, நான் அவளைத் தொடர்வேன்—நான் தொலைந்துவிடாமல் இருப்பதற்காக அவளுடைய வெண்ணிற ஹயிக்கிலிருந்து[1] என் கண்களை எடுக்காமலேயே. மிகக் குறுகிய நேரமே நீடித்த கனிவின் ஊற்றாக இருந்த வேடிக்கையான ஒருவித நெருக்கம் அப்போது உருவாகும். தன்னுடைய விதவை பாஷையும் கணக்கான முனகல்களும் ஒன்றுசேர, சில துப்புகளைச் சேகரித்து, உண்மையான தகவல்களுடன் தன்னுடைய முந்தைய இரவுக் கனவுகளின் கீறல்களைக் கலப்பாள். மூசாவின் நண்பர்களில் ஒருவனுடைய கைகளைப் பிடித்துத் தொங்கியபடி, அங்கே வெளியாட்களாக நாங்கள் இருந்த அந்தப் பிரெஞ்சுக்காரர் பேட்டை வழியாக நடந்து போய், அந்தக் கொலைக்குச் சாட்சியாக இருந்தவர்கள் பெயர்களைச் சொல்லியவாறே அவர்களுக்கு ‘ஸ்பாக்னியோலி’, ‘எல்-பாண்டி’ என்ற வேடிக்கையான பட்டப்பெயர்களை அளித்தபடி அவள் சென்றதை இப்போதும் நினைத்துப்பார்க்கிறேன். ‘சலாமானோ’ என்பதற்குப் பதிலாக ‘சால்-மானோ’[2] என்று உச்சரிப்பாள்; நாயுடன் இருந்த அவர், தன்னுடைய இருப்பிடத்துக்குப் பக்கத்தில் இருந்ததாக உன்னுடைய கதாநாயகன் சொல்லியிருந்தான். அந்தச்

1 பெண்கள் அணியும் நீண்ட அங்கி.

2 பிரெஞ்சு மொழியில் ‘sale-mano’ என்று பிரித்து எழுதுவது ‘அசிங்கமான மனிதன்’ என்ற பொருளைத் தரும்.

சம்பவத்துக்குப் பிறகு மீண்டும் தலையையே காட்டாத, 'ரிமோன்' என்று அவளால் அழைக்கப்பட்ட ரேமோனைப் பழிவாங்கத் துடித்தாள். சமூக வழக்கங்கள், விலைமாதர்கள், கௌரவம் இவையெல்லாம் கலந்த அந்தக் குழப்பத்துக்கும், என்னுடைய அண்ணன் கொலை செய்யப்பட்டதற்கும் மூல காரணமாக இருந்த அவன். உண்மையிலேயே அப்படி ஒருவன் இருந் தானா என்பதிலேயே எனக்குச் சந்தேகம். கொலை நடந்த நேரத்தையும், கொலை செய்தவனின் கண்களில் இருந்த உப்பையும் போலவே, மூசா என்று ஒரு அண்ணன் இருந்ததையும்கூடச் சந்தேகிக்கும் நிலைக்கு வந்து விட்டிருந்தேன்.

ஆமாம், தலைநகரில் இப்படித் திரிந்துகொண்டிருந்த நாங்கள் ஒரு வினோத ஜோடி! நீண்ட காலம் கழித்து, இந்தக் கதை ஒரு பிரபலமான புத்தகமாக மாறிவிட்ட பிறகு, என் தாயாரையும் என்னையும் மறதியில் தள்ளி அது இந்த நாட்டையே விட்டுப் போன பிறகு—இறந்த அவனைப் பலிகொடுத்தவர்கள் நாங்கள்தான் என்ற நிலையில்—வெறும் நினைவு களை மட்டுமே வைத்துக்கொண்டு நாங்கள் அந்த பெல்கூர் பேட்டைக் குப் பின்னோக்கிச் சென்று, கட்டடங்களின் முகப்புகளையும் ஜன்னல் களையும் ஆராய்ந்து, எப்படியெல்லாம் தடயங்களைத் தேடி ஆய்வு செய் தோம் என்று நினைத்துப்பார்க்கிறேன். மாலையில் நாங்கள் சோர்ந்து போய் வெறுங்கையோடு திரும்பியபோது அக்கம்பக்கத்தினர் எங்களை நோக்கி வேடிக்கையான பார்வையை வீசுவார்கள். எங்கள் பேட்டையில் இரக்கத்துடன் எங்களைப் பார்த்தார்கள் என்று நினைக்கிறேன். கடைசி யில் ஒருவழியாக, தேடலைத் தொடர்வதற்கு ஒரு மெல்லிய தடயம் அம்மாவுக்குக் கிடைத்தது: யாரோ அவளுக்கு ஒரு முகவரியைக் கொடுத் திருந்தார்கள். எங்களுடைய எல்லையைத் தாண்டி, அல்ஜேயிக்குள் நாங் கள் போக முயற்சி செய்தபோதெல்லாம் மீளாச்சிக்கலான பாதைகளைக் கொண்டதாக அது இருந்தது; இருந்தாலும், அம்மா எப்படியோ வழியைத் தேடிக் கண்டுபிடிப்பாள். அன்று, நிற்காமல் நடந்துகொண்டே ஒரு கல் லறைத் தோட்டம், கூரையுடன் இருந்த சந்தை, சில காப்பிக் கடைகள் இவற்றின் வழியாக, முறைப்புகளும் கத்தல்களும் ஹார்ன் ஒலிகளும் நிறைந்த காட்டைக் கடந்து, இறுதியாக, சட்டென்று நின்று எங்களுக்கு எதிர்ச் சாரியில் இருந்த ஒரு வீட்டை முறைத்துப் பார்த்தாள். அன்று தெளிவான வானம்; மிக வேகமாக அவள் நடந்து போனதால் மூச்சு வாங்கியபடி அவளுக்குப் பின்னால் நான் போனேன். வழி நெடுகிலும் வசவுகளையும் மிரட்டல்களையும் அவள் முணுமுணுத்ததையும், கடவு ளிடமும் தன் முன்னோர்களிடமும்—ஏன், கடவுளின் முன்னோர்களிட மும்கூட, யாருக்குத் தெரியும்?—வேண்டிக்கொண்டதையும் கேட்டேன். ஏனென்று பெரிதும் எனக்குத் தெரிந்திருக்காவிட்டாலும் அவளுடைய பட

படப்பை நான் ஓரளவு உணர்ந்தேன். அந்த இரண்டடுக்கு வீட்டின் ஜன்னல் கதவுகள் மூடியிருந்தன. மற்றபடி சொல்லும்படியாக எதுவுமில்லை. அந்தத் தெருவின் ரூமிகள் எங்களைச் சந்தேகக் கண்களுடன் பார்த்தார்கள். அங்கே வெகு நேரம் நாங்கள் மௌனமாக இருந்தோம். ஒரு மணி நேரமோ இரண்டு மணி நேரமோகூட ஆன பிறகு என்னைப் பற்றிக் கவலைப் படாமல் அம்மா தெருவைக் கடந்து பிடிவாதமாகக் கதவைத் தட்டினாள். முதிய பிரெஞ்சுப் பெண் ஒருத்தி கதவைத் திறக்க வந்தாள். அம்மாவுக்குப் பின்புறத்திலிருந்து வெளிச்சம் அடித்ததால் சரியாகப் பார்க்க முடியாமல் இருந்த அந்தப் பெண், தன் கண் கூசாமல் இருப்பதற்காகப் புருவங்களின் மேல் கைகளை வைத்து வெளிச்சத்தைத் தடுத்து அம்மாவைக் கூர்ந்து பார்த்தபோது, சங்கடத்துடன், ஒன்றும் புரியாமல் இருந்த அந்தப் பெண்ணின் முகத்தில் இறுதியில் பய உணர்வே தெரிந்ததைப் பார்த்தேன். அவளுடைய முகம் சிவந்து, கண்களில் பயம் நிலைகொண்டிருக்க, கூக்குரலிடுவதைப் போலத் தோன்றினாள். தன் வாழ்விலேயே இதுவரை சொல்லியிருக்காத சாபங்களை அம்மா அள்ளி வீசிக்கொண்டே இருந்தாள் என்பதை அப்போது நான் புரிந்துகொண்டேன். வாசலில் நின்றிருந்த பெண் படபடத்துப்போய் அம்மாவைத் தள்ளிவிட முயற்சி செய்தாள். நான் அம்மாவுக்காகப் பயந்தேன். விரைவிலேயே அந்த பிரெஞ்சுப் பெண் வாசல்படியிலேயே விழுந்து நினைவிழந்தாள். நடந்துகொண்டிருந்த மக்கள் நின்றுவிட்டார்கள், எனக்குப் பின்னால் அவர்களுடைய நிழல்களைப் பார்த்தேன், இங்குமங்குமாகச் சிறுசிறு கூட்டங்கள் கூடின, யாரோ ‘போலீஸ்’ என்று கத்தினார்கள். அங்கிருந்து அம்மா விரைந்து வேகமாகத் தப்பியோடும்படி அராபிய மொழியில் ஒரு பெண் உரக்கக் கத்தினாள். அப்போது அம்மா திரும்பி, உலகத்திலுள்ள எல்லா ரூமிகளிடமும் சொல்வதைப் போலக் கத்தினாள்: “கடல் உங்கள் அனைவரையும் விழுங்கிவிடும்.” பிறகு என் கையை அவள் இறுகப் பிடித்துக்கொண்டிருக்க, ஆவேசம் கொண்டவர்களைப் போல நாங்கள் ஓடினோம். எங்களுடைய வீட்டுக்குள் நாங்கள் நுழைந்தவுடனேயே தன்னைச் சுற்றி அவள் ஒரு மௌனச் சுவரை எழுப்பிக்கொண்டாள். சாப்பிடாமலேயே உறங்கப் போனோம். பிறகு அண்டை வீட்டாரிடம் அந்தக் கொலை செய்தவனின் வீட்டைத் தான் கண்டுபிடித்துவிட்டதாகச் சொன்ன அவள், அவனுடைய பாட்டியையோ அல்லது வேறு ஏதோவொரு உறவினரையோ அல்லது, குறைந்தபட்சம், அவனைப் போன்ற ஒரு ரூமியையோ நன்றாக ஏசிவிட்டதாகவும் சொன்னாள்.

கொலை செய்தவன் கடலிலிருந்து மிகவும் தொலைவில் இல்லாத ஒரு இடத்தில் வசித்துவந்தான், ஆனால், ஒருவிதத்தில் பார்த்தால் அவனுக்கென்று ஒரு முகவரியே இல்லை என்று பல ஆண்டுகளுக்குப் பிறகு

நான் கண்டுபிடித்தேன். காப்பிக் கடை ஒன்றின் மேல் தொய்ந்த நிலையில், மரங்கள் பாதுகாத்த ஒரு வீடு அங்கு இருந்தது; ஆனால், அந்த நாட்களில் அதன் ஜன்னல்கள் எப்போதும் மூடியபடியே இருந்தன. ஆகவே, எங்களுடைய துன்பியல் கதைக்குச் சம்பந்தமே இல்லாத, பெயர் தெரியாத முதிய பிரெஞ்சுப் பெண் ஒருத்தியைத்தான் அம்மா திட்டியிருந்திருக்கிறாள். சுதந்திரம் கிடைத்து நீண்ட காலத்துக்குப் புதிதாகக் குடிவந்த ஒருவர் ஜன்னல்களைத் திறக்க, மர்மம் ஒன்றின் கடைசி சாத்தியக்கூறும் மறைந்துவிட்டிருந்தது. ஆகவே, கொலை செய்தவனை எதிர்கொண்டு, அவனுடைய கண்களை உற்றுப் பார்த்து, அவனுடைய எண்ணங்களை அறிந்துகொள்ள ஒருபோதும் முடிந்ததில்லை என்பதற்காகத்தான் இதையெல்லாம் உனக்குச் சொல்கிறேன். அம்மா அநேகம் பேரிடம் கேள்விகள் கேட்டாள்; அவ்வளவு பேரிடம் கேட்டுக்கொண்டே இருந்ததால் அவள் துப்புக் கண்டுபிடிப்பதற்கல்லாமல் பணத்துக்காகப் பிச்சை எடுப்பதைப் போன்ற அவமான உணர்வுக்கு ஆளாகும் நிலைக்கு நான் தள்ளப்பட்டேன். இது போன்ற விசாரணைகள் அவளுடைய சோகத்தை எதிர்கொள்ளும் சடங்காக அமைந்ததோடல்லாமல், நகரத்தின் பிரெஞ்சுப் பகுதிக்குப் போய்வந்துகொண்டிருந்த செயல்—என்னதான் பொருத்தமற்றதாக இருந்தாலும்—நீண்ட உலாவல்களுக்கு ஒரு நல்ல வாய்ப்பாகவும் இருந்தது. நாங்கள் விசாரணை நடத்த வேண்டியிருந்த கடைசி சாட்சியான கடலுக்கு ஒருவழியாக வந்து சேர்ந்ததும்கூட எனக்கு நினைவிருக்கிறது. வானம் மூட்டமாக இருந்தது. எனக்கு முன்னால் சில மீட்டர் தொலைவில் எங்கள் குடும்பத்தின் பெரும் விரோதி பிரம்மாண்டமாக இருந்தது: அராபியர்களைத் திருடுபவன், பணிமேலுடை அணிந்த திருடர்களின் கொலையாளி. உண்மையாகவே அம்மாவின் சாட்சிகளின் பட்டியலில் கடைசியாக இருந்த சாட்சி அந்தக் கடல். அவள் சிதி அப்தூர் ரஹ்மானின் பெயரையும், பல முறை ஆண்டவனின் பெயரையும் உச்சரித்துவிட்டு, தண்ணீரிடமிருந்து தொலைவில் இருக்கும்படி என்னைப் பணித்துவிட்டு, பிறகு வலித்துக்கொண்டிருந்த தன்னுடைய கணுக்கால்களை நீவிவிட்டுக்கொண்டிருந்தாள். அவளுக்குப் பின்னால் நான் இருந்தேன்—குற்றம், தொடுவானம் இவை இரண்டின் பிரம்மாண்டத்தையும் எதிர்கொண்டு நின்றிருந்த சிறுவன். இந்த வாக்கியத்தைக் குறித்துக்கொள், அது முக்கியம் என்று கருதுகிறேன். நான் என்ன உணர்ந்தேனா? என் சருமத்தின் மேல் பட்ட காற்றைத் தவிர, வேறெதையும் அல்ல. அப்போது இலையுதிர் காலம்—கொலை நடந்ததற்கு அடுத்த பருவ காலம். உப்பின் சுவையை உணர்ந்தேன், அடர்ந்த சாம்பல் நிற அலைகளைப் பார்த்தேன். அவ்வளவுதான். தளர்ந்துபோய், அசையும் விளிம்புகளைக் கொண்ட ஒரு சுவராக இருந்தது கடல். தொலைவில், வானத்தில், பருத்த வெண் மேகங்கள் இருந்தன. அங்கே மணலில் பரவிக் கிடந்த பொருட்களை நான்

பொறுக்கியெடுக்கத் தொடங்கினேன்; கிளிஞ்சல்கள், கண்ணாடிக் குப்பிகளின் சில்லுகள், மூடிகள், கருமையான கடல் பாசிகள். கடல் எங்களிடம் எதுவும் சொல்லவில்லை. கடற்கரையில் அம்மா சலனமின்றி இருந்தாள், கல்லறையின் மேல் கவிழ்ந்திருப்பதைப் போல. கடைசியில் நேராக எழுந்து நின்று, வலதுபுறமும் இடதுபுறமும் கவனமாகப் பார்த்துவிட்டு, கரகரத்த குரலில் ''இறைவன் உன்னைச் சபிப்பார்!'' என்றாள். பிறகு என் கையைப் பிடித்துக்கொண்டு ஏற்கனவே பலமுறை செய்ததைப் போல மணற்பரப்பிலிருந்து விலகி என்னை அழைத்துப்போனாள். அவளைப் பின்தொடர்ந்தேன்.

ஆகவே, எனக்கு வாய்த்திருந்தது ஒரு ஆவியின் குழந்தைப் பருவம். மகிழ்ச்சியான தருணங்களும் என்னவோ இருக்கத்தான் செய்தன, ஆனால், நீடித்துக்கொண்டேயிருந்த அந்த இரங்கல்களுக்கிடையில் அவற்றால் என்ன பயன்? என்னுடைய இந்த அலட்டலான **சுய புராணத்தை** பொறுமையுடன் நீ தாங்கிக்கொண்டிருப்பதே அந்த மகிழ்ச்சியான தருணங்களுக்காக அல்ல என்று நான் நினைக்கிறேன். மேலும், நீதான் என்னைத் தேடி வந்திருக்கிறாய்—எப்படி எங்களைத் தேடிக் கண்டுபிடித்து இதுவரை வந்திருக்கிறாய் என்பது ஆச்சரியமாக இருக்கிறது! முன்பெல்லாம் நான் நம்பியிருந்ததைப் போலவே மூசாவையோ அல்லது அவனுடைய உடலையோ தேடிப் பிடித்து, கொலை நடந்த இடத்தை அடையாளம் கண்டு, அந்தக் கண்டுபிடிப்பை உலகம் முழுவதும் பறைசாற்றப்போவதாக நீயும் நம்புவதால் நீ இங்கு இருக்கிறாய். உன் மனம் எனக்குப் புரிகிறது. நீ ஒரு பிரேதத்தைக் கண்டுபிடிக்க விழைகிறாய், நான் அதைத் தொலைத்துத் தலைமுழுக முயற்சி செய்கிறேன். அதுவும் ஒரு பிரேதத்தை மட்டுமல்ல, உண்மையாகத்தான். ஆனால், மூசாவின் உடல் என்பது ஒரு புதிராகவே இருக்கும். அந்தப் புத்தகத்தில் இந்த விஷயத்தைப் பற்றி ஒரு வார்த்தைகூட இல்லை. திகைப்பூட்டும் வன்முறையான ஒரு மறுப்பு—உனக்கு அப்படித் தோன்றவில்லை? குண்டு சுடப்பட்டவுடனேயே கொலை செய்தவன் திரும்பி, ஒரு அராபியனின் வாழ்வைவிட அதிக அக்கறை கொள்ளத் தகுதியானதாக அவன் கருதிய புதிர் ஒன்றை நோக்கிப் போகிறான். தன் பாதையில் தொடர்கிறான்—கண்கள் கூசியபடி, தியாகியாக. என்னுடைய சகோதரன் ஸூஜ் நாசுக்காக சம்பவ இடத்திலிருந்து அகற்றப்பட்டு எங்கேயோ, எனக்குத் தெரியாது, எடுத்துச்செல்லப்பட்டான். பார்க்கப் படாமலும், அறியப்படாமலும். கொல்லப்பட்டு மட்டுமே. அவனுடைய உடலை இறைவனே நேரில் வந்து ஒளித்துவைத்துவிட்டதைப் போல! காவல் நிலைய அறிக்கைகளிலோ, விசாரணையிலோ புத்தகத்திலோ அல்லது கல்லறைத் தோட்டத்திலோ எவ்விதச் சுவடும் இல்லை. ஒன்றுமே இல்லை. சில சமயங்களில், நான் இன்னும் உன்மத்தம் அடையும்போது

இன்னும் குழப்பமடைந்துவிடுகிறேன். ஒருவேளை நான்தான் கெய்ன், என் சகோதரனைக் கொன்றுவிட்டேன்! மூசா இறந்த பிறகு அடிக்கடி நான் அவனைக் கொல்ல விரும்பினேன், அவனுடைய பிரேதத்தைத் தொலைத் துத் தலை முழுகுவதற்காக, என்னுடைய உடலையும் உணர்வுகளையும் தேற்றிக்கொள்வதற்காக, இன்னும்... எப்படிப் பார்த்தாலும் வினோத மான ஒரு கதை. கொலையைச் செய்வது உன்னுடைய கதாநாயகன், ஆனால், குற்ற உணர்வுடன் இருப்பது நான், அலைந்து திரியவேண்டும் என்ற தலையெழுத்து எனக்குத்தான்...

ஒரு இறுதி நினைவு: மறுமையை நோக்கிப் போன பயணங்களின் நினைவு, வெள்ளிக்கிழமைகளில் பாப்-எல்-உவெத் குன்றின் மேல். எல்-கெத்தார் என்ற கல்லறைத் தோட்டத்தைப் பற்றிச் சொல்கிறேன்: அதற்கு அருகில் ஒரு பழைய மல்லிகை வாசனைத் திரவியத் தொழிற் சாலை இருந்ததால் அதற்கு 'வாசனைத் திரவிய மையம்' என்று பெயர். இரண்டு வெள்ளிக்கிழமைகளுக்கு ஒரு முறை மூசாவின் வெற்றுக் கல் லறைக்குப் போய்வந்துகொண்டிருந்தோம். அம்மா சிணுங்குவாள், அந்தக் குழியில் எதுவுமில்லாமல் இருந்ததால் அது தேவையற்றதாகவும், கேலிக் குரியதாகவும் எனக்குத் தோன்றும். அந்தத் தோட்டத்தில் முளைத்திருந்த புதினாச் செடிகள், மரங்கள், வளைந்துவளைந்து சென்ற குறுகிய பாதை கள், நீல வானின் பின்னணியில் அம்மாவின் வெண்ணிற ஹயிக்' இவை என் ஞாபகத்தில் இருக்கின்றன. கல்லறைக் குழி காலியாக இருந்தது என் றும், தன் பிரார்த்தனைகளாலும், தவறான ஒரு வாழ்க்கை வரலாற்றாலும் அம்மாதான் அதை நிரப்பிக்கொண்டிருந்தாள் என்றும் அந்தப் பேட்டை யில் எல்லாருக்குமே தெரியும். சத்தியமாகச் சொல்கிறேன், இந்த இடத்தில் தான் நான் என் வாழ்க்கையைப் பற்றிய விழிப்புணர்வைப் பெற்றேன். என்னுடைய நிலைமையின் அபத்தத்தை மீறி, மீண்டும்மீண்டும் கீழே உருண்டு வரும் ஒரு பிரேதத்தை முடிவின்றி மலையுச்சிவரை தள்ளிச்செல் கிற அபத்தத்தை மீறி, இந்த உலகில் என்னுடைய இருத்தலின் அக்கினியை நான் பெற்றிருந்தேன் என்ற—ஆமாம், எனக்கு அதற்கான உரிமை இருக் கவே செய்தது!—விழிப்புணர்வைப் பெற்றேன். அந்த நாட்கள்தான், கல்ல றைத் தோட்டத்தில் நான் கழித்த அந்த நாட்கள்தான் உலகத்தை நோக்கி நான் பிரார்த்தனை செய்யத் தொடங்கிய ஆரம்ப நாட்கள். அந்தப் பிரார்த்தனைகளின் மேலும் சிறப்பான வடிவங்களை இன்று நான் உரு வாக்கிக்கொண்டிருக்கிறேன். அங்குதான் இனம்தெரியாத போக உணர்வு ஒன்றைக் கண்டேன். உனக்கு அதை எப்படி விளக்குவேன்? சூரிய ஒளி யின் கோணம், தீவிர நீலநிற வானம், காற்று இவையெல்லாம் ஒன்று சேர்ந்து, தேவை நிறைவேறுவதால் நமக்குக் கிடைக்கும் சாதாரணத் திருப்தியைவிட மனதை அலைக்கழிக்கும் வேறு ஏதோ ஒன்றை எனக்

குள் விழிப்படையச் செய்தன. எனக்கு அப்போது பத்து வயது என்பதும், நான் இன்னமும் என் அம்மாவின் மார்பகங்களைப் பிடித்துத் தொங் கிக்கொண்டிருந்தேன் என்பதும் நினைவிருக்கட்டும். என்னைப் பொறுத்த வரை இந்தக் கல்லறைத் தோட்டத்துக்கு விளையாட்டு மைதானத்தின் கவர்ச்சி இருந்தது. என்னை நிம்மதியாக இருக்க விடும்படி மூசாவிடம் ஓசையின்றிக் கத்தி அவனை ஒருவழியாக நானே இங்கேதான் புதைத் தேன் என்பதை என் தாயார் ஒருபோதும் ஊகித்திருக்கவில்லை. ஆமாம், சரியாக அங்கேதான், எல்-கெத்தாரில், அந்த அராபியக் கல்லறைத் தோட் டத்தில். ஓடிப்போனவர்களும் குடிகாரர்களும் மட்டுமே குடியிருக்கும் இந்தக் கல்லறைத் தோட்டத்தில் ஒவ்வொரு இரவும் பளிங்குக் கற்கள் திருடுபோகின்றன என்று சொல்லக் கேள்விப்படுகிறேன். உனக்கு அங்கே போக வேண்டுமா? உன் நேரம்தான் வீணாகும், அங்கே யாரும் இருக்க மாட்டார்கள், குறிப்பாக இறைத் தூதர் யூசுப்பின் கிணற்றைப் போலத் தோண்டப்பட்ட அந்தச் சவக்குழியின் தடயத்தைக்கூட உன்னால் பார்க்க முடியாது. அதற்குள்ளே உடல் இல்லையென்றால் உன்னால் எதையும் நிரூ பிக்க முடியாது. அம்மாவுக்கு எதையும் கோரும் உரிமை இருக்கவில்லை. சுதந்திரம் கிடைப்பதற்கு முன் சமாதானங்களையோ, கிடைத்தபின் ஓய் வூதியத்தையோ.

உண்மையாகப் பார்க்கப்போனால், எல்லாம் முதலிலிருந்தே தொடங் கப்பட வேண்டும், அதுவும் வேறு பாதையில்—உதாரணமாக, புத்தகங்கள் வாயிலாக, நீ தினமும் இந்த மதுக்கூடத்துக்குள் கொண்டுவருகிறாயே, அந்தப் புத்தகம். அது வெளிவந்து இருபது ஆண்டுகளுக்குப் பிறகு நான் அதைப் படித்தேன்; அதன் பிரமாதமான பொய்மையும் என் வாழ்க்கை யுடன் அதற்கிருந்த மாய இசைவும் என்னைப் புரட்டிப்போட்டுவிட் டன. விசித்திரமான கதை, இல்லையா? சுருக்கமாகப் பார்ப்போம்: நம் மிடம் இருப்பது தன்மையில் எழுதப்பட்டிருக்கும் ஒரு ஒப்புதல் வாக்கு மூலம், மெர்சோவின் மேல் குற்றம் சுமத்த வேறெதுவும் இல்லாத நிலை யில்; அவனுக்கு அம்மா இருக்கவில்லை, குறைந்தபட்சம் அவனைப் பொறுத்தவரையில்; மூசா என்பவன் ஒரு அராபியன், அவனுக்குப் பதிலாக அவனைப் போலவே ஒரு ஆயிரம் பேர், அல்லது ஒரு காகம், ஏன் ஒரு நாணல்கூட, எதை வேண்டுமானாலும் வைத்துக்கொள்ளலாம்; கால் சுவடு களால் அழிக்கப்பட்டோ அல்லது கான்கிரீட் கட்டடங்களாலோ அந்தக் கடற்கரை மறைந்துபோய்விட்டது; ஒரு நட்சத்திரத்தை—சூரியனை— தவிர, வேறு எந்த சாட்சியும் கிடையாது; புகார் கொடுத்தவர்கள் அந்த நகரத்தை விட்டு வெளியேறிவிட்டிருந்த, எழுதப் படிக்கத் தெரியாதவர் கள்; விசாரணையும் காலனியர்களுடைய தீய செயலாக, கேலிக்கூத்தாக இருந்தது. ஆளற்ற தீவொன்றில் உங்களைச் சந்தித்து, வெள்ளிக்கிழமை

என்று அழைக்கப்பட்ட ஒருவனை முந்தைய தினம் தான் கொன்றுவிட்டதாகச் சொல்லும் ஒருவனை வைத்துக்கொண்டு என்ன செய்ய முடியும்? ஒன்றும் முடியாது.

ஒருமுறை, நான் பார்த்த திரைப்படம் ஒன்றில் ஏதோ ஒரு தெய்வத்துக்குச் சாந்தி செய்வதற்காகத் தன் கழுத்து அறுக்கப்பட்டு, கொல்லப்படும் மேடையை நோக்கிப் பல நீண்ட படிக்கட்டுகளில் ஏறிச் சென்ற ஒரு மனிதனைப் பார்த்தேன். தலையைக் குனிந்தபடி, மெதுவாக, கனத்த இதயத்துடன், குலைந்துபோய், ஆனால், ஏற்கனவே தன் உடலைத் துறந்துவிட்டதைப் போல நடந்து சென்றான். அவனுடைய விதிவாதமும், நம்ப முடியாத செயலின்மையும் என்னைப் பிரமிக்கச் செய்தன. அவன் தோற்றுப்போய்விட்டதாகத்தான் எல்லோரும் நினைத்திருக்க வேண்டும், ஆனால், வெகு இயல்பான அவன் வேறெங்கோ இருந்தான் என்று எனக்குத் தெரியும். தனக்குச் சுமக்கத் தெரிந்த ஒரு சுமையைப் போலத் தன் உடலையே தன்னுடைய முதுகின்மேல் சுமந்துகொண்டிருந்தான் என்று எனக்குத் தெரியும். ஆகவே, அந்த மனிதனைப் போலவே, நானும் பலியாகுபவனின் பயத்தைவிட, சுமை தூக்குபவனின் சோர்வையே உணர்ந்தேன்.

* * * * *

இரவாகிவிட்டது. அதோ, விசித்திரமான இந்த நகரத்தைப் பார், அது ஒரு மாறு-எதிர்ப் பார்வையை அளிக்கிறதல்லவா? நம்முடைய மானிட நிலைமையை ஈடுசெய்ய மிகப் பிரம்மாண்டமாக, முடிவற்றதாக ஒன்று தேவைப்படுகிறது என்று நினைக்கிறேன். இங்கே பெருகிவரும் எலிகளின் கூட்டம், ஓயாமல் புது வர்ணம் தீட்டப்படும் சுகாதாரமற்ற வீடுகள், இவற்றையெல்லாம் மீறி இரவு நேர ஓரான் நகரத்தை எனக்குப் பிடித்திருக்கிறது; இந்த வேளையில், தங்களுடைய வழக்கமான வாழ்க்கையைவிட இன்னும் சற்றுக் கூடவே எதையாவது இந்த மக்கள் கோர அவர்களுக்கு உரிமை இருக்கிறது என்று எனக்குப் படுகிறது. ●

5

சாமர்த்தியமான பயணியே, உன்னுடைய பொறுமையை நான் பாராட்டுகிறேன், உன்னை எனக்குப் பிடிக்க ஆரம்பித்திருக்கிறது! ஒரு வழியாக இந்தக் கதையைப் பற்றிப் பேச எனக்கு வாய்ப்புக் கிடைத் திருக்கிறது... பல ஆண்களுடன் உறவுகொண்டு பிரமை பிடித்ததுபோல இருக்கும் வயதான வேசிக்கும் இந்தக் கதைக்கும் ஏதோ ஒரு ஒற்றுமை இருக்கத்தான் செய்கிறது. தோல்-தாளில் எழுதப்பட்டு, உலகம் முழுவதும் பரப்பப்பட்டு, மிகப் பழமையாகி, நிறைய ஒட்டுப் போட்டு, அடையா ளம் தெரியாத அளவுக்கு மீண்டும்மீண்டும் முடிவின்றி எழுதப்பட்டதைப் போல இந்தக் கதை தோன்றுகிறது—இருந்தபோதிலும் இதுவரை சொல் லப்படாத, புதிதான ஏதோ ஒன்றை எதிர்பார்த்து இதோ, என்னருகே நீ உட்கார்ந்திருக்கிறாய். உன்னுடைய தூய்மை குறித்த தேடலுக்கு இந்தக் கதை ஒத்துவராது, உறுதியாகச் சொல்கிறேன். உன் பாதையில் ஒளி வீச நீ நாட வேண்டியது ஒரு பெண்ணை, இறந்துபோன ஒருவனை அல்ல.

நேற்று குடித்தோமே, அதே வைனைக் குடிக்கலாமா? அதனுடைய முரட்டுத்தனமும், புத்துணர்ச்சியும் எனக்குப் பிடித்திருக்கிறது. அன்றொரு நாள் வைன் தயாரிப்பாளர் ஒருவர் தன்னுடைய சிரமங்களை என்னிடம் சொல்லிக்கொண்டிருந்தார். வேலைக்கு ஆட்களே கிடைப்பதில்லை, இந் தத் தொழிலே மதத்திற்கு விரோதமானது என்றும், கள்ளத்தனமானது என் றும் கருதப்படுகிறது. நாட்டின் வங்கிகளும் இதில் சேர்ந்துகொள்ளத் தொடங்கிக் கடன் கொடுக்க மறுக்கின்றன! ஹா, ஹா, நான் எப்போதுமே வியப்பதுண்டு: மதுவுடன் ஏன் இந்தச் சிக்கலான உறவு? சொர்க்கத்தில் வைன் ஆறாக ஓடும் என்று சொல்லப்படும்போது அதை ஏன் சாத்தா னாகச் சித்தரிக்க வேண்டும்? ஏன் அது இங்கே கீழுலகில் மறுக்கப்பட்டும், சொர்க்கத்தில் கிடைப்பதாகவும் இருக்க வேண்டும்? எல்லாம் குடிபோதை யில் வண்டியோட்டுவது. விண்ணுலகத்தின் ஸ்டியரிங்கைப் பிடித்து, இந்த உலகத்தை அதன் இடத்துக்கு அவர் ஓட்டிச்செல்லும்போது மனிதகுலம் குடித்துக்கொண்டிருக்கக் கூடாது என்று இறைவன் விரும்புகிறார் போலும்...! சரி, சரி, என்னுடைய வாதம் சற்றுக் குழப்பமாக இருக்கிறது என்று ஒப்புக்கொள்கிறேன். ஏதோ தொடர்பில்லாமல் பேசிக்கொண்டே போக எனக்குப் பிடிக்கும் என்று உனக்குப் புரிய ஆரம்பித்திருக்குமே.

ஒரு பிரேதத்தை மீண்டும் கண்டுபிடித்து உன்னுடைய புத்தகத்தை எழுத நீ இங்கு வந்திருக்கிறாய். எனக்கு இந்தக் கதை தெரிந்திருந்தாலும்—

அதுவும் மிக நன்றாகவே—அதனுடைய பூகோளத்தைப் பற்றிக் கிட்டத் தட்ட ஒன்றுமே தெரியாது. அல்ஜே என் மனதில் வெறும் நிழலாகத்தான் இருக்கிறது. பெரும்பாலும் நான் அங்கு போவதே இல்லை. சில சமயங் களில் தொலைக்காட்சியில் நான் அதைப் பார்க்கிறேன். புரட்சிக்காலக் கலை உலகத்திலிருந்து மிஞ்சியிருக்கும் அந்தக் காலப் பழைய நடிகையைப் போல. ஆகவே, இந்தக் கதையில் பூகோளக் குறிப்பு எதுவுமே இருக்காது. எல்லாமே இந்த நாட்டின் மூன்று இடங்களுக்குள் அடங்கிவிடும்: நகரம்: இதுவோ அல்லது வேறொன்றோ; மலைப்பிரதேசம்: தாக்கப்படும் போது ஒளிந்துகொள்வதற்கோ அல்லது போர் புரிய விரும்பும்போதோ; கிரா மம்: இங்குள்ள ஒவ்வொருவரின் பூர்வீகம். எல்லோருக்கும் கிராமத்தி லிருந்து ஒரு மனைவியும் நகரத்திலிருந்து ஒரு வேசியும் வேண்டும். வெறு மனே இந்த மதுக்கூடத்தின் ஜன்னலுக்கு வெளியே பார்த்து இங்குள்ள மக்களை இந்த மூன்று இடங்களில் வகைப்படுத்தி உன்னிடம் சொல்ல என்னால் முடியும். ஆகவே, முடிவின்மையைப் பற்றி இறைவனிடம் பேச மலைக்குப் போய்விட்டான் மூசா, அம்மாவும் நானும் நகரத்திலிருந்து கிளம்பிக் கிராமத்துக்குப் போனோம். அவ்வளவுதான். நான் படிக்கக் கற்றுக் கொண்ட காலம்வரை, நீண்ட காலமாக அம்மாவின் மார்பகங்களுக்கு இடையே இருந்த செய்தித்தாளின்—மூசா/ஸூஜ்ஜின் கொலையைப் பற்றி பேசிய செய்தித்தாளின்—துண்டுக் காகிதம் தனக்கென்று ஒரு பெயருடன் புத்தகமாக வரும்வரை வேறெதுவும் சொல்வதற்கு இல்லை. நினைத்துப்பார், உலகத்திலேயே மிக அதிகமாகப் படிக்கப்பட்ட புத்தகங்களில் ஒன்று அது, உன்னுடைய எழுத்தாளன் மட்டும் மனமுவந்து என் அண்ணனுக்கு இயற் பெயர் ஒன்று கொடுத்திருந்தால் அவன் இப்போது பிரபலமாகியிருக்க முடியும். அமது அல்லது கத்தூர் அல்லது ஹம்மு—வெறும் இயற்பெயர், அவ்வளவே! தியாகியின் விதவைத் தாயாருக்கான உதவித்தொகை அம் மாவுக்குக் கிடைத்திருக்கும், எனக்கும் நான் பீத்திக்கொள்ள முடிந்த அதி காரபூர்வமான, பிரபலமான ஒரு அண்ணன் கிடைத்திருப்பான். ஆனால், அது நடக்கவில்லை, அதை எழுதியவன் அவனுக்கு ஒரு பெயர் கொடுக்க வில்லை, ஏனென்றால், அப்படிக் கொடுத்திருந்தால் என் அண்ணனால் அவன் மனசாட்சி உறுத்தியிருக்கும். இயற்பெயர் இருக்கும் ஒருவனை அவ் வளவு எளிதாகக் கொன்றுவிட முடியாது.

மீண்டும் அதற்கே வருவோம். பின்னோக்கிப் போய் அடிப்படைகளுக் குச் செல்வது எப்போதுமே அவசியம். ஆளற்ற ஒரு கடற்கரையில் படுத் திருக்கும் ஒரு அராபியனை பிரெஞ்சுக்காரன் ஒருவன் கொன்றுவிடுகி றான். அப்போது பகல் இரண்டு மணி, வெயில் காலம், 1942. ஐந்து துப் பாக்கிக் குண்டு வெடிகளும் அதைத் தொடர்ந்து ஒரு விசாரணையும். கொலை செய்தவனுக்கு மரண தண்டனை விதிக்கப்படுகிறது—தன்

தாயாரின் சவ அடக்கத்தில் சரிவர நடந்துகொள்ளாததாலும், அவளைப் பற்றி மிக அலட்சியமான தொனியில் பேசியதாலும். பார்க்கப்போனால், கொலைக்குக் காரணம் வெயிலும், வெறும் சோம்பேறித்தனமும்தான். வேசி ஒருத்தியிடம் கோபத்தில் இருந்த ரேமோன் என்ற கூட்டிக்கொடுப்பவன் கேட்டுக்கொண்டான் என்பதற்காக உன்னுடைய கதாநாயகன் மிரட்டல் கடிதம் ஒன்று எழுதுகிறான், இந்த விவகாரம் மிகவும் மோசமடைந்து ஒரு கொலையில் முடிகிறது. அந்த வேசிக்காக அராபியன் பழிவாங்கப் போகிறான் என்று கொலையாளி எண்ணியதோ, அல்லது அந்த அராபியன் திமிர்பிடித்து மதிய உறக்கம் போடத் துணிந்தான் என்பதோதான் கொலைக்குக் காரணம். உன்னுடைய புத்தகத்தை இதுபோல நான் சுருக்கிச் சொல்வது உன்னைத் தடுமாறச் செய்கிறதா? இருந்தாலும், அதுதான் அப்பட்டமான உண்மை. மீதியெல்லாம் நகாசு வேலை, உன்னுடைய எழுத்தாளனின் மேதமை. அதன் பிறகு, அந்த அராபியனைப் பற்றியோ, அவன் குடும்பத்தைப் பற்றியோ, அந்த மக்களைப் பற்றியோ யாரும் கவலைப்படவில்லை. அந்தக் கொலையாளி சிறையிலிருந்து வெளி வந்தவுடன் தான் எப்படி இறைவனையும், பாதிரியாரையும், அபத்தத்தையும் எதிர்கொண்டான் என்று விவரித்து அதன் மூலம் பிரபலமடையும் புத்தகம் ஒன்றை எழுதுகிறான். இந்தப் புத்தகத்தை எந்தக் கோணத்தில் திருப்பித்திருப்பிப் பார்த்தாலும் அதை நியாயப்படுத்த முடியவில்லை. கொலைக் குற்றத்தைப் பற்றிய கதை இது, ஆனால், இதில் அராபியன் கொல்லப்படுவதுகூட இல்லை—அதாவது, ஏறக்குறைய மிக மிருதுவாக, விரல் நுனியால் கொல்லப்படுகிறான். கதையின், இரண்டாவது முக்கியக் கதாபாத்திரம் அவன்தான், ஆனால், அவனுக்கென்று ஒரு பெயரோ, முகமோ, சொற்களோ கிடையாது. பல்கலைக்கழகப் பட்டதாரியே, உனக்கு இதில் ஏதாவது புரிகிறதா? அபத்தமான கதை! வெளிப்படையான பொய். இன்னொரு கிளாஸ் வைன் எடுத்துக்கொள், இது என் கணக்கில். உன்னுடைய மெர்சோ இந்தப் புத்தகத்தில் விவரிப்பது ஒரு உலகத்தை அல்ல, ஒரு உலகத்தின் முடிவை. சொத்து பயனற்றதாக, திருமணங்கள் தேவையற்றதாக, திருமணச் சடங்குகளில் ஈடுபாடற்ற, உப்புச்சப்பற்ற உலகம்; இரண்டு வாக்கியங்களை எழுதவோ, சேர்ந்தாற்போல் நான்கு சொற்களை உச்சரிக்கவோ முடியாமல், நோய்வாய்ப்பட்டுச் சொறிபிடித்த தங்களுடைய நாய்களைப் பிடித்துக்கொண்டு, ஒன்றுமில்லாமல் காலியாக இருக்கும் பெட்டிமேல் மக்கள் ஏற்கனவே உட்கார்ந்துகொண்டிருப்பதைப் போலத் தோன்றும் உலகம். தானியங்கிகள்! ஆமாம், அதுதான் சரி, அந்த வார்த்தை நினைவுக்கு வரவில்லை. ஆமாம், உன்னுடைய கொலைகார எழுத்தாளன் அவ்வளவு அழகாக விவரிக்கும் குட்டையான அந்தப் பிரெஞ்சுப் பெண் ஞாபகத்துக்கு வருகிறாள். ஒரு நாள் அவளை உணவு

விடுதியில் கவனமாகப் பார்க்கிறான்: படபடக்கும் அசைவுகள், பளிச்சிடும் கண்கள், ஒருவித அரிப்பு, பில் தொகை குறித்த கவலை, தானியங்கி போன்ற அசைவுகள். ஹஜூத் நகரத்தின் மையத்திலிருக்கும் மணிக்கூண்டை நினைத்துப்பார்க்கிறேன், அதனுடைய ஊசலும் இந்தப் பிரெஞ்சுப் பெண்ணும் இரட்டையர்கள் என்று எண்ணுகிறேன். நாட்டின் சுதந்திரத்துக்குச் சில ஆண்டுகளுக்கு முன்பாகவே அந்தக் கடிகாரம் ஓடுவதை நிறுத்திவிட்டது என்று எனக்குத் தோன்றுகிறது.

ஆகவே, என்னைப் பொறுத்தவரை, அந்தப் புதிர் மேலும்மேலும் ஆழமாகப் போய்விட்டிருந்தது. ஏன் என்று பார்க்கிறாயா, எனக்கும் என் முதுகின் மேல் ஒரு தாயாரும் ஒரு கொலையும் இருக்கிறது. அது என் விதி. இந்தப் பூமி விரும்பியபடியே, நானும் செய்வதற்கு எதுவுமில்லாமல் இருந்த ஒரு நாளில் கொலை ஒன்றைச் செய்தேன். அந்த விவகாரத்தைப் பற்றிப் பேசக் கூடாது என்று நானும் பலமுறை உறுதியாக நினைத்துக்கொண்டிருந்தாலும் என்னுடைய ஒவ்வொரு அசைவும் அதை நடித்துக்காட்டுவதைப் போலவோ, என்னை அறியாமலேயே நினைவுகூருவதைப் போலவோ ஆகிவிடுகிறது. இந்தக் கதையை மீண்டும் சொல்வதற்கு, உன்னைப் போல வம்புப் பேச்சை விரும்பும் ஒருவனுக்காகக் காத்திருந்தேன்.

என் மனதில் உலக வரைபடம் என்பது ஒரு முக்கோணமாக இருக்கிறது. உச்சியில், மூசா பிறந்த வீடான பாப்-எல்-உவெத் இருக்கிறது. அதற்குச் சற்றுக் கீழே, அல்ஜேயின் கடற்கரையைப் பார்த்தபடி இருந்த பெயரற்ற இடத்துக்குக் கொலைகாரன் ஒருபோதும் போனதில்லை. இன்னும் அதற்குக் கீழே போனால் கடற்கரை இருக்கிறது. ஆமாம், கடற்கரை! இப்போது அது இல்லை, அல்லது மெதுவாக வேறு எங்கேயாவது மாறிவிட்டிருக்கிறது. சாட்சியங்கள் சொல்வதுபடி பார்த்தால், ஒரு சிறிய மரக் குடில் அதன் கோடியில் இருந்திருக்கிறது. அவ்வீட்டின் பின்பகுதி பாறை மேல் சாய்ந்திருக்க, முன்பகுதியைத் தாங்கியிருந்த மரத்தூண்கள் ஏற்கனவே பாதித் தண்ணீரில் அமிழ்ந்திருக்க, அவற்றின் மீது கடல் அலைகள் மோதியவண்ணம் இருந்தன. அந்தக் கொலை நடந்ததற்குப் பிறகு வந்த முதல் இலையுதிர் காலத்தில் அம்மாவுடன் நான் அங்கே போனபோது அந்த இடம் அவ்வளவு சாதாரணமாக இருந்தது எனக்கு வியப்பை அளித்தது. ஏற்கனவே நான் உனக்கு அதைப் பற்றிச் சொல்லியிருக்கிறேன் அல்லவா? அந்தக் காட்சி, கடற்கரையில் அம்மாவுடன் நான், பின்னாலேயே இருக்கும்படி என்னை மிரட்டிக்கொண்டிருந்த அம்மா, கடல் அலைகளை நோக்கிச் சாபம் கொடுத்தபடி. ஒவ்வொரு முறையும் கடல் அருகே போகும்போது இந்தக் காட்சிதான் என் மனதில் தோன்றுகிறது. முதலில் இதயம் படபடக்க, கொஞ்சம் பயம், பிறகு வெகு விரைவில் ஒரு ஏமாற்றம். அந்த இடம், எல்லாப் பக்கங்களிலும் நெருக்கப்பட்டுவிட்டதைப் போல!

மளிகைக் கடைக்கும் முடித்திருத்தகத்துக்கும் இடையே இருக்கும் நடை பாதை ஒன்றில் 'இலியட்' காப்பியத்தையே திணித்து வைத்ததைப் போல. ஆமாம், கொலை நடந்த இடம் பயங்கர ஏமாற்றத்தையே தந்தது. என் பார்வையில், என் அண்ணன் மூசாவின் கதைக்கு இந்த உலகம் முழுவதுமே தேவைப்பட்டது! அப்போதிலிருந்தே பயங்கரக் கருதுகோள் ஒன்றை எனக்குள் வளர்த்துவருகிறேன்: அல்ஜேயின் இந்தப் பிரபலமான கடற்கரையில் மூசா கொல்லப்படவில்லை! வேறு ரகசியமான இடம் ஒன்று இருக்க வேண்டும், மறைக்கப்பட்டுவிட்ட காட்சி. எல்லாவற்றையும் இது விளக்கிவிடும், உடனேயே! மரண தண்டனை தீர்ப்புக் கொடுக்கப்பட்ட பின்பும், ஏன், மரண தண்டனை நிறைவேற்றப்பட்ட பிறகும்கூட ஏன் அந்தக் கொலையாளி விச்ராந்தியாக இருந்தான், என் அண்ணன் உடல் ஏன் கண்டுபிடிக்கப்படவே இல்லை, நீதி விசாரணையின்போது அராபியன் ஒருவன் கொல்லப்பட்டதற்காக அல்லாமல் கொலையாளி தன் அம்மாவுக்காக அழவில்லை என்பதற்காக ஏன் தீர்ப்பு அளிக்கப்பட வேண்டும்...

கொலை நடந்த சரியான அதே நேரத்துக்குக் கடற்கரைக்குப் போய்த் துழாவிப்பார்க்க வேண்டும் என்று சில சமயங்களில் நினைத்தேன். அதாவது, கோடைக்காலத்தில், ஒருவரை மதியிழக்கச் செய்தோ அல்லது ரத்தத்தைச் சிந்த வைக்கத் தூண்டவோ செய்யும் அளவுக்குப் பூமிக்கு மிக அருகில் சூரியன் இருக்கும் வேளையில் போக நினைத்தேன், ஆனால், அதனால் ஒன்றும் பயனிருக்காது. தவிர, கடல் என்னைச் சங்கடப்படுத்தும். சந்தேகமில்லாமல் எனக்கு அலைகளைக் கண்டால் பயம். கடலில் குளிக்க எனக்குப் பிடிக்காது, நீர் என்னை விரைவில் விழுங்கிவிடும். **"அவன் எங்கே, என் அண்ணன், ஏன் திரும்பி வரவில்லை? என்னிடமிருந்து கடல் அவனை எடுத்துக்கொண்டது, அவன் திரும்பி வரவே இல்லை."**[1] இந்தப் பக்கங்களில் பிரபலமான இந்தப் பழைய பாட்டு எனக்குப் பிடிக்கும். கடலில் தொலைந்துபோய்விட்ட சகோதரனை நினைத்துப் பாடுகிறான் ஒரு பாடகன். என் நினைவில் பல காட்சிகள் ஓடிக்கொண்டிருக்கின்றன, கொஞ்சம் வேகமாகக் குடித்துவிட்டேன் என்று நினைக்கிறேன். உண்மை என்னவென்றால், நான் கடலுக்குப் போகவே செய்தேன். ஆறு முறை... ஆம், இந்தக் கடற்கரைக்கு ஆறு முறை போனேன். ஆனால், எதையும் ஒருபோதும் கண்டுபிடிக்கவில்லை; தோட்டாக்களையோ, காலடித் தடயங்களையோ, வேறு தடயங்களையோ, பாறையின் மேல் உறைந்துபோன ரத்தக்கறைகளையோ. ஒன்றுமில்லை. அதுவும் பல வருடங்களாக. அந்த வெள்ளிக்கிழமைவரை, சரியாக, பத்து ஆண்டுகளுக்கு முன்பு, நான் அவனைப் பார்த்த அந்த நாள்வரை அலைகளிலிருந்து சில

---

[1] கலெத் எழுதிய பிரபல அராபியப் பாடல்.

மீட்டர் தொலைவில், ஒரு பாறையின் கீழ், நிழல் ஒன்றின் மிகக் கரிய பகுதியுடன் குழம்பிய நிலையில் காணப்பட்ட வெளிக்கோட்டுருவத்தைப் பார்த்தேன். வெயிலால் தாக்கப்பட்டு, வெப்பத் தாக்கத்துக்கு ஆளாகியோ அல்லது மூர்ச்சையடைந்து விழுந்தோ உன்னுடைய ஆசிரியனின் அனு பவத்தையே நானும் அறிந்துகொள்வதற்காகக் கடற்கரையில் நான் நிறைய நேரம் நடந்துகொண்டிருந்தது நினைவிருக்கிறது. நான் அப்போது நிறை யவே குடித்திருந்தேன் என்பதையும் சொல்லியாக வேண்டும். விண்ணுலகக் குற்றச்சாட்டைப் போல ஆளை அடித்துப் போட்ட வெயில் மணல்மீதும் கடல்மீதும் ஊசிகளாகச் சிதறிப் பொழிந்துகொண்டிருந்தாலும், அசராமல் அடித்துக்கொண்டிருந்தது. நான் எங்கே போய்க்கொண்டிருந்தேன் என்று ஒரு கணம் எனக்குத் தெரிந்ததைப் போல இருந்தது, ஆனால், அது நிச் சயமாகத் தவறு. பிறகு, கடற்கரையின் ஒரு கோடியில் பாறைக்குப் பின் னால் ஒரு சிறிய நீரூற்றிலிருந்து மணலில் நீர் சொட்டிக்கொண்டிருந்த தைப் பார்த்தேன். அங்கே, பணிமேலுடை அணிந்த ஒரு மனிதன் அலட் சிய பாவத்துடன் படுத்துக்கொண்டிருந்ததைப் பார்த்தேன். பயத்துடனும் ஈர்ப்புணர்வுடனும் அவனைப் பார்த்தேன், அவன் என்னைப் பார்த்த தாகவே தெரியவில்லை. எங்களில் ஒருவர் விடாப்பிடியாக ஆவியாக இருந்தோம், அந்த நிழலோ ஆழ்ந்த கரிய நிறத்தில் இருந்தது, நுழை வாயில் நிழல் ஒன்றின் புத்துணர்ச்சியை அது அளித்தது. பிறகு... பிறகு அந்தக் காட்சி வேடிக்கையான மனக்குழப்பத்தை அளிப்பதாக மாறியது. நான் கையை உயர்த்தியபோது நிழலும் அப்படியே செய்தது. நான் பக்க வாட்டில் ஒரு அடி எடுத்துவைத்தபோது, அதுவும் தான் நிலைத்து நின் றிருந்த இடத்திலிருந்து திரும்பியது. அப்போது இதயம் படபடக்க நான் நின்றுவிட்டேன். முட்டாளைப் போல வாயைப் பிளந்துகொண்டு நான் நின்றுகொண்டிருந்தேன் என்பதையும், என் கையில் எவ்வித ஆயுதமோ, கத்தியோ இருக்கவில்லை என்பதையும் உணர்ந்தேன். பெரிய வியர்வைத் துளிகள் தோன்றிக் கண்களில் விழுந்து எரிச்சலூட்டின. சுற்றுவட்டாரத் தில் யாரும் இருக்கவில்லை, கடலும் நிசப்தமாக இருந்தது. அது ஒரு பிரதி பலிப்பு என்றுதான் நிச்சயமாக இருந்தேன், ஆனால், யாருடையது என்று தெரியாது! சத்தமாக முனகினேன், நிழல் ஊசலாடியது ஒரு அடி பின் வாங்கினேன், வினோதமான முறையில் அதுவும் சுருங்கி அப்படியே செய் தது. மோசமான வைன் பானம் என்னை அடித்துப்போட்டிருக்க, உடல் குளிர்ந்து நடுங்க, நான் மல்லாக்கப் படுத்திருந்ததை உணர்ந்தேன். கிட் டத்தட்ட பத்து மீட்டர் தூரம் பின்னோக்கி நடந்து, கண்ணீர் சொரிந்தபடி சரிந்தேன். ஆமாம், உறுதியாக உன்னிடம் சொல்கிறேன், மூசா இறந்து பல ஆண்டுகளுக்குப் பிறகு அவனுக்காக நான் அழுதேன். கொலை நடந்த இடத்துக்கே வந்து, அதை மீண்டும் கட்டமைத்துப்

பார்க்க நான் மேற்கொண்ட முயற்சி ஒரு முட்டுச் சந்திடம், ஒரு ஆவியிடம், ஒரு பைத்தியக்காரத்தனத்திடம் போய் முடிந்துவிட்டிருந்தது. இவை எல்லாவற்றையும் ஏன் உன்னிடம் சொல்கிறேன் என்றால், கல்லறைத் தோட்டத்துக்கோ, பாப்-எல்-உவெதுக்கோ, கடற்கரைக்கோ போவதில் பயனில்லை. எதையும் அங்கெல்லாம் நீ கண்டுபிடிக்க மாட்டாய். நான் ஏற்கனவே முயற்சிசெய்து பார்த்துவிட்டேன், நண்பா. உனக்கு நான் ஆரம்பத்திலிருந்தே சொல்லிவந்திருக்கிறேன், இந்தக் கதை தலைக்குள் எங்கோ நடக்கிறது, என் தலைக்குள்ளேயோ, உன் தலைக்குள்ளேயோ, அல்லது உன்னைப் போலத் தோன்றுபவர்களின் தலைக்குள்ளேயோ. ஒருவிதமான அப்பாலில்.

புவியியல் கோணத்தில் எங்கேயும் தேடாதே, அதைத்தான் உனக்குச் சொல்கிறேன்.

ஆதித் தொன்மம் ஒன்றைப் போல இந்தக் கதை இருக்கிறது என்ற கருத்தை நீ ஒப்புக்கொண்டால், நிகழ்வுகளுக்கு நான் கொடுக்கும் வடிவத்தை நீ நன்றாகப் புரிந்துகொள்வாய்: நகரங்களையும், சாலைகளையும் நிர்மாணித்து, மக்கள், நிலம், தாவரம் இவற்றை அடக்கி ஆளுமை செலுத்துவதற்காக கெயின் இங்கு வந்தான். வெயிலில் திரிந்துகொண்டும், எல்லோரும் நினைப்பதைப் போலத் தனக்கே உரித்தான சோம்பேறித்தனத்துடன் படுத்துக்கொண்டும் இருந்த ஏழை உறவினன் ஸூஜ். மற்றவர்கள் இவனிடமிருந்து பறித்துக்கொள்ள ஆசைப்படும் வகையிலோ, அல்லது இவனைக் கொலை செய்யத் தூண்டும் விதத்திலோ, சொல்லும்படியாக எதையுமே சொந்தமாக ஸூஜ் வைத்துக்கொண்டிருக்கவில்லை. ஒருவிதத்தில் பார்த்தால் **உன்னுடைய** கெயின் **என்னுடைய** சகோதரனைக் கொன்றுவிட்டான்... எந்த ஆதாயமும் இன்றி. அவனுடைய கால்நடைகளைத் திருடுவதற்காகக் கூட இல்லை.

இங்கே நாம் நிறுத்திகொள்ள வேண்டும். ஒரு நல்ல புத்தகம் எழுதத் தேவையான அளவுக்கு விஷயங்கள் உனக்குக் கிடைத்திருக்கின்றன, இல்லையா? அராபியனின் சகோதரனுடைய கதை. இன்னொரு அராபியக் கதை. வசமாக மாட்டிக்கொண்டுவிட்டாய்.

* * * * *

ஆ, அந்த ஆவி, என்னுடைய இரட்டை... உனக்குப் பின்னால் இருக்கிறானே கையில் பீர் வைத்துக்கொண்டு? அவனுடைய செயல்பாடுகளைக் கவனித்திருக்கிறேன், ஒன்றும் தெரியாதவனைப் போல நம்மை நெருங்கி வருவான். சரியான நண்டு. எப்போதும் அதே சடங்குதான். முதல் ஒரு

மணி நேரம் செய்தித்தாளை விரித்து வைத்துக்கொண்டு தீவிரமாகப் படிப்பான். பிறகு சில செய்திகளையும் கட்டுரைகளையும் வெட்டி எடுப் பான்—கொலை பற்றியவை என்று நினைக்கிறேன், ஏனென்றால், ஒரு முறை அவன் மேஜைமேல் விட்டுச் சென்றதைப் பார்த்தேன். பிறகு, குடித்துக்கொண்டே ஜன்னல் வழியாகப் பார்த்துக்கொண்டிருப்பான். பிறகு, அவனுடைய வெளிக்கோட்டுருவத்தின் வளைவுகள் மங்கலாக மாறி, மெல்லிய ஒளி ஊடுருவ முடிந்த துணிபோல் ஆகி அவனே மறைந்துவிடுவான், ஒரு பிரதிபலிப்பைப் போல. அவன் இருப்பதையே எல்லோரும் மறந்துவிடுவார்கள், மதுக்கூடத்தில் கூட்ட நெரிசல் அதிக மாக இருக்கும்போதுகூட எவரும் அவன்மேல் மோதிக்கொள்ள மாட் டார்கள். அவன் பேசி யாரும் கேட்டதில்லை. அவனுக்கு என்ன வேண் டும் என்பதை சர்வர் மட்டும் ஊகித்துவிடுவான். முழங்கைப் பகுதியில் நைந்துபோயிருந்த பழைய கோட்டையே எப்போதும் அவன் அணிந்திருப் பான், எப்போதும்போல் பரந்த நெற்றிமேல் விழும் முடி, எப்போதும் போல மனத்தெளிவுடன் இருக்கும் கண்டிப்பான பார்வை. அவனுடைய சிகரெட்டை மறந்துவிடக் கூடாது. முடிவற்ற சிகரெட், அவன் தலைக்கு மேலே சுருண்டபடியே உயரச் சென்று மேலுலகத்துடன் அவனை இணைத்த மெல்லிய புகைச்சுருள். இவ்வளவு நாட்களாக அருகருகே இருந்தும் அவன் என்னைப் பார்த்ததுகூட இல்லை. ஹா, ஹா, நான் அவனுடைய அராபியன். அல்லது, அவன் என்னுடையவன்.

போய்வா, நண்பனே.

6

அலமாரியின் மேல் அம்மா ஒளித்துவைத்திருக்கும் ரொட்டியை நான் திருடிய பிறகு வசவுகளை முணுமுணுத்துக்கொண்டே அவள் எல்லா இடங்களிலும் தேடுவதைப் பார்ப்பது எனக்குப் பிடிக்கும். நாங்கள் இன்னமும் அல்ஜேயில் இருந்தபோது, மூசா இறந்த சில மாதங்களுக்குப் பிறகு, ஒரு இரவில் அம்மா தூங்குவதற்காக நான் காத்திருந்து, மளிகைச் சாமான்கள் வைத்திருந்த அவளுடைய பெட்டியின் சாவியைத் திருடி, அவள் அங்கே வைத்திருந்த சர்க்கரையைக் கிட்டத்தட்ட முழுவதுமாகத் தின்றுவிட்டேன். மறுநாள் காலையில் பதறியடித்துத் தனக்குள்ளே புலம்பிக்கொண்டு விரல் நகங்களால் முகத்தைக் கீறிக்கொண்டு தன் நிலையைச் சொல்லி அழுதாள்: காணாமல்போன கணவன், கொல்லப்பட்ட ஒரு மகன், கொடூர மகிழ்ச்சியுடன் தன்னைப் பார்த்துக்கொண்டிருந்த இன்னொரு மகன். ஆமாம், எனக்கு அதெல்லாம் நினைவில் இருக்கிறது, அவள் உண்மையாக அல்லல்படுவதை ஒருமுறையாவது பார்ப்பதில் ஒரு வினோத ஆனந்தத்தை உணர்ந்தேன். என் இருத்தலை நிரூபிக்க அவளை நான் ஏமாற்றமடையச் செய்ய வேண்டியிருந்தது. ஒரு விதியைப் போல அது இருந்தது. இந்தப் பிணைப்பு எங்களைக் கட்டிப்போட்டது, சாவை விட ஆழமாக.

ஒருநாள், இளவயது இமாம் ஒருவரின் மேற்பார்வையில் வீட்டுக்கு அருகில் குழந்தைகள் காப்பகம்போல் செயல்பட்டுவந்த மசூதி ஒன்றுக்கு நான் போக வேண்டும் என்றாள். அது கோடைக்காலம். அம்மா என் முடியைப் பிடித்துத் தெருவரை இழுத்துவர வேண்டியிருந்தது: கொடுமை யான வெயில். வெறிபிடித்தவன்போல் போராடி, வெற்றிகரமாகத் தப் பித்து, பிறகு அவளைப் பார்த்துத் திட்டினேன். பிறகு, என்னைத் தாஜா பண்ணுவதற்காக அவள் கொடுத்திருந்த திராட்சைக் கொத்தைக் கையில் வைத்துக்கொண்டு ஓடினேன். ஓடும்போது தடுக்கிக் கீழே விழுந்ததில் திராட்சைகள் மணலில் விழுந்து நசுங்கின. உடலிலிருந்த கண்ணீர் முழு வதையும் சிந்தி அழுதேன், இறுதியில், முற்றிலும் மனம் நொந்து மசூதிக்குப் போய்ச் சேர்ந்தேன். எனக்கு என்னவாயிற்று என்று தெரியாது, ஆனால், இமாம் நான் அழுததன் காரணத்தை என்னிடம் கேட்டபோது, என்னை இன்னொரு பொடியன் அடித்துவிட்டான் என்று புகார்செய்தேன். அது தான் என் வாழ்வின் முதல் பொய் என்று நினைக்கிறேன். சொர்க்கத்தின் மறுக்கப்பட்ட பழத்தைத் திருடித் தின்ற சொந்த அனுபவம். அந்தக்

கணத்திலிருந்துதான் தந்திரக்காரனாகவும் ஏமாற்றுக்காரனாகவும் மாறி வளரத் தொடங்கினேன். அதாவது, என்னுடைய முதல் பொய் என்ற குற்றத்தைக் கோடைக்காலப் பகல் பொழுது ஒன்றில் செய்தேன். உன்னு டைய கொலையாளி கதாநாயகனைப் போலவே—அலுப்பு மிகுதியில், தனியனாக, தன்னுடைய தடயங்களையே கூர்ந்து பார்த்து, சுற்றிச்சுற்றி வந்துகொண்டு, அராபியர்களின் உடலை மிதித்துக்கொண்டு, வாழ்க்கை யின் அர்த்தத்தைத் தேட முயல்பவனாக.

அராபியன். அராபியனாக என்னை நான் ஒருபோதும் உணர்ந்த தில்லை, தெரியுமா? வெள்ளைக்காரர்கள் பார்வையில் மட்டும் இருக்கும் நீக்ரோத்தனம் போலத்தான் அதுவும். எங்கள் பேட்டையில், எங்களுடைய உலகத்தில், ஒருவர் முஸ்லிமாக இருப்பார், இயற்பெயர் இருக்கும், அவருக் கென்று ஒரு முகமும் பழக்கவழக்கங்களும் இருக்கும். அவ்வளவுதான். மற்றவர்கள் 'அந்நியர்கள்', எங்களுக்குச் சோதனையாக இருப்பதற்காக இறைவனால் அனுப்பப்பட்ட ரூமிகள், எப்படியும், அவர்களுடைய இறுதி நாட்களும் எண்ணப்பட்டுக்கொண்டிருக்கின்றன: ஒரு நாள் இல்லையேல் மறுநாள் அவர்கள் கிளம்பிப்போய்விடுவார்கள். அது நிச்சயமாக இருந்தது. ஆகவேதான், அவர்களிடம் நாங்கள் எதுவும் சொல்லவில்லை, அவர்கள் முன்னால் வாய் பேசாமல், சுவரில் முதுகைச் சாய்த்தபடி காத்துக்கொண் டிருந்தோம். உன்னுடைய எழுத்தாளன்-கொலையாளி நினைத்தது தவறு, என் அண்ணனுக்கும் அவனுடைய சகாவுக்கும் அவர்களைக் கொலை செய்யும் எண்ணமே கிடையாது, அவனையோ அல்லது கூட்டிக்கொடுக் கும் அவனுடைய நண்பனையோ. அவர்கள் காத்துக்கொண்டு மட்டுமே இருந்தார்கள். அவர்கள் எல்லோரும் கிளம்பிப் போவதற்காகக் காத்துக் கொண்டிருந்தார்கள்—அவன், அந்தக் கூட்டிக்கொடுப்பவன், இன்னும் பல்லாயிரக்கணக்கானவர்கள். எங்கள் எல்லோருக்கும் அது தெரிந்திருந்தது, அதுவும் எங்கள் இளம் பிராயத்திலிருந்தே, அதைப் பற்றிப் பேசக்கூடத் தேவையிருக்கவில்லை, முடிவில் எப்படியும் அவர்கள் போய்விடுவார்கள் ஐரோப்பியர் வசிக்கும் பேட்டைக்கு நாங்கள் எப்போதாவது போக நேர்ந்தால், ஒவ்வொரு வீட்டையும் சுட்டிக்காட்டி, போரில் அனாமத் தாகக் கிடைக்கும் பொருளைப் போல் எங்களிடையே பங்கிட்டுக் கொள்வதில் மகிழ்ச்சியடைவோம்: "இது எனக்கு, நான்தான் முதலில் இதைத் தொட்டேன்!" என்று எங்களில் ஒருவன் சொல்ல, எது யாருக்கு என்ற போட்டி தொடங்கும். இதெல்லாம் ஐந்து வயதிலேயே! அதைப் பற்றி நினைத்துப்பார்த்தாயா? சுதந்திரத்துக்குப் பிறகு என்ன நடக்கப் போகிறது என்று எங்களுக்குள் ஏதோ ஒரு உள்ளுணர்வு இருந்ததைப் போல, ஆனால், ஆயுதங்கள் இல்லாமல்.

ஆகவே, என்னுடைய அண்ணன் ஒரு 'அராபியனாக' இருந்து, அதனா லேயே கொல்லப்படுவதற்கு உன்னுடைய கதாநாயகனின் கண்ணோட்டம் தேவைப்பட்டது. 1942 கோடைக்காலத்தில் அந்தச் சாபக்கேடான காலை யில், நான் ஏற்கனவே உன்னிடம் பலமுறை சொல்லியிருந்ததைப் போல, தான் சீக்கிரமே வீடு திரும்பப்போவதாக மூசா அறிவித்திருந்தான். அது எனக்குக் கொஞ்சம் வெறுப்பூட்டியது. ஏனென்றால், தெருவில் நான் விளையாடும் நேரம் குறைந்துவிடும். அன்று மூசா நீல நிறப் பணிமேலுடை யும் கான்வாஸ் காலணியும் அணிந்திருந்தான். பால் கலந்த காப்பியைக் குடித்துவிட்டு, தன்னுடைய நாட்குறிப்பின் பக்கங்களைப் புரட்டுவதைப் போல சுவர்களைப் பார்த்துவிட்டு, தன்னுடைய நிகழ்ச்சி நிரலையும், நண்பர்களில் ஒருவனைச் சந்திக்கப்போகும் சரியான நேரத்தையும்கூட ஒருவேளை முடிவு செய்துவிட்ட பிறகு, சட்டென்று எழுந்தான். எல்லா நாட்களுமே கிட்டத்தட்ட இப்படித்தான் இருந்தது: காலையில் வெளியே கிளம்பிப் போவது, துறைமுகத்திலோ அங்காடியிலோ வேலை இல்லாத போது, சோம்பேறித்தனத்தில் பல மணி நேரம். "நீ வரும்போது ரொட்டி வாங்கி வருவாயா?" என்ற தாயாரின் கேள்விக்குப் பதிலே இல்லாமல் மூசா தனக்குப் பின்னால் கதவை அடித்துச் சாத்தினான்.

குறிப்பாக ஒரே ஒரு விஷயம் மட்டும் என்னை உறுத்திக்கொண்டிருக் கிறது: இந்தக் கடற்கரைக்கு எப்படி என் அண்ணன் போனான் என்பது. ஒருபோதும் இது எவருக்கும் தெரியப்போவதில்லை. அளவிட முடியாத ஒரு புதிர் இந்த விவரம். அடுத்து, ஒரு மனிதன் எப்படித் தன் இயற்பெயரை யும், பிறகு தன் உயிரையும், பின்னர் தன்னுடைய பிரேதத்தையும்கூட ஒரே நாளில் இழக்க முடியும் என்று வியப்படையும்போது தலைசுற்றும். அடிப்படையில் எல்லாம் அப்படித்தான், ஆமாம். இந்தக் கதை—நான் இப்போது ஆடம்பரமான பாணியில் சொல்லப்போகிறேன்—அந்தக் கால கட்டத்தில் எல்லோருடைய கதையும்தான். தன் சுற்றத்தாருக்கும் தன் னுடைய பேட்டை வாசிகளுக்கும் அவன் மூசா; ஆனால், எல்லாவற்றை யும், தன் இயற்பெயரிலிருந்து தொடங்கி, கண்காணாத ஒரு மூலைக்கு அடித்துச் செல்லப்பட்டு இழப்பதற்கு, அவன் நகரில் பிரெஞ்சுக் காலனி யர் இருந்த பகுதியில் ஒரு சில மீட்டர் போனாலோ, அவர்களில் எவனா வது ஒருவன் பார்வையில் பட்டுவிட்டாலோ போதும். பார்க்கப்போனால், அன்றைய தினம் எப்படியோ அளவுக்கு மீறி சூரியனிடம் அவன் நெருங் கிப் போனதைத் தவிர, வேறெதுவும் செய்யவில்லை. எனக்குத் தெரிந்த வரையில் புல்லாங்குழல் வாசிக்கும் லார்பி என்ற அவனுடைய நண்பன் ஒருவனும் அவனுடன் இருந்திருக்க வேண்டும். என் அம்மாவை, காவல் துறையை, இந்த விவகாரங்களை ஏன், உன் புத்தகத்தின் கதையையும்கூட அவன் தவிர்ப்பதற்காகக் காணாமல்போயிருந்திருக்க வேண்டும். ஆக, மீத

மிருப்பது அவனுடைய பெயர்தான், வினோதமான எதிரொலி: லார்பி, அராபியன்[1] போலியான ஒரு இரட்டையன், இதைவிட அநாமதேயமாக இருக்க முடியாது... ஆமாம், சரிதான், மிஞ்சியிருப்பது அந்த வேசி மகள்! நான் ஒருபோதும் அவளைப் பற்றிப் பேசுவதில்லை, ஏனென்றால், அது உண்மையிலேயே கேவலம். உன்னுடைய கதாநாயகன் உருவாக்கிய கதை. தொழில்முறை விலைமாது, அவளுக்காகப் பழிவாங்க நினைக்கும் அண் ணன் போன்ற சாத்தியமேயில்லாத ஒரு கட்டுக்கதையை உன் கதாநாய கன் உருவாக்குவது அவசியம்தானா? தினசரியின் துணுக்குச் செய்தி ஒன்றை வைத்துக்கொண்டு மகத்தான துன்பியலை உருவாக்கவோ, ஒரு தீ விபத்தை அடுத்துப் பைத்தியக்காரப் பேரரசனுக்கு உயிர்கொடுக்கவோ முடிந்த உன் கதாநாயகனின் திறமையை நான் ஒப்புக்கொள்கிறேன், ஆனால், இந்த இடத்தில் அவன் எனக்கு ஏமாற்றமளித்தான் என்று உனக்கு உறுதியாகச் சொல்வேன். எதற்காக ஒரு வேசி? மூசாவின் நினை வுக்கு அவப்பெயர் சேர்த்து, அவனை அசிங்கப்படுத்தி, அதன் மூலம் தன் னுடைய தவறைக் குறைப்பதற்காகவா? இன்று எனக்கும் அப்படித்தான் சந்தேகம் எழுகிறது. தெளிவில்லாத பாத்திரங்களை உருவாக்கும் ஒரு கோணல் புத்தியின் செயல்பாடுதான் அது என்று நம்புகிறேன். இந்த நாடும், இந்த மண்ணும் இரண்டு கற்பனைப் பெண்கள் உருவில்: புகழ் பெற்ற மாரி, நம்ப முடியாத வெகுளித்தனம் என்ற கண்ணாடி வீட்டில் வளர்க்கப்பட்டவள்; மூசா அல்லது ஸூஜின் சகோதரி என்று சொல்லப் பட்டவளோ, வாடிக்கையாளர்கள், போவோர் வருவோரெல்லாம் பயன் படுத்தி, வன்முறையும் ஒழுக்கமின்மையும் நிறைந்த தரகன் ஒருவனால் காப்பாற்றப்படும் நிலைக்குத் தள்ளப்பட்டவள்; இந்த மண்ணின் தொன் மையான குறியீடு. தன்னுடைய கௌரவத்தைக் காக்கப் பழிவாங்குவ தைக் கடமையாகக் கொண்டிருந்த ஒரு அண்ணனைப் பெற்றிருந்த வேசி. சில பத்தாண்டுகளுக்கு முன் நீ என்னைச் சந்தித்திருந்தால் வேசியையோ அல்ஜீரிய மண்ணையோ பற்றியும், அவற்றைத் தவறாகப் பயன்படுத்தி பல முறை கற்பழித்தும் வன்முறையில் ஈடுபட்டும் இருந்த காலனியர்களைப் பற்றியும் வேறு ஒரு கதை வடிவத்தை அளித்திருப்பேன். ஆனால், இப் போது தள்ளியிருந்து பார்க்கிறேன். என் அண்ணன் ஸூஜுக்கோ எனக்கோ ஒருபோதும் சகோதரியே இருந்ததில்லை, அவ்வளவுதான்.

மீண்டும்மீண்டும் வியப்படைவதை என்னால் தவிர்க்க முடியவில்லை. அன்றைய தினம் ஏன் மூசா அந்தக் கடற்கரையில் இருக்க வேண்டும்? எனக்குத் தெரியாது. வேலையில்லாமல் இருந்தான் என்பது சுலபமான ஒரு விளக்கம், அதை விதி என்று சொல்வது ஆடம்பரமானது... ஒருவேளை

---

1 பிரெஞ்சு மொழியில் Arabian என்ற எழுத்துகளைச் சற்றே மாற்றிப் போட்டால் arbi என்று உச்சரிக்க முடியும்.

எல்லாவற்றையும் பார்க்கும்போது உண்மையான கேள்வி இதுவாக இருக்குமோ: **உன்னுடைய** கதாநாயகன் இந்தக் கடற்கரையில் என்ன செய்துகொண்டிருந்தான்? குறிப்பாக அந்த நாள் மட்டும் என்றில்லை, பொதுவாக நீண்ட காலமாகவே! ஒளிவு மறைவின்றிச் சொல்வதானால், அரை நூற்றாண்டாக. என்னை நம்பு, நான் மற்ற எல்லோரையும் போல அல்ல. அவன் பிரெஞ்சுக்காரனாகவும் நான் அல்ஜீரியனாகவும் இருக்கிறோம் என்பது ஒரு பொருட்டல்ல, ஆனால், அவனுக்கு முன்பாகவே மூசா கடற்கரைக்கு வந்துவிட்டான் என்பதையும் உன்னுடைய கதாநாயகன்தான் அவனைத் தேடி அங்கு வந்தான் என்பதையும் தவிர. புத்தகத்தில் அந்தப் பத்தியைப் படித்துப்பார். கிட்டத்தட்ட தற்செயலாகவே அந்த இரண்டு அராபியர்களை அங்கே எதிர்கொண்டதில் தடுமாறிப்போய்விட்டதாக அவனே ஒப்புக்கொண்டிருக்கிறான். நான் சொல்லவருவது என்னவென்றால் கொலைகாரச் சோம்பேறித்தனத்துக்கு அவனை இட்டுச்சென்றிருக்கக் கூடாத விதமான வாழ்க்கை உன் கதாநாயகனுக்கு அமைந்திருந்தது. அவன் பிரபலமாகத் தொடங்கியிருந்தான், இளைஞனாக, சுதந்திரமாக, நல்ல சம்பளத்துடனும், எல்லாவற்றையும் நேருக்கு நேர் எதிர்கொள்ளும் திறனையும் பெற்றிருந்தான். அவன் ஏற்கனவே பாரிஸில் குடியேறியிருந்திருக்க வேண்டும், அல்லது மாரியைத் திருமணம் செய்துகொண்டிருந்திருக்க வேண்டும். அவன் சரியாக அன்றைய தினம் எதற்காக இந்தக் கடற்கரைக்கு வர வேண்டும்? விளக்கப்பட முடியாதது என்னவென்றால் அந்தக் கொலை மட்டுமல்ல, அந்த மனிதனின் வாழ்க்கையும்கூடத்தான். இந்த நாட்டின் ஒளியின் தன்மையை அற்புதமாக விவரித்து, ஆனால், அதே சமயம், கடவுள்கள், நரகங்கள் என்று எதுவுமே இல்லாத ஒரு அப்பாலில் மாட்டிக்கொண்டிருக்கும் ஒரு பிரேதம். கண்கூச வைக்கும், சுழன்றுகொண்டிருக்கும் அன்றாட வாழ்க்கையைத் தவிர, வேறெதுவுமில்லை. அவனுடைய வாழ்க்கையா? அவன் கொலை செய்யாமல், எழுதாமல் இருந்திருந்தால், யாருக்குமே அவனை ஞாபகம் இருக்காது.

எனக்கு இன்னும் கொஞ்சம் குடிக்க வேண்டும். அவனைக் கூப்பிடு.

ஏ, மூசா!

ஏற்கனவே பல ஆண்டுகளாக இருந்ததைப் போலவே இன்று என் கணக்கைக் கூட்டிக் கழித்து, என்னுடைய பட்டியல்களைப் பார்க்கும்போது கொஞ்சம் வியப்புதான் மிஞ்சுகிறது. முதலாவதாக, அப்படி ஒரு கடற்கரையே உண்மையில் இல்லை, அடுத்து, மூசாவின் சகோதரி என்று சொல்லப்படுபவள் ஒரு குறியீடு அல்லது கடைசி நிமிஷத்தில் சேர்க்கப்பட்ட கேவலமான ஒரு சாக்கு. அடுத்து, கடைசியாக, சாட்சியங்கள்: ஒருவர் பின் ஒருவராகப் பார்த்தால் புனைபெயர் கொண்டவர்கள், போலியான அக்கம்பக்கத்தவர்கள், வெறும் நினைவுகள் அல்லது குற்றம் நடந்தபின்

ஓடிப்போனவர்கள் என்றெல்லாம் தெரியவரும். அந்தப் பட்டியலில் மிஞ்சி யிருப்பது இரண்டு ஜோடிகளும் ஒரு அனாதையும். ஒரு பக்கம், உன் னுடைய மெர்சோவும் அவனுடைய அம்மாவும்; மூசாவும் அம்மாவும் மறு பக்கத்தில், இவர்களுக்கு மத்தியில், இந்த இருவரில் யாருக்கும் மகனாக இருக்கத் தெரியாமல் உன்னுடைய கவனத்தைக் கவர முயன்று இந்த மதுக்கூடத்தில் உட்கார்ந்துகொண்டிருக்கும் நான்.

இந்தப் புத்தகத்தின் வெற்றி அப்படியே உருக்குலையாமல் இருக்கிறது, உன்னுடைய ஆர்வத்தைப் பார்க்கும்போதே தெரிகிறது, ஆனால், இது ஒரு பயங்கர ஏமாற்று வேலை என்று நான் நினைப்பதை உனக்கு மீண்டும் சொல்கிறேன். நாட்டின் சுதந்திரத்துக்குப் பின், உன் கதாநாயகனின் புத் தகங்களைப் படிக்கப்படிக்க, நானோ என்னுடைய தாயாரோ அழைக் கப்பட்டிருக்காத ஒரு விழா அரங்கின் ஜன்னல் கண்ணாடியில் முகத்தை அழுத்திக்கொண்டிருப்பதைப் போன்ற உணர்வுதான் மேலும்மேலும் ஏற் படுகிறது. நாங்கள் இல்லாமலேயே எல்லாம் நடந்துவிட்டிருந்தது. எங்க ளுடைய துக்க அனுசரிப்பின் தடயமோ அதற்குப் பின் எங்களுக்கு என்ன ஆயிற்று என்பதோ தெரியவே இல்லை. எதுவுமே கொஞ்சம்கூட இல்லை, நண்பனே! கொளுத்தும் வெயிலில் நடந்த அந்தக் கொலையையே உலகம் ஓயாமல் பார்த்துக்கொண்டிருக்கிறது, யாருமே எதையுமே பார்க்கவில்லை, யாருமேதான்! அதற்காகக் கொஞ்சம் கோபமடையலாம், அல்லவா? உன் னுடைய கதாநாயகன் புத்தகம் எழுதும் அளவுக்குப் போகாமல் வெறுமனே அதைப் பற்றிப் பீத்திக்கொள்வதோடு இருந்திருக்கலாம்! அந்த நாட்களில் அவனைப் போலப் பல்லாயிரக்கணக்கில் இருந்தார்கள், ஆனால், அவ னுடைய திறமைதான் அதைக் கச்சிதமான குற்றமாக ஆக்கியது.

அதோ பார், அந்த ஆவி இன்று மாலை வரவில்லை. தொடர்ந்து இரண்டு இரவுகளாக. அவன் இறந்தவர்களுக்கு வழியைக் காட்டிக் கொண்டோ, யாருக்குமே புரியாத புத்தகங்களைப் படித்துக்கொண்டோ இருக்க வேண்டும். ●

வேண்டாம், பால் கலந்த காப்பி எனக்குப் பிடிக்காது! அந்தக் கலவை மீது எனக்குப் பயங்கர வெறுப்பு.

மேலும், வெள்ளிக்கிழமையும் எனக்குப் பிடிக்காத ஒன்று. பெரும் பாலும், அந்த நாளன்றுதான் என் வீட்டு பால்கனியில் உட்கார்ந்தபடி தெருவையும் மக்களையும் மசூதியையும் பார்த்துக்கொண்டிருப்பேன். நான் அதோ அங்கே மூன்றாம் மாடியில் வசிக்கிறேன், இருபது ஆண்டு களாக என்று நினைக்கிறேன். எல்லாமே ஆட்டம் கண்டுவிட்டிருக்கிறது. பால்கனியிலிருந்து குனிந்து கீழே சிறு வயதினர் விளையாடிக்கொண் டிருப்பதை நான் பார்க்கும்போது, பழைய தலைமுறையினரை மலையின் விளிம்புக்குத் தள்ளும் புதிய, பெருகிக்கொண்டே வரும் தலைமுறையை நேரில் பார்ப்பதைப் போல எனக்குத் தோன்றுகிறது. வெட்கக்கேடுதான், ஆனால், அவர்களைப் பார்த்தால் எனக்கு வெறுப்பு ஏற்படுகிறது. என்னிட மிருந்து எதையோ பறித்துக்கொண்டுபோகிறார்கள். நேற்று நான் சரியாகத் தூங்கவில்லை.

என்னைப் பொறுத்தவரை மதம் என்பது நான் ஒருபோதும் பயன் படுத்திக்கொள்ளாத பொதுப் போக்குவரத்துச் சாதனம். தேவைப்பட்டால் கால்நடையாகவே அந்த இறைவனை நோக்கிப் போவேன், ஆனால், ஏற்பாடு செய்யப்பட்ட உல்லாசப் பயணமாக அல்ல. சுதந்திரத்துக்குப் பிறகுதான் நான் வெள்ளிக்கிழமைகளை வெறுப்பதாக நினைக்கிறேன். நான் மத நம்பிக்கை உள்ளவனா? கண்கூடானவற்றை வைத்துக்கொண்டு இந்தத் தெய்வீகப் பிரச்சினைக்குத் தீர்வு கண்டுவிட்டேன்: என்னுடைய நிலைமையைப் பற்றி வாயடித்துக்கொண்டிருந்தவர்களின்—தேவதைகள், இறைவன்கள், சாத்தான்கள், புத்தகங்கள் இவர்களின்—மத்தியில் இன்னல், சாக வேண்டிய கட்டாயம், வேலை, நோய்கள் இவற்றையெல்லாம் நான் மட்டுமே அறிந்திருந்தேன் என்று மிக இளைய வயதிலேயே புரிந்து கொண்டேன். மின் கட்டணத்தைக் கட்டுவதும் நானே, கடைசியில் புழுக் களால் உண்ணப்படுவதும் நானே. சரி, எப்படியோ தொலையட்டும்! ஆகவே, நான் மதங்களையும் அடிபணிதலையும் வெறுக்கிறேன்.

என் தந்தையா? ஆமாம், அவரைப் பற்றி எனக்குத் தெரிந்ததையெல் லாம் நான் ஏற்கனவே உனக்குச் சொல்லிவிட்டேன். முகவரியை எழுது வதைப் போல என் பள்ளிக்கூட நோட்டுப் புத்தகத்தில் அவருடைய

பெயரை எழுதக் கற்றுக்கொண்டேன். குடும்பப் பெயர். வேறெதுவும் இல்லை. அவருடைய சுவடு வேறு எதுவுமே இல்லை, பழைய கோட்டோ அல்லது ஒரு புகைப்படமோ என்னிடம் இல்லை. அவருடைய முகத் தோற்றம், குணங்கள் இவற்றை எனக்கு விவரிக்கவோ, அவருக்கு ஒரு உடலமைப்பை அளிக்கவோ, அவரைப் பற்றிச் சிறு நினைவுகளையாவது என்னுடன் பகிர்ந்துகொள்ளவோ அம்மா எப்போதும் மறுத்துவந்தாள். அவருடைய தோற்றத்தின் சாயலில் எனக்குச் சித்தப்பாவோ, பெரியப் பாவோ அல்லது அவருடைய சுற்றத்தாரோ யாரும் இல்லை. எதுவுமே கிடையாது. சிறுவனாக இருந்தபோது நான் அவரை மூசாவைப் போல, ஆனால், பெரியவராக, கற்பனைசெய்திருந்தேன். பிரம்மாண்டமாக, ஆஜானுபாகுவாக, பிரபஞ்ச ரௌத்திரம் அடையக் கூடியவராக, உலகத் தின் வரப்பில் உட்கார்ந்துகொண்டு தன்னுடைய இரவுக் காவலாளர் பணியைச் செய்பவராக. என்னுடைய கருத்துப்படி அவர் ஓடிப்போனது சலிப்பு மிகுதியால் அல்லது கோழைத்தனத்தால் என்பதுதான். பார்க்கப் போனால், நானும் ஒருவேளை அவரைப் போலத்தான். என் குடும்பம் என்று ஒன்று வரும் முன்பே நான் அதை விட்டுச் சென்றுவிட்டேன், ஏனென்றால், நான் திருமணம் செய்துகொள்ளவேயில்லை. நிறையப் பெண்களைக் காதலித்திருக்கிறேன் என்பது உண்மைதான், ஆனால், என் தாயாருடன் என்னைப் பிணைத்திருந்த சுமையான, மூச்சுத்திணறும் ரக சிய முடிச்சிலிருந்து என்னை எதுவுமே விடுவிக்கவில்லை. இத்தனை ஆண்டுகளின் பிரம்மச்சரியத்துக்குப் பிறகு, கீழ்க்கண்ட முடிவுக்கு நான் வந்திருக்கிறேன்: பெண்களின் மேல் பெரும் அவநம்பிக்கையை எப்போ தும் வளர்த்துவந்திருக்கிறேன். அடிப்படையில், அவர்களை நான் நம்பி யதே இல்லை.

தாயார், மரணம், காதல்[1]—இந்த மூன்று கவர்ச்சித் துருவங்களை எல் லோருமே ஒருவித, சமமற்ற விகிதத்தில் பகிர்ந்துகொள்கிறார்கள். உண்மை என்னவென்றால், என்னுடைய சொந்தத் தாயாரிடமிருந்து அல்லது அவள் மீது நான் கொண்டிருந்த ஊமைக் கோபத்திலிருந்து என்னை விடுவிக் கவோ, அல்லது வெகு நாட்களாக நான் போகுமிடமெல்லாம் என்னைத் தொடர்ந்து வந்த அவளுடைய பார்வையிலிருந்து என்னைக் காக்கவோ எந்தப் பெண்ணாலும் ஒருபோதும் முடிந்ததேயில்லை. மௌனமாகத் தொடர்ந்த பார்வை. நான் ஏன் மூசாவின் உடலைக் கண்டுபிடிக்கவில்லை, அல்லது அவனுக்குப் பிறகும் நான் ஏன் உயிர்பிழைத்திருக்கிறேன், அல் லது நான் ஏன் இந்த உலகத்தில் தோன்றினேன் என்றெல்லாம் ஏதோ என்னிடம் கேட்பதைப் போல. தவிர, பெண்கள் அடக்கமாக இருக்க வேண்டும் என்று அந்த நாட்களில் நிலவிவந்ததையும் சேர்த்துக்கொள்ள

---

[1] லா மேர் = தாயார்; லா மோர் = மரணம்; லாமூர் = காதல்.

வேண்டும். அணுகும் வகையில் பெண்களைப் பார்ப்பது அரிதாக இருந் தது; ஹஜூத் போன்ற கிராமங்களில் முகத்தை மூடிக்கொள்ளாமல் போகும் பெண்களைப் பார்க்கவே முடியாதென்றால், அவர்களுடன் பேசு வது என்பது அதைவிடக் கடினம். என்னுடைய சுற்றுவட்டாரத்தில் எனக்கு எந்த அத்தை மகளும் இருக்கவில்லை. என் வாழ்க்கையில் காதல் விவகாரத்தைப் போல ஓரளவு தோன்றக் கூடியதாக இருந்தது மெரியெத் துடன் எனக்கு ஏற்பட்ட அனுபவம் ஒன்றுதான். என்னைக் காதலிக்கத் தேவையான பொறுமையைக் கண்டறிந்து என்னை வாழ்க்கைக்குள் அழைத்துவந்த ஒரே ஒரு பெண். 1963 கோடைக்காலத்துக்குச் சற்று முன்பாகத்தான் அவள் எனக்கு அறிமுகமானாள். சுதந்திரத்துக்குப் பின் இருந்த உற்சாக நிலையில் எல்லோரும் மிதந்துகொண்டிருந்தார்கள். இன்றும்கூட அவ்வப்போது என்னை விட்டு நீங்காத கனவுகளில் வரும் அவளுடைய கட்டுக்கடங்காத முடியும், ஆர்வம் மிகுந்த கண்களும் என் நினைவில் இருக்கின்றன. மெரியெமுடனான இந்த விவகாரத்துக்குப் பிறகு, பெண்கள் என்னிடமிருந்து விலகிப்போகிறார்கள் என்றும், நான் ஒரு நல்ல துணைவனாக இல்லாமல் வேறொரு பெண்ணின் மகனாகவே இருக் கிறேன் என்பதை உள்ளுணர்வு மூலம் அறிந்துகொண்டதைப் போல என் னைத் தவிர்த்துவிட்டு வேறு பாதையில் செல்கிறார்கள் என்றும் நான் புரிந்து கொண்டேன். என்னுடைய தோற்றமும் எனக்கு உதவியாக இருக்கவே யில்லை. நான் என் உடலைப் பற்றிச் சொல்லவில்லை, ஒரு பெண் ஆணிடம் எதை ஊகித்துப்பார்க்கிறாள், எதை விழைகிறாள் என்பதைப் பற்றிச் சொல்கிறேன். அரைகுறையானவற்றைப் பற்றிய ஒருவித உள்ளுணர்வு பெண்களுக்கு இருக்கிறது, தன்னுடைய வாலிபப் பருவச் சந்தேகங்களில் இன்னும் உழன்றுகொண்டிருக்கும் ஆண்களை அவர்கள் தவிர்க்கிறார்கள். என்னுடைய தாயாரைக் கிட்டத்தட்ட ஒருபோதும் பார்த்திருக்காவிட்டாலும், என்னுடைய தயக்கங்கள், மௌனங்கள் இவற் றுடன் மோதிக்கொள்ளும்போது மட்டுமே அவளை உண்மையாகத் தெரிந்துகொண்டாலும், என் தாயாரை மீறி நடக்க விரும்பியவள் மெரி யெம் ஒருத்திதான். இந்தக் கோடைக்காலத்தில் நானும் அவளும் ஒரு பத்து முறை சந்தித்துக்கொண்டோம். மற்றபடி சில மாதங்களாக நீடித்த கடிதப் போக்குவரத்து சற்று ஊட்டமளித்து, பிறகு எனக்கு அவள் எழுதுவதை நிறுத்தி, பின்னர் எல்லாமே கரைந்துபோய்விட்டது. மரணமோ, திரு மணமோ, முகவரி மாற்றமோ காரணமாக இருக்கலாம். யாருக்குத் தெரி யும்? எங்கள் பேட்டையில் இருந்த ஒரு தபால்காரரை நான் அறிவேன்: நாள் முடிவில், தான் பட்டுவாடா செய்யாத கடிதங்களை அவர் வீசி எறி வதை வழக்கமாகக் கொண்டிருந்ததால் அவர் கடைசியில் சிறைவாசத்தை அனுபவித்தார்.

இன்று வெள்ளிக்கிழமை. என்னுடைய நாள்காட்டியில் சாவுக்கு மிகவும் அருகில் இருக்கும் நாள். மக்கள் மிகவும் கேலிக்குரிய வகையில் உடையணிந்து, இரவு நேரத்தில் அணியும் பைஜாமாக்களுடனேயே தெருவில் நடமாடி, நாகரிகத்தின் கட்டாயங்களிலிருந்து விலக்கு அளிக்கப்பட்டவர்களைப் போலச் சாதாரணச் செருப்புகளை அணிந்து போகிறார்கள். எங்கள் நாட்டில் மதநம்பிக்கை மக்களின் தனிப்பட்ட சோம்பேறித்தனத்தை ஊக்குவித்து, ஒவ்வொரு வெள்ளிக்கிழமையும் மகத்தான அசிரத்தையை அனுமதிக்கிறது—இறைவனைச் சந்திப்பதற்குக் கசங்கிய ஆடைகளுடன் காமாசோமாவென்று போனால் போதும் என்பதைப் போல. வரவர மக்கள் எவ்வளவு மோசமாக உடுத்திக்கொள்கிறார்கள் என்பதைக் கவனித்தாயா? கவனமில்லாமல், நேர்த்தியில்லாமல், வண்ணங்கள், நயங்கள். இவற்றிடையேயான இயைபு குறித்த கவலையில்லாமல். எதுவுமில்லை. சிவப்புத் தலைப்பாகைகள், கோட்டு, பட்டாம்பூச்சி டை அல்லது பளபளக்கும் அழகான காலணிகள் அணிந்த என்னைப் போன்ற முதியவர்கள் அரிதாகிக்கொண்டே இருக்கிறார்கள். பொதுமக்களுக்கான பூங்காக்களைப் போல இவர்களும் மறைந்துகொண்டேவருகிறார்களோ. பாரிஸிலிருந்து வரும் என் நண்பரே, வெள்ளிக்கிழமைகளில் இந்தக் காட்சியை எல்லா இடங்களிலும் பார்க்கலாம். பல ஆண்டுகளாக, கிட்டத்தட்ட எப்போதும், இதே காட்சிதான். அண்டை வீட்டாரெல்லாம் தூங்கியெழுந்து மெதுவாகப் போய்வந்துகொண்டிருக்க, அதற்கு வெகு நேரம் முன்பே சீக்கிரம் எழுந்துவிட்டிருந்த சிறுவர் கும்பல் என் உடல் மேல் மொய்த்துக்கொண்டிருக்கும் ஈக்களின் முட்டைகளைப் போல மொய்த்துக்கொண்டிருப்பார்கள். மீண்டும்மீண்டும் கழுவப்பட்டுக்கொண்டிருக்கும் புதிய கார். முடிவுறாத அந்தப் பகலில் பயனற்று வானில் தன் பாதையில் சென்றுகொண்டிருக்கும் சூரியன். சில சமயம் நான் நினைப்பதுண்டு: இப்போது இந்த மக்கள் தலைமறைவாகப் போகத் தேவையில்லாமல், இந்த மண் அவர்களுக்கே என்று ஆன பிறகு எங்கே போவது என்று அவர்களுக்குத் தெரியவில்லை. மக்களின் தொழுகை முடிந்தபின் நிலவும் ஒடுங்கிய சப்தம், இறைஞ்சுதல், ஜன்னல்மேல் பதிந்திருக்கும் அவர்களுடைய முகங்கள் இவற்றின் மூலம் அதை அறிந்துகொள்கிறேன். அபத்தம் பற்றிய பயத்தை ஆர்வ மிகுதியுடன் எதிர்கொள்ளும் அவர்களுடைய முகங்களின் நிறம் மூலமாகவும் அறிகிறேன். என்னைப் பொறுத்தவரை, வானை நோக்கி உயரும் எதுவுமே எனக்குப் பிடிக்காது, புவியீர்ப்பு விசைக்கு உட்பட்டவை மட்டுமே எனக்கு விருப்பம். மதங்களைக் கண்டாலே எனக்கு வெறுப்பு என்றுகூடச் சொல்வேன். எல்லா மதங்களையுமே! ஏனென்றால், உலக வாழ்வின் சுமையை அவை பொய்யாக்குகின்றன. அங்கே பால்கனிக்குக் கீழே போய்க்கொண்டிருக்கும் கும்பலைப்

பார்; தன்னுடைய உடல், தன்னுடைய ஆசை இவையெல்லாம் என்ன வென்றே இன்னும் தெரிந்திருக்காத, முகத்திரை அணிந்திருக்கும் அந்தச் சிறுமியைப் பார். இவர்களை வைத்துக்கொண்டு என்ன செய்ய?

வெள்ளிக்கிழமைகளில் எல்லா மதுக்கூடங்களும் மூடிக்கிடக்கும், எனக் குச் செய்ய எதுவுமிருக்காது. மக்கள் என்னை வினோதமாகப் பார்க்கிறார் கள், ஏனென்றால், இந்த வயதிலும் நான் யாரிடமும் எதுவும் இறைஞ்சுவ தில்லை, யாரிடமும் எதுவும் கைநீட்டிக் கேட்பதில்லை. சாவுக்கு இவ் வளவு அருகில் இருக்கும்போது இறைவனுக்கு அருகில் இருப்பதைப் போல உணராமல் இருப்பது என்பது இயல்பான ஒன்று அல்ல. ''அவர்களை மன்னியுங்கள் (ஆண்டவரே), தாங்கள் என்ன செய்கிறோம் என்பதை அவர்கள் அறியவில்லை.'' என் உடல் முழுவதையும் என் கைகளையும் கொண்டு இந்த வாழ்க்கையைத் தொற்றிக்கொண்டிருக்கிறேன், அதை இழக்கப்போவதும், அதற்கு அத்தாட்சியாக இருப்பதும் நான் மட்டுமே. சாவைப் பொறுத்தவரை, சில ஆண்டுகளுக்கு முன் அதற்கு அருகில் போனேன், ஆனால், அது ஒருபோதும் என்னை இறைவனிடம் நெருங்கிப் போகச் செய்யவில்லை. இன்னும் அதிக சக்தி வாய்ந்த, அதீத ஆர்வம் கொண்ட உணர்வுகளைப் பெறும் ஆசையை மட்டுமே அளித்து, என்னைப் பற்றிய புதிரின் ஆழத்தை அதிகரிக்க மட்டுமே செய்தது. எல்லோரும் ஒருவர் பின் ஒருவராக வரிசையில் நின்று சாவை நோக்கிச் செல்கிறார்கள், நானோ அங்கிருந்து வருகிறேன்; மறுபக்கத்தில் சூரியனுக்குக் கீழே வெறுமையான கடற்கரை மட்டுமேதான் இருக்கிறது என்று என்னால் சொல்ல முடியும். இறைவனைச் சந்திக்க அழைப்பு வந்து, சந்திக்கப் போகிற வழியில் தன் னுடைய காரைப் பழுதுபார்த்துக்கொண்டிருக்கும் ஒருவனுக்கு உதவி தேவைப்பட்டால் நான் செய்ய வேண்டியது என்ன? தெரியவில்லை. பழு தடைந்த காருடன் நிற்பவன் நான், புனிதத்தைத் தேடிக்கொண்டு போகும் வழிப்போக்கன் அல்ல. நகரத்தில் என்னவோ நான் மௌனத்தையே கடைப்பிடிக்கிறேன். எனக்கு அக்கம்பக்கத்திலிருப்பவர்களுக்கு என்னு டைய இந்தச் சுதந்திரப் போக்கு பிடிக்கவில்லை—அதைக் கண்டு பொறா மைப்பட்டு அதன் பலனை நான் அனுபவிப்பேன் என்று அவர்கள் விரும்பினாலும். நான் நெருங்கி வரும்போது குழந்தைகள் வாயை மூடிக் கொள்கிறார்கள், இன்னும் சிலர் நான் போகும் வழியில் வசைச் சொற்களை முணுமுணுக்கிறார்கள்—நான் திரும்பிப் பார்க்க முனைந்தால் ஓடிப் போகத் தயாராக இருக்கும் கோழைகள். இதுவே சில நூற்றாண்டுகளுக்கு முன்பாக இருந்தால், என்னுடைய நம்பிக்கைகளுக்காகவும், பொதுக் குப் பைத் தொட்டியில் கண்டெடுத்த வைன் பாட்டில்களுக்காகவும் என்னை ஒருவேளை உயிரோடு கொளுத்தியிருந்திருப்பார்கள். இன்று என்னைத் தவிர்க்கிறார்கள். இந்த எறும்புப் புற்றிடமும் அதன் தாறுமாறான நம்பிக்கை

களிடமும் எனக்குக் கிட்டத்தட்ட ஒருவித தெய்வீகப் பரிதாப உணர்வு தோன்றுகிறது. சில சமயங்களில் அவர்களுடைய புத்தகங்களை நான் புரட்டிப்பார்க்கிறேன், அந்தப் புத்தகம், அங்கே நான் பார்ப்பதெல்லாம் தேவைக்கு அதிகமானவை, திரும்பத்திரும்பச் சொல்லப்பட்டவை, புலம் பல்கள், மிரட்டல்கள், பகல் கனவுகள். இவையெல்லாம் ஒரு இரவு நேரக் காவலன், அஸ்ஸாஸ், ஒருதலைச் சொல்லாடலைக் கேட்பதைப் போல எனக்குத் தோன்றியது.

ஆ, வெள்ளிக்கிழமைகளே!

அந்த மதுபானக்கூட ஆவி மனிதன் இருக்கிறானே, நான் சொல்வதை இன்னும் நன்றாகக் கேட்பதற்காகவோ அல்லது என்னுடைய கதையைத் திருடுவதற்காகவோ தன்னுடைய பாணியில் நம்மைச் சுற்றிச்சுற்றி வந்து கொண்டிருப்பானே, வெள்ளிக்கிழமைகளில் அவனுக்கு எப்படிப் பொழுது போகிறது என்று வியக்கிறேன். கடற்கரைக்குப் போவானா? அல்லது திரைப்படத்துக்கா? அவனுக்குத் தாயார் இருக்கிறாளா? அல்லது ஆசை யுடன் முத்தமிட ஒரு மனைவி? அழகான புதிர், இல்லை? பொதுவாக, பாய்மரக் கப்பலின் தொய்ந்துபோன பாயைப் போல வெள்ளிக்கிழமை களில் வானம் தோன்றும் என்பதை, கடைகள் மூடிக்கிடக்கும் என்பதை, உச்சி வேளை நெருங்கும்போது உலகம் முழுவதுமே பாலையாக இருக்கும் என்பதையெல்லாம் கவனித்திருக்கிறாயா? அந்த வேளையில், நான் பொறுப்பாளியாக இருக்கும் ஒரு ரகசிய குற்றத்தைச் செய்துவிட்டிருந்த தைப் போல உணர்வேன். ஹஜுதில் இது போன்ற பயங்கரமான நாட் களை நான் பலமுறை அனுபவித்திருக்கிறேன், ஒவ்வொரு முறையும், ஆளே இல்லாத ரயில் நிலைய நடைமேடையில் தனியாக விடப்பட்ட வனைப் போன்ற உணர்வுடன்.

பல பத்தாண்டுகளாக இந்த பால்கனியில் நின்றுகொண்டு இந்த மக்க ளைக் கவனமாகப் பார்த்துக்கொண்டு இருந்திருக்கிறேன்: ஒருவரை யொருவர் கொலை செய்தபடி, மீண்டும் எழுந்து, முடிவில்லாமல் காத்துக் கொண்டு, தன்னுடைய புறப்பாடுகளின் கால அட்டவணை முன் தயங் கியபடி, தலையை அசைத்து, தனக்குள்ளேயே பேசிக்கொண்டு, பதற்றத் தில் இருக்கும் பயணியைப் போல, தன் பாக்கெட்டைச் சந்தேகத்துடன் துழாவி, கடிகாரத்தைப் பார்க்காமல் வானத்தைப் பார்த்து, இறைவனைக் கூடிய சீக்கிரமே பார்க்க வேண்டும் என்று ஒரு குழியைப் பறித்து, அதில் படுத்துக்கொள்ள வேண்டும் என்ற வினோதமான பக்திக்கு இரையாகு பவர்கள். அவர்களை இப்படிப் பலமுறை பார்த்த பிறகு இன்று அவர்கள் எல்லோரும் ஒரு தனிநபரே என்பதுபோல, நான் அந்தத் தனிமனிதரிடம் நீண்ட நேரம் பேசுவதைத் தவிர்த்து, பாதுகாப்பான தொலைவில் வைத்துப் பார்க்கிறேன். என் வீட்டு பால்கனி நகரத்தின் பொதுத் திடலை நோக்கிய

படி இருக்கிறது: விளையாட்டு மைதானத்தின் உடைந்த சறுக்குமரங்கள், சில அழுக்கான படிக்கட்டுகள், காற்றில் அடித்துவரப்பட்டு, மனிதர்களின் காலடியில் சிக்கிக்கொண்ட பிளாஸ்டிக் பைகள், என்னவென்று சொல்ல முடியாத துணிகளால் அலங்கரிக்கப்பட்ட வேறு சில பால்கனிகள், சில தண்ணீர்த் தொட்டிகள், டிஷ் ஆண்டெனா... பழக்கப்பட்ட சிறிய சித்தி ரங்களைப் போல அக்கம்பக்கத்தில் இருப்பவர்கள் எனக்கு முன்னே போய் வந்துகொண்டு இருக்கிறார்கள்: நீண்ட நேரமாகத் தன்னுடைய காரை, கிட்டத்தட்ட ஒரு சுயஇன்ப மகிழ்ச்சியோடு கழுவிக்கொண்டிருக்கும், மீசை வைத்த, ஓய்வுபெற்ற ராணுவ அதிகாரி; திருமணங்களுக்கும் ஈமச் சடங்குகளுக்கும் தேவைப்படும் நாற்காலிகள், மேஜைகள், தட்டுகள், விளக்குகள் இவற்றை வாடகைக்குத் தரும் வேலையை வெளியில் தெரி யாத வகையில் செய்யும் மிகவும் கருப்பான, சோகமான பார்வையுடன் இருக்கும் ஆள். அடுத்தபடி, தன் மனைவியைச் சதா அடித்துவிட்டு அவ ளால் வீட்டை விட்டு விரட்டப்பட்டதால் மறுநாள் விடியலில், தன்னு டைய அம்மாவின் பெயரைச் சொல்லிக் கத்தியபடியே அவளிடம் மன் னிப்புக் கோரியபடி நின்றுகொண்டிருக்கும், கால்கள் ஊனமுற்ற ஒரு தீய ணைப்பு வீரர். ஆண்டவனே, இவற்றைத் தவிர, வேறொன்றுமே இல்லை! சரி, இதெல்லாம் உனக்குத் தெரிந்தே இருக்குமென்றே நினைக்கிறேன், பல ஆண்டுகளாக நீ வேறு நாட்டுக்குப் புலம்பெயர்ந்துவிட்டதாகச் சொன் னாலும்.

நான் இதைப் பற்றி உன்னிடம் சொல்வது ஏனென்றால், என்னுடைய உலகத்தின் ஒரு பகுதிதான் இது. என்னுடைய மற்றொரு பால்கனி, என் னுடைய தலைக்குள் பார்வைக்குப் புலப்படாமல் இருக்கும் மற்றொரு பால்கனி, பளபளத்துக்கொண்டிருக்கும் கடற்கரை, காண இயலாத மூசா வின் உடலின் சுவடு, ஒரு சிகெரட்டையோ கைத்துப்பாக்கியையோ—எது என்று தெரியாது—வைத்துக்கொண்டிருக்கும் ஒரு மனிதனின் தலைக்கு மேலுள்ள சூரியன் இவற்றைப் பார்த்தபடி இருக்கிறது. தொலைவிலிருந்து இந்தக் காட்சியை நான் பார்க்கிறேன். தன்னுடைய உயரத்துக்குப் பொருந் தாமல் நீளமாக இருக்கும் அரைக்கால் சட்டை அணிந்து, மாநிறமாக இருந்த அந்த மனிதனின் வெளிக்கோட்டுருவம் தெளிவற்று இருந்தது; தானியங்கியைப் போல, கண்ணுக்குத் தெரியாத சக்தி ஒன்றால் சுழற்றப் பட்டு அவனுடைய தசைகள் இறுக்கம் அடைந்ததைப் போலத் தோன்றி னான். ஒரு கோடியில் மரத்தூண்கள் தாங்கிக்கொண்டிருந்த ஒரு குடில், மறுகோடியில் இந்த உலகத்தையே மூடியபடி இருந்த ஒரு பாறை. மாறாமலேயே இருக்கும் இந்தக் காட்சியின் மேல் நான் மோதிக்கொள் கிறேன், கண்ணாடி ஜன்னலில் வந்து மோதும் ஈயைப் போல. இதைத் துளைத்துக்கொண்டு உள்ளே நுழைய முடியாது. அங்கே நான் கால் பதித்து ஓட முடியாது, அங்கு நிலவும் எதையும் மாற்ற முடியாது. இந்தக் காட்சியை

மீண்டும்மீண்டும் பார்க்கும்போது என்ன உணர்கிறேனா? எனக்கு ஏழு வயதில் ஏற்பட்ட அதே உணர்வு: ஆர்வம், பரபரப்பு, திரையைக் கிழித்துக் கொண்டு போகும் அல்லது வெள்ளை முயலைப் பின்தொடரும்[2] ஆசை. மூசாவின் முகத்தைச் சரியாகக் காண முடியாததால் வருத்தம். கோபமும் கூட. தவிர, எப்போதும் அழ வேண்டும் என்ற உணர்வே. உணர்வுகள், சருமத்தைப் போல அவ்வளவு துரிதமாக அல்லாமல், மெதுவாக மூப்படை கின்றன. நமக்கு ஆறு வயது இருக்கும்போது, இரவு வேளையில், நம் தாயார் அறைக்குள் வந்து விளக்கை அணைக்கும்போது நம்மைப் பற்றிக்கொள் ளும் பயத்தைவிடப் பெரிதாக வேறெதையும் நூறு வயதில் சாகும் ஒருவர் ஒருவேளை உணர மாட்டார் போலும்.

எதுவுமே அசையாமல் இருக்கும் இந்தக் காட்சியின் பின்னணியில் உன்னுடைய கதாநாயகன் அந்த இன்னொருவனைப் போல—நான் கொலை செய்த அந்த இன்னொருவன்—கொஞ்சம்கூட இல்லை. இவன் உருவத்தில் பெரியவனாக, சற்றே பொன்முடியுடனும், கண்களைச் சுற்றிக் கருவளையங்களுடனும் கட்டம் போட்ட ஒரே சட்டையை எப்போதும் அணிந்திருந்தான். மற்றொருவனா, யார் அவன்? வியப்பாக இருக்கிறது, இல்லையா? எப்போதுமே ஒரு மற்றவன் இருப்பான், நண்பனே. காதல் விவகாரத்தில், நட்பில், ஏன் ரயில் வண்டியில்கூட, உனக்கு எதிரே உட்கார்ந்துகொண்டு, உன்னையே கூர்ந்து பார்த்தபடி அல்லது உனக்கு முதுகைக் காட்டித் திரும்பி உன்னுடைய தனிமையின் உணர்வை இன்னும் ஆழமாக்கியபடி.

ஆகவே, என்னுடைய கதையிலும் ஒரு மற்றவன் உண்டு. ●

---

[2] Alice's Adventures in Wonderland கதையில் வரும் வெள்ளை முயல்.

8

நான் விசையை அழுத்தினேன், இரண்டு முறை சுட்டேன். இரண்டு குண்டுகள். வயிற்றில் ஒன்று, கழுத்தில் ஒன்று. மொத்தம் ஏழு குண்டுகள் என்று போகும் வழியில் நினைத்துக்கொண்டேன், அபத்தமாக. (மூசாவைக் கொன்ற முதல் ஐந்து குண்டுகள் ஏற்கனவே இருபது ஆண்டுகளுக்கு முன் சுடப்பட்டவை என்பதுதானே தவிர...)

அம்மா எனக்குப் பின்னால் இருந்தாள், என் முதுகை ஒரு கையால் அழுத்தித் தள்ளியதைப் போல இருந்த அவளுடைய பார்வையையும், என்னை நேராக நிற்க வைத்து என் கையைச் சரியாகத் திருப்பி, குறி பார்த்துக்கொண்டிருந்த என் தலையை லேசாகச் சாய வைத்ததையும் உணர்ந்தேன். நான் சற்று முன்புதான் கொன்றுவிட்டிருந்த மனிதனின் முகத்தில் எரிச்சல் கலந்த வியப்புத் தென்பட்டது—பெரிய, உருண்ட கண்கள், விகாரமாகக் கோணியிருந்த வாய். தொலைவில் நாய் ஒன்று குரைத்தது. இருண்ட, சூடான வானத்தின் கீழ் எங்கள் வீட்டின் முற்றத்தில் இருந்த மரம் சிலிர்த்தது. தசைப்பிடிப்பில் இறுகியதைப் போல என்னுடைய உடல் சலனமற்று இருந்தது. துப்பாக்கியின் பிடி வியர்வையில் கசகசத்தது. அது இரவு நேரம், ஆனால், எல்லாம் தெளிவாகத் தெரிந்தது, நிலவொளியின் பிரகாசத்தால். எம்பிக் குதித்தால் பிடித்துவிடலாம் என்பதைப் போல நிலவு அவ்வளவு அருகில் இருந்தது. அந்த மனிதனின் உடலிலிருந்து பயத்தின் கடைசி வியர்வைத் துளிகள் வெளிப்பட்டன. நீர் முழுவதையும் பூமிக்குத் திருப்பித் தரும்வரை அவன் வியர்த்துக்கொட்டி, அதில் கொஞ்ச நேரம் ஊறி, பிறகு மண்ணோடு கலந்துவிடப்போகிறான் என்று நான் நினைத்துக்கொண்டேன். தனிமங்களின் சிதைவுறுதலாக அவனுடைய சாவை நான் கற்பனைசெய்துகொண்டேன். ஒருவிதத்தில் என் குற்றத்தின் அக்கிரமமும் அதில் கரைந்துவிடும். அது கொலை அல்ல, ஈடுகட்டும் ஒரு செயல். மேலும்—என்னைப் போன்ற பொடியனுக்கு இவ்வித நினைப்பு பொருத்தமாக இருக்காவிட்டாலும்—அவன் முஸ்லிமாக இல்லாததால் அவனுடைய கொலையும் தடைசெய்யப்பட்ட ஒன்று அல்ல என்று நினைத்தேன். ஆனால், அது கோழையின் சிந்தனை என்றும் உடனே தெரிந்துகொண்டேன். அவனுடைய பார்வை என் நினைவுக்கு வருகிறது. அவன் என்னைக் குற்றம் சொல்லக்கூட இல்லை, அப்படித்தான் நினைக்கிறேன், ஆனால், எதிர்பார்த்திராத ஒரு முட்டுச்சந்தை நோக்கிப் பார்ப்பதைப் போல என்னை வெறித்துப் பார்த்தான். அம்மா இன்னும் என்

பின்னாலேயே இருந்தாள், அமைதியடைந்து பின்னர் திடீரென்று தணிந்து விட்ட அவளுடைய மூச்சுக் காற்றிலிருந்து அதைப் புரிந்துகொண்டேன். இதற்கு முன்பெல்லாம் வெறும் இரைப்பு மட்டுமே இருக்கும் ('மூசா இறந்ததிலிருந்து' என்று ஒரு குரல் எனக்குச் சொன்னது). நிலாவும் பார்த் துக்கொண்டிருந்தது, அதுவும்தான்; வானம் முழுவதுமே ஒரு நிலாவைப் போல இருந்தது. அது ஏற்கனவே பூமியை இதமாக்கி, அங்கு நிலவிய புழுக்கமான வெப்பம் மடமடவெனக் குறையத் தொடங்கியது. இருண்ட தொடுவானத்தில் எங்கிருந்தோ நாய் மீண்டும் குரைக்கத் தொடங்கி, என்னை மூழ்கடித்திருந்த அசதியிலிருந்து என்னை மீண்டுவரச் செய்தது. ஒரு மனிதன் இவ்வளவு எளிதாக இறக்க முடியும் என்பதும், இவ்வளவு நாடகத்தனமான, கிட்டத்தட்ட வேடிக்கையான வீழ்ச்சியுடன் எங்க ளுடைய அறிமுகத்தை முடிவுக்குக் கொண்டுவர முடியும் என்பதும் எனக்குக் கேலியாகத் தோன்றின. என் இதயத்தின் காதடைக்கும் பீதியால் எனக்கு நெற்றிப்பொட்டில் தெறித்தது.

அம்மா கொஞ்சம்கூட அசையவே இல்லை, ஆனால், தன்னுடைய மகத்தான கண்காணிப்பை இந்தப் பிரபஞ்சத்திலிருந்து விலக்கிக்கொண் டாள் என்று எனக்குத் தெரிந்தது; அவள் இறுதியாகத் தான் சம்பாதித்து விட்டிருந்த முதுமையைச் சென்றடைவதற்காக மூட்டை கட்டிக்கொண் டிருந்தாள். என் உள்ளுணர்வால் அதை அறிந்துகொண்டேன். என் வலது கக்கத்தின் அடியில் சதை ஜில்லிட்டுப்போயிருந்ததை உணர்ந்தேன், நிலைமையின் சமனை அப்போதுதான் சீர்குலைத்துவிட்டிருந்த அந்தக் கைக்கு அடியில். "ஒருவேளை எல்லாமே முன்பிருந்ததைப் போல மீண் டும் ஆகிவிடும்" என்று யாரோ சொன்னார்கள். என் மண்டைக்குள் குரல் கள் ஒலித்துக்கொண்டிருந்தன. பேசியது ஒருவேளை மூசாவாகக்கூட இருக் கலாம். ஒருவரை நீங்கள் கொல்லும்போது உங்களில் ஒரு பகுதி உட னேயே ஒரு விளக்கத்தை இட்டுக்கட்டத் தொடங்கி, போலிச் சான்று ஒன்றைத் தயார்செய்து, வெடிகுண்டு, வியர்வை இவற்றின் வாடை இன் னும் விலகாதிருந்த கைகளைக் கழுவிவிட உதவும் கதை வடிவத்தைக் கட் டமைக்கத் தொடங்கிவிடுகிறது. எனக்கோ அதைப் பற்றிக் கவலைப்பட வேண்டியிருந்ததாக நான் நினைக்கவில்லை. ஏனென்றால், நான் ஒருவ னைக் கொன்றுவிட்டேன் என்றால் என்னை யாரும் காப்பாற்றவோ, தண்டிக்கவோ, கேள்விகேட்கவோ தேவையிருக்காது என்று பல ஆண்டு களாகவே எனக்குத் தெரிந்திருந்தது. போரில் யாருமே குறிப்பிட்ட ஒரு தனிமனிதனைக் கொல்வதில்லை. அது கொலை ஆகாது, வெறும் சண்டை, மோதல். இப்போதோ வெளியில், இந்தக் கடற்கரையிலிருந்தும் எங்கள் வீட்டிலிருந்தும் வெகு தொலைவில், பார்க்கப்போனால் ஒரு போர் நடந்து கொண்டிருந்தது, மற்ற எல்லாக் குற்றங்களைப் பற்றிய வதந்திகளின் கழுத்

தையும் நெரித்து அமுக்கிய எங்களுடைய விடுதலைப் போர். சுதந்திரம் கிடைத்த முதல் சில நாட்கள் அது. கடலுக்கும் தோல்விக்கும் இடையில் மாட்டிக்கொண்டிருந்த பிரெஞ்சுக்காரர்கள் எல்லாத் திசைகளையும் நோக்கி ஓடிக்கொண்டிருந்தார்கள். உன்னுடைய மக்கள் மகிழ்ச்சியில் விழித்தெழுந்து, தங்களுடைய நீல நிறப் பணிமேலுடை அணிந்து, பாறைக் கடியில் தங்களுடைய மதியத் தூக்கத்திலிருந்து விடுபட்டு, தங்கள் முறைக்குக் கொலைகள் செய்யத் தொடங்கினார்கள். தேவைப்பட்டால், எனக்கு ஒரு போலிச் சான்றாக இருக்க அதுவே போதும்—ஆனால், என் மனதின் ஆழத்தில் அப்படி ஒன்று எனக்குத் தேவைப்படாது என்று நான் அறிந்திருந்தேன். என் தாயார் அதைக் கவனித்துக்கொள்வாள். தவிரவும், அவன் ஒரு பிரெஞ்சுக்காரன்தான், சந்தேகமில்லாமல் தன் மனசாட்சி யிடமிருந்து தப்பி ஓடிக்கொண்டிருந்தவன். அடிப்படையில், நான் ஆசுவாச மடைந்து, தளைகளை உதறி, கொலை செய்தாக வேண்டும் என்ற விதி யைச் சுமந்துகொண்டிருந்த என் உடலில் ஒரு விடுதலை உணர்வைப் பெற்றேன். மின்னல் வெட்டொன்றில்—துப்பாக்கிச் சூட்டின் மின்னல்!—பரந்து விரிந்த வெளியையும், என்னுடைய சொந்த சுதந்திரத்தின் சாத்தியக் கூற்றையும் தலைசுற்றும் அளவுக்கு உணர்ந்தேன், அந்த வெப்பக் காற்றில் எலுமிச்சையின் நறுமணத்தை உணர்ந்தேன். திரைப்படம் பார்க்கவோ, பெண் ஒருத்தியுடன் நீந்தி மகிழவோ போகலாம் என்ற எண்ணம் எனக் குத் தோன்றியது.

இரவு முழுமையாகக் கலைந்துபோய் ஒரு பெருமூச்சாக மாறிவிட் டிருந்தது—உடலுறவுக்குப் பின் இருப்பதைப் போல, உண்மையாகச் சொல்கிறேன். அந்தத் தருணத்தைப் பின்னோக்கிப் பார்க்கும்போதெல் லாம் எனக்கு ஏற்படும் வினோத அவமானத்தால் கிட்டத்தட்ட அரற்றும் நிலைக்கு வந்துவிட்டிருந்தேன் என்பது எனக்கு நன்றாகவே நினைவில் இருக்கிறது. நாங்கள் நிறைய நேரம் அப்படியே நிலைத்திருந்தோம், ஒவ் வொருவரும் அவரவர் நித்தியத்தை ஆராய்ந்தபடி. 1962இல் அந்தக் கோடைக்கால இரவில் தஞ்சம் புகும் துரதிர்ஷ்டம் வாய்த்திருந்த பிரெஞ் சுக்காரன்; கொலை செய்து நிறைய நேரம் ஆன பின்பும், கையைக் கீழே இறக்காமல் இருந்த நான்; ஒருவழியாகப் பழிவாங்கிவிட்ட தன்னுடைய பூதாகர கோரிக்கையுடன் அம்மா. எல்லாமே 1962இல் போர் நிறுத்தத் தின்போது, உலகத்தின் முதுகுக்குப் பின்னால்.

அந்தச் சூடான இரவில் ஒரு கொலை நடக்கப்போவதை அறிவிக்கும் வகையில் எதுவுமே இருந்திருக்கவில்லை. அதற்குப் பிறகு எனக்கு எப் படி இருந்தது என்று கேட்கிறாயா? பெரும் சுமையை இறக்கிவிட்டதைப் போல. ஒருவிதத் தகுதிவாய்ந்த நிறைவு, ஆனால், கௌரவம் இல்லாமல். எனக்குள் ஆழத்தில் ஏதோ ஒன்று உட்கார்ந்துகொண்டு, தோள்களைக்

குலுக்கிச் சுருண்டபடி, தலையைக் கைகளில் ஏந்தி, என்னை உலுக்கும் அளவுக்கு ஆழ்ந்த பெருமூச்சு விட்டதில் என் கண்களில் நீர் வடிந்தது. பிறகு, கண்களை உயர்த்திச் சுற்றுமுற்றும் பார்த்தேன். முகமறியாத ஒருவனை அப்போதுதான் கொலை செய்திருந்த நான் அந்த முற்றத்தின் பிரம்மாண்டத்தைப் பார்த்து மீண்டும் ஒரு முறை வியப்படைந்தேன். புதிய பார்வைக் கோணங்கள் தோன்றி, நான் இறுதியாக ஒழுங்காகக் சுவாசிக்க முடியும் என்பதைப் போல இருந்தது. நானும் இதுவரை எப்போதும் ஒரு கைதியைப் போல, மூசாவின் சாவும் என் தாயாரின் கண்காணிப்பும் வரையறுத்திருந்த சுற்றளவுக்குள் வாழ்ந்துகொண்டிருந்தேன்; இப்போது அந்த இரவின் வெகுமதியாக அளிக்கப்பட்ட இரவு நேரப் பூமி முழுவதன், அந்தப் பரந்த பிரதேசத்தின் மத்தியில் நான் நேராக நிமிர்ந்து இருப்பதையும் பார்த்தேன். என் இதயம் தன் நிலைக்கு வந்ததும் எல்லாமே அதனதன் இடத்துக்கு வந்துவிட்டன.

அம்மாவோ தன் பங்குக்கு அந்த பிரெஞ்சுக்காரனின் உடலை ஆராய்ந்துகொண்டு நாங்கள் தோண்டவிருந்த சவக்குழிக்காகத் தன் மனதுக்குள் அவனை அளவெடுத்துக்கொண்டிருந்தாள். அவள் என்னிடம் சொன்னவை என் மண்டையில் ஏறவில்லை, ஆனால், அவள் திரும்பத்திரும்பச் சொன்னதில் அவளுடைய சொற்களைப் புரிந்துகொண்டேன்: ‘‘சீக்கிரம் ஆகட்டும்!’’ கூலி இல்லாத வேலைக்கு ஒரு எஜமானர் ஆணையிடுவதைப் போன்ற கண்டிப்பான, கறாரான தொனியில் அதைச் சொன்னாள். அங்கே இருந்தது ஒரு பிரேதத்தைப் புதைக்கும் வேலை மட்டுமல்ல, மேடை நாடகம் ஒன்றின் கடைசி அங்கம் முடிந்தவுடன் காட்சிப் பொருட்களை ஒழுங்குபடுத்தி, சுத்தம்செய்வதைப் போன்ற ஒன்று. (கடற்கரை மணலைப் பெருக்கித்தள்ளுவது, தொடுவானத்தின் மடிப்பு ஒன்றில் பிரேதத்தைத் திணிப்பது, அந்த இரண்டு அராபியர்களின் புகழ்வாய்ந்த பாறையைத் தள்ளிக் குன்றுக்குப் பின்னால் வைப்பது, அலையின் நுரையைப் போலத் துப்பாக்கியைக் கரையச் செய்வது, வானத்துக்கு மீண்டும் ஒளியூட்டிக் கடலின் மூச்சிரைப்பை மீண்டும் தொடக்கிவைப்பது, இறுதியாக இந்தக் கதையின் உறைந்துபோன பாத்திரங்களைச் சந்திப்பதற்காகக் குடிலை நோக்கிப் போவது.) இன்னொரு கடைசி விவரம்: என்னுடைய வாழ்க்கையின் எல்லாத் தருணங்களையும் பதிவுசெய்யும் கடிகாரத்தைக் கையில் எடுத்துக்கொண்டு, அந்த இயந்திரத்தின் செயல்பாட்டைத் திருத்தி, பாழாய்ப் போன அதன் முகத்தின் இரண்டு முட்களை மூசா இறந்த நேரத்தைத் துல்லியமாகக் காட்டும் வகையில் அமைக்க வேண்டும்; பகல் இரண்டு மணி-ஸஜ். பளிச்சென்று, சீராகத் தங்களுடைய ‘டிக்-டாக்’கை மீண்டும் தொடங்கிய அந்தப் பல் சக்கரங்களின் இயக்கத்தின் சொடுக்குச் சத்தத்தைக்கூடக் கேட்கத் தொடங்கினேன். எண்ணிப்பார், அந்தப்

பிரெஞ்சுக்காரனை நான் நள்ளிரவு இரண்டு மணிக்குக் கொன்றேன். அந்தக் கணத்திலிருந்து அம்மா இயல்பான முறையில், வெறுப்பால் அல்லாமல், முதுமையடைந்துகொண்டிருந்தாள், சுருக்கங்கள் அவளுடைய முகத்தை ஓராயிரம் பக்கங்களாக மடித்தன, ஒருவழியாக அவளுடைய முன்னோர்களே அமைதியடைந்ததைப் போலக் காணப்பட்டதுடன், முடிவுக்கு இட்டுச்செல்லும் நீண்ட விவாதங்களைத் தொடங்குவதற்காக அவளை நெருங்க முடிந்தவர்களைப் போலத் தோன்றினார்கள்.

என்னைப் பொறுத்தவரை, உனக்கு என்ன சொல்வேன்? இறுதியாக எனக்கும் வாழ்வு திரும்ப அளிக்கப்பட்டது, புதிய ஒரு பிரேதத்தை இழுத்துக்கொண்டு போக வேண்டியதாக இருந்தாலும்கூட. குறைந்தபட்சம் அது எனக்குச் சொந்தமான பிரேதம் அல்ல, யாரோ முன்பின் தெரியாதவனுடையதுதான் என்று எனக்கு நானே சொல்லிக்கொண்டேன். இறந்தவர்களும் தோண்டி எடுக்கப்பட்டவர்களும் கொண்ட இந்தக் குடும்பத்தின் ரகசியமாகவே அந்த இரவும் ஆகிவிட்டிருந்தது. முற்றத்துக்கு அருகில் இருந்த ஒரு சிறிய நிலத்தில் குழி தோண்டி அந்த ரூமியைப் புதைத்துவிட்டோம். மீண்டும் உயிர்த்தெழும் சாத்தியக்கூறை அஞ்சி அம்மா அன்றிலிருந்து வேவு பார்த்துக்கொண்டிருக்கிறாள். நிலா வெளிச்சத்தில் தோண்டினோம். இரண்டு குண்டுகள் சுடப்பட்ட ஓசையை யாரும் கேட்டதாகத் தெரியவில்லை. உன்னிடம் சொன்னேனே, அதைப் போல அந்த நாட்களில் நிறையவே கொலை நடந்தது, சுதந்திரத்துக்குப் பிந்தைய முதல் சில நாட்கள். இந்த விசித்திரமான நாட்களில் யாருமே கவலைப்படாமல் கொலைசெய்ய முடிந்தது, போர் முடிந்துபோயிருந்தாலும். விபத்துகள் அல்லது பழிவாங்கும் விவகாரங்கள் என்று சாவு மறுவேடம் தரித்திருந்தது. தவிர, ஏதோ ஒரு கிராமத்தில் பிரெஞ்சுக்காரர் ஒருவர் காணாமல்போய்விட்டிருந்தார். யாரும் அதைப் பற்றிப் பேசவில்லை. குறைந்தபட்சம், ஆரம்ப நாட்களில்.

ஆகவே, இப்போது உனக்கு என் குடும்பத்தின் ரகசியம் தெரியும். உனக்கும், உனக்குப் பின்னால் இருக்கும் அந்தத் துரோக ஆவிக்கும். அவனுடைய அசைவின் முன்னேற்றத்தைக் கவனித்தேன்—ஒரு மாலையிலிருந்து இன்னொரு மாலைக்குக் கொஞ்சம்கொஞ்சமாக நெருங்கிவருகிறான், ஒருவேளை, நான் சொன்ன எல்லாவற்றையும் கேட்டிருப்பான், எனக்குக் கவலையில்லை.

இல்லை, எனக்கு அவனை உண்மையிலேயே தெரியாது, நான் கொலை செய்த அந்த பிரெஞ்சுக்காரனை. பெரிய உருவமாக இருந்தான், அவனுடைய கட்டம் போட்ட சட்டையும், ராணுவக் கோட்டும், அவனுடைய மணமும் எனக்கு நினைவில் இருக்கின்றன. அன்றிரவு அம்மாவையும் என்னையும் எழுப்பிவிட்ட சத்தம் எங்கிருந்து வந்தது என்று பார்ப்பதற்

காகத் திடுக்கிட்டு எழுந்து வெளியே வந்தபோது அந்த மணம்தான் அவன் இருந்தை எனக்குக் காட்டியது. விழுந்துவிட்டதால் வந்த அமுங்கிய ஒலி, அதைத் தொடர்ந்து அதைவிடச் சத்தமாக இருந்த மௌனமும், பயத்தின் அசிங்கமான வாடையும். அவனுடைய உடல் அவ்வளவு வெள்ளையாக இருந்ததால், இருட்டில் ஒளிந்துகொண்டிருந்த அவனுக்கு அது உதவியாக இருக்கவில்லை.

ஒளி ஊடுருவக்கூடிய லேசான திரைச்சீலையைப் போல அன்றைய இரவு இருந்தது என்று நான் உன்னிடம் ஏற்கனவே சொன்னேன். தவிர, மனம் போனபடி ஏகப்பட்ட கொலைகள் நடந்துகொண்டிருந்தன என்றும் சொன்னேன். பிரெஞ்சு ரகசிய ராணுவம் மட்டுமல்ல, கடைசி நேரத்தில் அல்ஜீரிய விடுதலைப் போராட்ட முன்னணியில் வந்து சேர்ந்தவர்களும் செய்த கொலைகள். மோசமான காலங்கள், எஜமானர்கள் இல்லாத பண்ணைகள், காலனியர்களின் திடீர் புறப்பாடுகள், கைப்பற்றப்பட்ட பெரிய வீடுகள். ஒவ்வொரு இரவும் கொள்ளைக்காரர்களிடமிருந்தும், திருடர்களிடமிருந்தும் என் வீட்டைக் காப்பாற்றக் கண்காணித்துக்கொண்டே இருந்தேன். அதற்கு முந்தைய சொந்தக்காரர்கள்—என் தாயார் வீட்டு வேலை செய்து வந்த லார்க்கே குடும்பத்தினர்—மூன்று மாதங்களுக்கு முன்பு ஓடிப்போய்விட்டிருந்தனர். அதற்குப் பிறகு, அதை ஆக்கிரமித்துக்கொண்டதால் நாங்களே அதற்குச் சொந்தக்காரர்களாக ஆனோம். மிக எளிமையாக அது நடந்துவிட்டிருந்தது. ஒருநாள் காலை வேளையில் அந்த வீட்டை ஒட்டியிருந்த, ஜன்னல்கள் அற்ற சிறிய அறையில் நாங்கள் இருந்தபோது சில குரல்கள், மரச் சாமான்கள் அகற்றப்படும் சத்தம், மோட்டார் ஒன்றின் ஒலி, இன்னும் சில குரல்கள் இவையெல்லாம் கேட்டன. அது நடந்தது மார்ச் 1962இல். எனக்கு வேறு வேலை இல்லாததால் நான் வீட்டில் இருந்தேன், தவிர, அம்மா ஏற்கனவே விதித்திருந்த அவசரச்சட்டம் ஒன்று இன்னும் நடைமுறையிலிருந்தது: அதாவது, அவளால் கட்டுப்படுத்த முடிந்த ஒரு சுற்றளவுக்குள்ளேயே நான் இருக்க வேண்டும். தன்னுடைய முதலாளியின் வீட்டுக்குள் அவள் நுழைவதைப் பார்த்தேன். ஒரு மணி நேரத்துக்குப் பின் அவள் வெளியே வந்தாள் கண்ணீர் சிந்தியபடி—ஆனால், இப்போது அது ஆனந்தத்தில் சிந்திய கண்ணீர். அவர்கள் எல்லோரும், மொத்தக் குடும்பமுமே கிளம்பிப் போகிறார்கள் என்றும், நாங்கள்தான் வீட்டைப் பார்த்துக்கொள்ள வேண்டும் என்றும் சொன்னாள். நாங்கள் கிட்டத்தட்ட அந்த வீட்டுக்குப் பொறுப்பேற்றுக்கொண்டு அவர்கள் திரும்பி வரும்வரை அங்கேயே இருக்க வேண்டும். அவர்கள் திரும்பி வரவேயில்லை. அவர்கள் கிளம்பிய அடுத்த நாளே விடியற்காலையில் நாங்கள் குடிபுகுந்தோம். அந்த முதல் சில கணங்கள் எனக்கு எப்போதும் நினைவில் இருக்கும். முதல் நாளன்று பிர

தான அறைகளில் நுழையவே தைரியம் இல்லாமல் மிரண்டுபோனவர்க ளாகச் சமையலறைக்குள்ளேயே இருந்தோம். முற்றத்திலிருந்த எலுமிச்சை மரத்துக்கு அருகில் அம்மா எனக்குக் காப்பி கொடுத்தாள், அங்கேயே மௌனமாகச் சாப்பிட்டோம்; அல்ஜேயிலிருந்து நாங்கள் ஓடிப்போனது கடைசியாக ஒரு முடிவுக்கு வந்து நாங்கள் ஏதோ ஒரு இடத்துக்கு வந்து சேர்ந்துவிட்டிருந்தோம். இரண்டாம் நாள் அங்கிருந்த படுக்கையறைகளில் ஒன்றில் நுழையத் தைரியம் வந்து, அங்கிருந்த பீங்கான் பாத்திரங்களைப் பிரமிப்புடன் விரலால் தொட்டோம். அக்கம்பக்கத்திலிருந்த வேறு சில ரும் தாங்கள் உடைப்பதற்காகக் கதவுகளையும், ஆக்கிரமிக்க வீடுகளை யும் தேடுவதில் முனைப்பாக இருந்தார்கள். நாங்கள் ஒரு முடிவெடுக்க வேண்டிய கட்டாயத்தில் இருந்தோம், அதற்குச் செய்ய வேண்டியிருந்த தெல்லாம் அம்மாவுக்குத் தெரிந்திருந்தது. எனக்குத் தெரிந்திராத யாரோ ஒரு முஸ்லிம் மகான் பெயரைச் சொல்லி, இரண்டு அராபியப் பெண் களை வீட்டுக்கு அழைத்து, காப்பி தயார்செய்து, தூபக்கால் ஒன்றில் சாம்பிராணிப் புகையை எல்லா அறைகளிலும் காட்டி, அங்கிருந்த அல மாரியிலிருந்து ஒரு கோட்டை எடுத்து எனக்குத் தந்தாள். சுதந்திரத்தை நாங்கள் அப்படித்தான் கொண்டாடினோம்: ஒரு வீடு, ஒரு கோட்டு, ஒரு கோப்பை காப்பி. அடுத்து வந்த நாட்களில் நாங்கள் எப்போதும் ஜாக்கிரதையாகவே இருந்தோம்; வீட்டின் சொந்தக்காரர்கள் திரும்பி வரலாம் அல்லது எங்களைக் கிளப்ப வேறு யாராவது வரலாம் என்ற பயத் திலேயே இருந்தோம். யாரையுமே நம்ப முடியவில்லை. இரவில் சில சமயங்களில் அமுக்கப்பட்ட குரல்கள், ஓடும் பாதங்கள், மூச்சிறைப்பு, இன்னும் கவலையளிக்கும் எல்லாவிதச் சத்தங்களும் கேட்கும். வீடுகளின் கதவுகள் உடைக்கப்பட்டன. ஒருநாள் இரவில், விடுதலைப் போராட்ட வீரன் ஒருவன், அந்தப் பேட்டைகளில் நன்றாகப் பிரபலமானவன், தான் மாட்டிக்கொள்ளாமல் சுற்றுவட்டாரத்தில் கொள்ளையடிக்க உதவும் வகையில் தெரு விளக்குகளையெல்லாம் சுட்டுக்கொண்டிருந்ததைக்கூடப் பார்த்தேன்.

ஓடாமல் தங்கிவிட்டிருந்த பிரெஞ்சுக்காரர்களுக்குப் பாதுகாப்பு அளிக் கப்படுவதாக வாக்குறுதி அளிக்கப்பட்டிருந்தாலும், சிலர் கவலையுடன் காணப்பட்டார்கள். சில நாட்களுக்கு முன்புதான் விடுதலைப் போராட் டத்தில் சேர்ந்திருந்தார்கள் என்று என்னால் நிச்சயமாகச் சொல்ல முடிந்த, அதீத ஆர்வம்கொண்ட இரண்டு ஜுனூத்கள் (போராட்ட வீரர் கள்) பிரெஞ்சுக்காரர்கள் இருவரைக் கொலை செய்ததைக் கண்டித்து எல்லா பிரெஞ்சுக்காரர்களும் ஹஜூதில் மாதா கோயில் வாசலில், பிரம் மாண்டமான நகராட்சிக் கட்டடத்துக்கு அருகில் பிரதான சாலையின் நடுவே கூடி ஆர்ப்பாட்டம் செய்தார்கள். ஒரு சுருக்கமான விசாரணைக்

குப் பிறகு போராட்ட வீரர்களின் தலைவர் அவர்களுக்கு மரண தண் டனை அளித்தார், ஆனாலும், வன்முறை தொடர்வதை அது தடுக்க வில்லை. இருந்தாலும், நான் அன்றைய தினம் அந்தக் கிராமத்தின் மத்தி யப் பகுதியில் திறந்திருந்த ஒரு கடையைத் தேடிப் போனேன். கவலை யுடன் அங்கு குழுமியிருந்த பிரெஞ்சுக்காரர்களின் சிறிய கூட்டம் ஒன் றில் அன்று மாலையோ, அல்லது அடுத்த நாளோ, அல்லது சில நாட்கள் கழித்தோ, சரியாகத் தெரிவில்லை, எனக்குப் பலியாகப்போகிறவனைக் கண்டேன். தான் இறந்த தினத்தன்று போட்டிருந்த அதே சட்டையை அணிந்திருந்தான். தெருக் கோடியைக் கவலையுடன் கூர்ந்து பார்த்துக் கொண்டிருந்த சக பிரெஞ்சுக்காரர்கள் மத்தியில், யாரையும் பார்க்காமல் தனியே நின்றபடி. அல்ஜீரிய அரசாங்க அதிகாரிகள் அங்கு வந்து சட்டம் ஒழுங்கு நிலைமையைச் சீர்செய்வதற்காகக் காத்திருந்தார்கள். எங்கள் பார்வைகள் ஒன்றையொன்று சட்டென்று மோதிக்கொள்ள, அவன் தன் பார்வையைத் தாழ்த்தினான். அவனுக்கு நான் அறிமுகமாகாதவன் அல்ல, லார்க்கே குடும்பத்தினரின் மத்தியில் நானும் அவனைப் பார்த் திருக்கிறேன். அந்தக் குடும்பத்தினரைப் பார்க்க அடிக்கடி வந்துகொண் டிருந்த நெருங்கிய நண்பனாகவோ, உறவினனாகவோ இருக்கலாம். அன் றைய தினம் வானத்தில் மிகப் பெரிய, பருமனான, கண்ணைக் கூச வைக் கும் சூரியன் இருந்தது, தாங்க முடியாத வெப்பம் என் மனதைக் குழப்பி யது. பொதுவாக, ஹஜூதில் நான் வேகமாகவே நடப்பேன், ஏனென்றால், என்னுடைய வயதில் நாட்டுக்கு விடுதலை வாங்கித்தரப் பாடுபட்ட போராட்டதில் கலந்துகொண்டு, எல்லா மெர்சோக்களையும் விரட்ட நான் ஏன் வரவில்லை என்று ஒருவருக்கும் புரியவில்லை. ரூமிகளின் அந் தச் சிறிய கும்பலுக்கு முன்னால் சற்று நின்றுவிட்டு, கொளுத்தும் வெயி லில் வீட்டுக்குத் திரும்பிப் போனேன். சூரியனோ பூமிக்குக் காட்டுத்தன மாக வெளிச்சத்தை மட்டும் தராமல், ஓடிப்போய்க்கொண்டிருப்பவனைத் தேடுவதைப் போலக் கண்கூசும் ஒளியுடன் வானத்தில் கிறீச்சிட்டபடி மெதுவாகச் சென்றது. எனக்குப் பின்னால் திருட்டுத்தனமாக நான் பார் வையை வீசியபோது, அந்தப் பிரெஞ்சுக்காரன் இடத்தை விட்டு நகராமல் தன்னுடைய காலணியை முறைத்துப் பார்த்துக்கொண்டிருந்தான். அதற் குப் பிறகு நானும் அவனை மறந்துவிட்டேன். கிராமத்தின் ஒரு கோடி யில், வயல்வெளி தொடங்கும் எல்லையில் நாங்கள் வசித்துவந்தோம். அம்மா அசையாமல், எப்போது வேண்டுமானாலும் வரக்கூடிய மோச மான செய்தியைக் கேட்பதற்குத் தன்னைத் தயாரித்துக்கொள்ளும் பாவ னையில், இறுக்கமான முகத்துடன் எனக்காகக் காத்திருந்தாள். இரவு நேரம் வந்ததும் நாங்கள் தூங்கிவிட்டோம்.

அமுத்தலான ஒரு சத்தம்தான் எங்களை எழுப்பியது. ஒரு காட்டுப் பன்றியோ அல்லது திருடனோ என்றுதான் நான் முதலில் நினைத்தேன். இருட்டில் என் தாயாரின் படுக்கையறைக் கதவை லேசாகத் தட்டி, பிறகு கதவைத் திறந்தேன்; அவள் ஏற்கனவே படுக்கையில் உட்கார்ந்தபடி ஒரு பூனையைப் போல என்னைப் பார்த்துக்கொண்டிருந்தாள். முடிச்சுப் போட்டிருந்த ஸ்கார்ஃப்களிடையே ஒளித்து வைக்கப்பட்டிருந்த கைத் துப்பாக்கியை வெளியே எடுத்தேன். அது எங்கிருந்து வந்தது என்கிறாயா? தற்செயலாகத்தான். இரண்டு வாரங்களுக்கு முன்னால், கொட்டகைக் கூரையின் குறுக்குச் சட்டத்துக்குப் பின் ஒளித்துவைக்கப்பட்டிருந்த அதைக் கண்டுபிடித்தேன். வினோத வாடை வீச, ஒற்றை மூக்கு ஓட்டையுடன் இருந்த உலோக நாயைப் போலக் கனமான கைத்துப்பாக்கி. அந்த இரவில் அதற்கிருந்த கனம் இப்போதும் எனக்கு ஞாபகம் இருக்கிறது—நிலத்தை நோக்கி இழுக்காமல் நிச்சயமற்ற ஏதோ ஒரு இலக்கை நோக்கி இழுத்த கனம். அந்த வீடே திடீரென்று மீண்டும் எனக்கு அந்நியமாக ஆகிவிட்டிருந்தபோதிலும் எனக்குப் பயமாக இருக்கவில்லை என்பது நினைவுக்கு வருகிறது. கிட்டத்தட்ட அப்போது நள்ளிரவு இரண்டு மணி, தொலைவில் ஒலித்த நாயின் குரைப்புகள் மட்டுமே இருண்ட வானத்துக்கும் பூமிக்கும் இடையே இருந்த எல்லைக்கோட்டை நினைவூட்டின. சத்தம் கொட்டகையிலிருந்து வந்தது, ஏற்கனவே அந்த மணம் அங்கே இருந்தது, எனக்குப் பின்னால் என் கழுத்தைச் சுற்றியிருந்த கயிற்றை எப்போதுமே இல்லாத அளவுக்கு இறுகப் பற்றிக்கொண்டு அம்மா வந்தாள். அந்தக் கரிய நிழலுக்குத் திடீரெனக் கண்கள் தோன்றின, பிறகு ஒரு சட்டை, பின்னர் முகம் ஒன்றின் தொடக்கம், வலித்துக்காட்டிய முகம். அங்கே அவன் மாட்டிக்கொண்டிருந்தான், இரண்டு விவகாரங்களுக்கும் சில சுவர்களுக்குமிடையே, தப்பிச் செல்லும் ஒரே வழியாக இருந்தது என்னுடைய விவகாரம்தான் என்ற நிலையில். மூச்சுவிடவே சிரமப்பட்டுக்கொண்டிருந்தான். அவனுடைய பார்வையும் அவனுடைய கண்களும் எனக்கு நிச்சயமாக ஞாபகம் இருக்கின்றன. உண்மையில் அவன் என்னைப் பார்க்கவே இல்லை. என் கையிலிருந்த கனமான கைத்துப்பாக்கியிடம் மனோவசியம் ஆனதைப் போல இருந்தான். என்னிடம் கோபமடையவோ, தன்னுடைய சாவுக்காக என்னைக் குற்றம் சொல்லவோ முடியாத அளவுக்குப் பயந்துவிட்டிருந்தான். அவன் அசைந்திருந்தால் நான் அவனை அடித்து, **தரையில் குப்புறப் படுத்த நிலையில் இருட்டில் கிடத்தி, அவன் தலையைச் சுற்றிலும் கொப்புளங்கள் வெடித்து வரச் செய்திருப்பேன்.** ஆனால், அவன் அசையவில்லை, அதாவது, முதல் சில கணங்களில். ‘‘திரும்பிச் சென்றுவிட்டால் போதும், விவகாரம் இத்துடன் முடிந்துவிடும்’’ என்று எனக்குள் சொல்லிக்கொண்டேன், ஒரு கணம்கூட அதை நம்பாமலேயே.

ஆனால், அதை நான் தட்டிக்கழிக்க எந்த முயற்சியும் செய்யவிடாமல் அம்மா அங்கே நின்றிருந்தாள், தன் கைகளால், தன்னால் செய்ய முடியா மல் போனதைக் கோரியபடி: வஞ்சம் தீர்ப்பது.

நாங்கள் ஒருவருக்கொருவர் எதுவும் சொல்லிக்கொள்ளவில்லை, அவ ளும் நானும். நாங்கள் இருவருமே ஒருவிதப் பைத்தியக்காரத்தனத்தில் தடுமாறி விழுந்திருந்தோம். நாங்கள் இருவருமே ஒரே சமயத்தில் மூசாவை எண்ணிப் பார்த்திருக்க வேண்டும். அவன் விவகாரத்தை முடிக்க இதுதான் நல்ல தருணம், கண்ணியமாக அவனைப் புதைக்க. ஏதோ அவன் இறந்ததி லிருந்தே எங்கள் வாழ்க்கை ஒரு நாடகமாக மட்டுமே இருந்தது அல்லது விளையாட்டான தற்காலிக விடுதலையாக இருந்தது என்பதைப் போல. நாங்கள் போகுமிடமெல்லாம் சுமந்து சென்ற அந்தக் கொலை நடந்த அதே இடத்துக்கு அந்த ரூமி தானாகவே திரும்பி வருவான் என்று காத்திருக்கும் நாடகத்தை இதுவரை நடத்திக்கொண்டிருந்ததுதான் எங்கள் பங்கு என் பதைப் போல. சில அடிகள் முன்னோக்கி எடுத்துவைத்து, என் உடல் மறுப் பில் விறைப்பாகிக்கொண்டிருந்ததை உணர்ந்தேன். அந்தத் தடையை மீறி இன்னும் ஒரு அடி எடுத்துவைத்தேன். அப்போதுதான் அந்தப் பிரெஞ்சுக் காரன் அசைந்தான்—அல்லது அவன் அப்படிச் செய்யாமல்கூட இருந் திருக்கலாம்—கொட்டகையின் மிகவும் உள்ளடங்கிய மூலையிலிருந்த நிழலில் தன்னைச் சுருக்கிக்கொண்டான். எல்லாமே வெறும் நிழலாகவே இருந்தது, **ஒவ்வொரு பொருளும், ஒவ்வொரு கோணமும் வளைவும் என் அறிவை இகழும் அளவுக்குக் குழப்பமாக இருந்தது.** அவன் இன்னும் பின்னடைந்ததால், அவனிடம் மீதமிருந்த கொஞ்ச மனிதத்தை யும் இருட்டு விழுங்கிவிட்டிருந்தது. அன்று காலையோ—அல்லது அதற்கு முந்தைய தினமோ, நினைவில்லை—நான் சந்தித்த அவனுடைய பார் வையை நினைவூட்டிய சட்டையைத் தவிர, வேறு எதையும் நான் பார்க்க வில்லை.

விமோசனத்தின் கதவில் இரண்டு முறை லேசாகத் தட்டியதைப் போல அது அமைந்தது. குறைந்தபட்சம், அப்படித்தான் நான் உணர்ந் தேன். பிறகு? அந்தப் பிரேதத்தை முற்றம்வரை நான் இழுத்து வர, பிறகு நாங்கள் அதைப் புதைத்தோம். புத்தகங்களும் திரைப்படங்களும் நம்மை நம்பச் செய்ய விழைவதைப் போல, இறந்தவர் உடலைப் புதைப்பது அவ்வளவு எளிதல்ல. உயிரோடு இருப்பதைவிட பிரேதத்துக்கு எடை இரு மடங்காகிறது, நாம் நீட்டும் கையைப் பற்றிக்கொள்ள மறுக்கிறது, தரை யின் மேற்பரப்பின் கடைசித் துண்டுவரைத் தன்னுடைய கண்மூடித்தன மாகக் கனத்துடன் ஒட்டிக்கொள்கிறது. அந்த பிரெஞ்சுக்காரனுக்கு எடை அதிகம், எனக்கோ நேரமில்லை. கிட்டத்தட்ட ஒரு மீட்டர் தொலைவுக்கு நான் அவனை இழுத்துப்போனதில் சிவந்து, ரத்தக்கறை படிந்திருந்த

அவனுடைய சட்டை கிழிந்தது. ஒரு கிழிசல் என் கையில் இருந்தது. பழைய நாடக அரங்கம் ஒன்றின் அலங்காரப் பொருளைப் போல எனக்கு எழுதிக்கொடுத்துவிட்ட உலகத்தில் இனியும் எவ்வித அக்கறையும் இல்லாமல், வேறு எங்கோ தன் மனதைச் செலுத்திக்கொண்டிருந்த அம்மாவுடன் ஒன்றிரண்டு முணுமுணுப்புகளைப் பரிமாறிக்கொண்டேன். இந்தக் காட்சிக்கு ஒரே சாட்சியாக இருந்த எலுமிச்சை மரத்துக்கு அருகில் ஒரு கோடாலியையும் மண்வெட்டியையும் கொண்டு குழி தோண்டினேன். வெயில் காலத்தின் நடுவில் இருந்தபோதிலும், நீண்ட காலமாக உடலுறவுக்காகக் காத்துக்கொண்டிருக்கும் ஒரு பெண்ணைப் போல உணர்ச்சி வசப்பட்டு, சூடான அந்த இரவிலும் வியக்கத்தக்க வகையில் எனக்குக் குளிர் எடுத்தது; நிறுத்தாமலும், தலையை நிமிர்த்தாமலும் மேலும்மேலும் வெட்டிக்கொண்டே இருக்க ஆசைப்பட்டேன். தரையில் கிடந்த சட்டைக் கிழிசலை என் தாயார் திடீரென்று எடுத்துக்கொண்டு வெகு நேரம் அதை முகர்ந்துபார்த்தாள். அது அவளுக்கு மீண்டும் கண் பார்வையை அளித்ததைப் போல இருந்தது. கிட்டத்தட்ட வியப்படைந்த நிலையில் அவள் பார்வை என்மேல் நிலைகொண்டது.

அதற்குப் பிறகு? எதுவும் நடக்கவில்லை. அந்த இரவோ—பல மணி நேரமாக நட்சத்திரங்களுக்குள் மூழ்கியிருந்த அதனுடைய மரங்கள், மறைந்துவிட்ட சூரியனின் கடைசி வெளிறிய தடயமாக இருந்த நிலா, காலம் உள்ளே நுழைந்துவிடாதபடி இருந்த எங்களுடைய சிறிய வீட்டின் கதவு, எங்களுக்கு இருந்த ஒரே ஒரு பார்வையற்ற சாட்சியான இருட்டு—தன்னுடைய குழப்ப நிலையை மிருதுவாக விலக்கிக்கொண்டு, பொருள்களுக்குப் பொருத்தமான கோணங்களை இரவு கொடுக்கத் தொடங்கியபோது இந்த விவகாரம் முடியப்போகும் தருணத்தை என் உடல் உணரத் தொடங்கியது. கிட்டத்தட்ட மிருகத்தனமான சிலிர்ப்பில் எனக்கு உடல் சிலிர்த்தது. முற்றத்திலேயே மல்லாக்கப் படுத்துக் கொண்டு, கண்களை மூடி எனக்கொரு இன்னும் அடர்த்தியான இரவை உருவாக்கிக்கொண்டேன். கண்களைத் திறந்தபோது வானத்தில் இன்னும் நிறைய நட்சத்திரங்கள் இருப்பதைக் கண்டேன். இன்னும் மிகப் பெரிய கனவு ஒன்றில், என்னைப் போலவே எதையுமே பார்க்க விரும்பாமல், எப்போதும் தன் கண்களை மூடிக்கொண்டே இருந்த இன்னொரு ஜீவனைக் குறித்த மிகப் பிரம்மாண்ட மறுப்பொன்றில் சிக்கிக்கொண்டுவிட்டேன் என்று எனக்குத் தெரிந்தது. •

9

இந்தக் கதையை நான் உன்னிடம் சொல்வதன் காரணம், எல்லாம் முடிந்துவிட்ட பிறகு விமோசனம் தேடிக்கொள்வதோ அல்லது ஏதோ உறுத்தும் ஒரு மனசாட்சியிலிருந்து என்னை விடுவித்துக்கொள்வதோ அல்ல. இல்லவே இல்லை! நான் கொலை செய்த நாட்களில் இந்த நாட்டில் இன்று இருப்பதைப் போல இறைவன் அவ்வளவு உயிர்த்துடிப்புடனோ அல்லது அவ்வளவு சுமையாகவோ இருக்கவில்லை, தவிரவும், எனக்கு நரகத்தைப் பற்றிய பயமே இல்லை. ஒருவித சலிப்போ, தூங்க வேண்டும் என்று அடிக்கடி வரும் ஆசையோ அல்லது சில சமயங்களில் பயங்கரத் தலைச்சுற்றலோ மட்டுமே ஏற்படுகிறது.

கொலைக்கு அடுத்த நாள் எல்லாம் அதனதன் இடத்தில் இருந்தது. எப்போதுமே பூச்சிகளின் காதடைக்கும் இரைச்சலுடன் இருந்த தகிக்கும் கோடைக்காலம், பூமியின் வயிற்றில் கடினமாக, செங்குத்தாக நடப்பட்ட சூரிய ஒளி. என்னைப் பொறுத்தவரை ஒருவேளை மாறியிருந்த ஒரே ஒரு விஷயம் நான் உனக்கு ஏற்கனவே விவரித்திருந்த இந்த உணர்வுதான்: இந்தக் குற்றத்தை நான் புரிந்த அதே தருணத்தில் எங்கோ ஒரு இடத்தில் ஒரு கதவு எனக்கு அடைக்கப்பட்டுவிட்டது என்பதை உணர்ந்தேன். நான் தண்டிக்கப்படுவேன் என்று அதன் மூலம் அறிந்துகொண்டேன்—தவிர, அதை நிறைவேற்ற ஒரு நீதிபதியோ, இறைவனோ, விசாரணை என்ற நாடகமோ எனக்குத் தேவையாக இருக்கவில்லை. நான் மட்டும் போதும்.

விசாரணை ஒன்று இருக்குமேயானால்! உன்னுடைய கதாநாயகனைப் போல அல்லாமல், விடுதலை அடைந்தவனின் உத்வேகத்துடன் அதை எதிர்கொள்வேன் என்று உனக்கு உறுதியாகச் சொல்கிறேன். அந்த நீதி மன்றக்கூடத்தில் மக்கள் நிரம்பியிருப்பார்கள். அந்தப் பெரிய கூடத்தில் அம்மா இருப்பாள், ஒருவழியாகப் பேசவே முடியாமல், துல்லியமான மொழி கைவசம் இல்லாததால் எனக்கு வக்காலத்து வாங்க முடியாமல், தன்னுடைய தொப்பையையோ என்னுடைய உடலையோ கூடச் சரியாக அடையாளம் கண்டுகொள்ள முடியாமல், இடிந்துபோய் பெஞ்சில் உட்கார்ந்திருப்பாள். கூடத்தின் கோடியில் வேலையற்று இருக்கும் சில பத்திரிகையாளர்கள், மூசாவின் நண்பன் ஆர்பி, தவிர, நிச்சயமாக மெரியெம்—அவளுடைய தலையைச் சுற்றிலும் பைத்தியக்காரத்தனமாக எண்ணிடப்பட்டுப் பட்டாம்பூச்சிகளைப் போலச் சுற்றிக்கொண்டிருக்கும் ஆயி

ரக்கணக்கான புத்தகங்களுடன். மேலும், அரசாங்க வக்கீல் பாத்திரத்தில் உன்னுடைய கதாநாயகன் வந்து என் குடும்பப் பெயர், இயற்பெயர், மூதாதையர், இவர்களைப் பற்றி விசாரிப்பான். நான் கொலை செய்த அந்த ஜோஸப்பும் இருப்பான். ஆண்டவனுக்குக் கருணை உள்ளத்தோடு மன்னிக்கத் தெரியும் என்பதை எனக்கு விளக்குவதற்காக என் சிறைக்கு வந்திருக்கும், குர்-ஆனைப் பயங்கரமாக ஓதிக்கொண்டிருக்கும் என்னுடைய பக்கத்து வீட்டுக்காரன். கோமாளித்தனமான காட்சி—ஏனென்றால், இதற்குச் சரியான பின்னணி இல்லை. நான் எதற்காகக் குற்றம்சாட்டப் பட வேண்டும்—என் சாவுக்குப் பின்னரும் என் அம்மாவுக்காக உழைத்த என்னை, அவள் நம்பிக்கையோடு வாழ வேண்டும் என்பதற்காகத் தன்னையே உயிரோடு புதைத்துக்கொண்ட என்னையா? என்னைப் பற்றி என்ன சொல்லப்படும்? ஜோஸப்பைக் கொன்றபோது நான் அழவில்லை என்றா? அவனுடைய உடலில் இரண்டு குண்டுகளைப் பாய்ச்சிவிட்டுத் திரைப்படம் பார்க்கப்போனேன் என்றா? அந்த நாட்களில் திரைப்படங்கள் இருக்கவில்லை, ஏகப்பட்ட பேர் இறந்துகொண்டிருந்ததால் யாரும் யாருக்காகவும் அழவில்லை, இறந்தவர்களுக்கு ஒரு எண்ணும், இரண்டு சாட்சியங்கள் மட்டுமே அளிக்கப்பட்டன. நீதிமன்றத்தையும், நீதிபதி ஒருவரையும் தேடி அலுத்துப்போனேன், ஒருபோதும் எவருமே கிடைக்க வில்லை.

அடிப்படையில், உன்னுடைய கதாநாயகனைவிட இன்னும் சோக மாகவே நான் வாழ்ந்திருந்தேன். மாற்றிமாற்றி வெவ்வேறு பாத்திரங்களை ஏற்றேன். சில சமயங்களில் மூசா, சில சமயங்களில் அந்நியன், சில சமயங் களில் நீதிபதி, சில சமயங்களில் சொறிநாயுடன் இருந்த மனிதன், துரோகி ரேமோன், தவிர. கொலையாளியை ஏளனம் செய்துகொண்டிருந்த அந்தத் திமிர்பிடித்த புல்லாங்குழல் ஊதுபவன்கூடத்தான். மொத்தத்தில் ஒரே கதாநாயகனாக நான் மட்டுமே இருந்த, மூடிய அறைக்குள் நடந்த நீதி விசாரணை. பிரமாதமான ஒற்றைக் கலைஞர் காட்சி. இந்த நாட்டில் எங்கு பார்த்தாலும் அந்நிய நாட்டவர்களின் கல்லறைத் தோட்டங்கள் இருந்தா லும் அங்குள்ள அமைதியான புல்வெளிகள் வெறும் வெளித்தோற்றம் மட்டுமே. அந்த நல்ல மக்கள் எல்லோரும் பேசிக்கொண்டும் ஒருவரை யொருவர் இடித்துக்கொண்டும் மீண்டும் உயிர்பெற்று எழுந்துவர முயன்று கொண்டிருக்கிறார்கள், உலகத்தின் முடிவுக்கும் விசாரணையின் தொடக் கத்துக்கும் இடையில் சிக்கிக்கொண்டவர்களாக. அப்படி நிறைய பேர்! ஏராளமானோர்! இல்லையில்லை, நான் போதையில் இல்லை, நான் ஒரு விசாரணையைப் பற்றிக் கனவு கண்டுகொண்டிருக்கிறேன், ஆனால், எல் லோரும் அதற்கு முன்பே இறந்துவிட்டார்கள், நான்தான் கடைசியாகக் கொலைசெய்ய நேர்ந்தது. 'கெயினும் ஏபெலும்' பற்றிய கதைதான்,

ஆனால், மனிதகுலத்தின் முடிவில் வரும் கதை, அதன் தொடக்க நாட்களில் அல்ல. இப்போது நன்றாகப் புரிகிறதல்லவா? மன்னிப்போ பழி வாங்கலோ மையக்கருவாக இருக்கும் சாதாரணக் கதை அல்ல இது; இது ஒரு சாபம், ஒரு பொறி.

எனக்கு வேண்டியதெல்லாம் நினைவுபடுத்திப்பார்ப்பதுதான். அதை நான் எவ்வளவு தீவிரமாக விழைகிறேன் என்றால், முடிந்தால் காலத்தில் பின்னோக்கிச் சென்று அந்த 1942 கோடைக்காலத்துக்குப் போய், அந்த நாட்டிலுள்ள எல்லா அராபியர்களுக்கும் அந்த இரண்டு மணி நேரத்துக்குக் கடற்கரைப் பக்கம் செல்லத் தடை விதிப்பேன். மாறாக, இறுதியில், ஆமாம், அந்த அடித்துப்போடும் வெக்கையில் வாடும் நீதிமன்றக்கூடத்தைப் பார்த்தபடியே விசாரணையை நான் எதிர்கொள்வேன். முடிவின்மைக்கும் சிறையில் மாட்டிக்கொண்டுவிட்ட என்னுடைய உடலின் மூச்சிரைப்புக்கும் இடையில், சுவர்களையும் சிறைவாசத்தையும் எதிர்த்து என் தசைகளாலும் எண்ணங்களாலும் போராடி, பிரமை பிடித்தவனாய். இதற்கெல்லாம் என் அம்மாதான் காரணம், எனக்கு அவளிடம்தான் கோபம். உண்மையில் இந்தக் குற்றத்தைச் செய்தது அவள்தான், என் கையைப் பிடித்துக்கொண்டிருந்தது அவள்தான், அவள் கையை மூசா பிடித்துக்கொண்டிருக்க இதெல்லாம் அப்படியே ஏபெல் அல்லது அவனுடைய சகோதரன்வரை போகும். தத்துவ ரீதியாகப் பேசுகிறேனா? ஆமாம், ஆமாம். உன்னுடைய கதாநாயகனுக்கு அது நன்றாகப் புரிந்திருந்தது, தத்துவச் சிந்தனையாளர் அக்கறைகொள்ள வேண்டிய ஒரே பிரச்சினை கொலைதான். மற்றதெல்லாம் வெட்டி அரட்டை. ஆனால், நானோ மதுக்கூடத்தில் சும்மா உட்கார்ந்திருக்கும் ஒரு மனிதன்தான். பகல்பொழுது முடிந்துகொண்டிருக்கிறது, நட்சத்திரங்கள் ஒன்றன்பின் ஒன்றாக வெளிப்பட்டு, தலைசுற்ற வைக்கும் ஆழ்ந்த பரிமாணம் ஒன்றை இரவு வானத்துக்கு அளிக்கிறது. இந்த இயல்பான முடிவு எனக்கும் பிடிக்கிறது; பூமியை இரவு வானத்துக்கு அழைத்து, அனந்தத்தில் தனக்கிருக்கும் பங்குக்குச் சமமான பங்கு ஒன்றை அதனிடம் ஒப்படைக்கிறது. இரவு வேளையில்தான் நான் கொலை செய்தேன், அப்போதிலிருந்து அதனுடைய பிரம்மாண்டம் எனக்கு உடந்தையாக ஆகிவிட்டது.

ஆஹா, என்னுடைய மொழித்திறனைப் பார்த்து நீ வியப்படைவதைப் போலத் தோன்றுகிறது. எங்கே, எப்படி அதை நான் கற்றேனா? பள்ளிக்கூடத்தில். தனியாக. மெரியெமிடம். உன்னுடைய கதாநாயகனுடைய மொழியை நான் திறம்படச் செம்மையாக்கிக்கொள்ள உதவியது அவள்தான். ஒரு தாயத்தைப் போல உன்னுடைய தோள் பையில் நீ பத்திரமாக வைத்திருக்கும் அந்தப் புத்தகத்தை அறிமுகம் செய்து, படிக்க வைத்து, மீண்டும்மீண்டும் படிக்க வைத்தவள் அவள்தான். அதன்

மூலம்தான் ஒருவித வெறியோடு பார்த்துப்பார்த்து நான் விசாரணை செய்ய உதவும் கருவியாக பிரெஞ்சு மொழி ஆகியது. குற்றம் நடந்த இடத்தைத் துருவிப் பார்ப்பதற்கு ஒரு பூதக் கண்ணாடியைப் போல அந்த மொழியை நாங்கள் பயன்படுத்தினோம். என்னுடைய மொழியையும் மெரியெத்தின் விளக்கங்களையும் கொண்டு நூற்றுக்கணக்கான புத்தகங்களை விழுங்கினேன்! அந்தக் கொலையாளி வசித்த இடங்களுக்கு அருகில் போய், சூன்யத்தை நோக்கி அவன் பயணம் மேற்கொள்ளத் தொடங்கியபோது அவனுடைய கோட்டைப் பிடித்திழுத்து, அவன் திரும்பி என்னைப் பார்த்து அடையாளம் கண்டு, என்னுடன் பேசி, எனக்குப் பதிலளித்து, எனக்கு முக்கியத்துவம் கொடுக்கும்படி கட்டாயப்படுத்தினேன்: அல்ஜேயில் ஒரு கடற்கரையில் நான் இறந்துவிட்டதாக உலகம் முழுவதும் அவன் அறிவித்த பிறகு நான் மீண்டும் உயிர்பெற்று வந்ததைக் கண்ட பயத்தில் நடுங்கினான்!

இந்த அசிங்கமான மதுக்கூடத்தில் நானே எனக்காக அமைத்துக் கொள்ளும் இந்த நீதி விசாரணையைத் தவிர, வேறெதுவும் இருக்கப்போவதில்லை என்று நான் கருதுவதால், மீண்டும் அந்தக் கொலைக்கு வருகிறேன். நீ இளைஞன், ஆனால், நீயே எனக்கு நீதிபதியாக, அரசு வழக்கறிஞராக, பொதுமக்களாக, இதழாளராக இருக்கலாம்... ஒரு மனிதனை நான் கொன்ற பிறகு என்னிடம் இல்லை என்று நான் வருந்தியது என்னுடைய அப்பாவித்தனம் அல்ல, மாறாக என் வாழ்க்கைக்கும் குற்றத்துக்கும் இடையில் நிலவிவந்த அந்த எல்லைக்கோடு. நிகழ்வுக்குப் பிறகு அதை மீண்டும் நிறுவுவது கடினம். ஒருவர் கொலை செய்யும்போது இழந்துவிடுகிற அளவுகோல்தான் **மற்றவர்**. ஒருவிதத்தில் பார்த்தால் அன்றிலிருந்தே ஒரு கொலையின் மூலம்—குறைந்தபட்சம் என்னுடைய பகற்கனவுகளில்—எல்லாவற்றுக்குமே தீர்வு காணலாம் என்று நம்ப முடியாத, கிட்டத்தட்டப் புனிதமான தலைச்சுற்றலை உணர்ந்தேன். என்னிடம் பலியானவர்களின் பட்டியல் நீண்டதாக இருந்தது. முதலாவதாக, தன்னை 'மாஜி முஜாஹித்' என்று சொல்லிக்கொண்டு, ஆனால், நிஜமான முஜாஹித்களின் சந்தாப் பணத்தைத் திசைதிருப்பித் தன் பணத்துடன் சேர்த்துக்கொண்ட மோசக்காரனும், நாணயமற்றவனுமான அண்டை வீட்டுக்காரன் ஒருவன். அடுத்து, எங்களுடைய நகர வீதிகளில் தன்னுடைய ஜீவனற்ற உடலை இழுத்துக்கொண்டு போகும் ஒல்லியான, பழுப்பு நிற, வெறி பிடித்த கண்களுடன் இருந்த, தூக்கம் வராத நாய்; அடுத்து, எங்களுடைய பழைய கடனைத் திருப்பித் தருவதாக வாக்களித்துவிட்டு, ஒருபோதும் அதைச் செய்யாமல், ஆனால், ஒவ்வொரு ரம்ஜான் முடிவிலும் ஈத் அன்று எங்களைப் பார்க்க வந்துகொண்டிருந்த தாய்மாமன். இறுதியாக, விடுதலைப் போராட்ட இயக்கத்தில் நானாகவே போய்ச் சேராமல் இருந்ததால் என்னைக் கையாலாகாதவன் என்று நடத்திய ஹஜூத் நகர மேயர்.

நான் ஜோஸப்பைக் கொலை செய்து கிணற்றில் அவனுடைய உடலைத் தூக்கியெறிந்த பின்—சும்மா ஒரு பேச்சுக்கு சொல்கிறேன், ஏனென்றால் உண்மையில் நான் சொல்லியிருந்தபடி அவனைப் புதைத்துவிட்டிருந் தேன்—இது போன்ற எண்ணங்கள் எனக்குச் சகஜமாக வந்தன. எல்லா வற்றுக்குமே சில துப்பாக்கிச் சூடுகளில் தீர்வு காண முடியும் என்றால், இன்னல்கள், அநீதி, ஏன், ஒரு எதிரியின் வெறுப்பையும்கூட எதற்காகப் பொறுத்துக்கொண்டிருக்க வேண்டும்? தண்டிக்கப்படாத கொலைகாரன் ஒருவித சோம்பேறித்தனத்தில் ஆழ்ந்துவிடுகிறான். ஆனால், அதில் ஈடு செய்ய முடியாத ஒன்றும் இருக்கிறது: நேசிப்பதை, நேசிக்கும் சாத்தியக் கூற்றைக் குற்றம் நிரந்தரமாக இழந்துவிடச் செய்கிறது. ஒரு மனிதனை நான் கொன்றுவிட்டேன், அதன் பிறகு என் கண்ணோட்டத்தில் வாழ்க்கை இனியும் புனிதமானதாக இல்லை. அப்போதிலிருந்தே நான் சந்தித்த ஒவ்வொரு பெண்ணும் தன்னுடைய பாலினக் கவர்ச்சியை, பூரணத்துவத்தின் மாயையை எனக்களிக்கும் சாத்தியக்கூற்றை வெகு விரைவிலேயே இழந்துவிட்டாள். ஆசையின் ஒவ்வொரு எழுச்சி அலை யின்போதும் ஒரு உயிர் திடமான எதையும் சார்ந்து இருக்கவில்லை என்று தெரிந்துகொண்டேன். உயிரை அவ்வளவு எளிதாக அழித்துவிட முடியும் என்பதால் என்னால் அதை நேசிக்க முடியவில்லை—என்னையே நான் ஏமாற்றிக்கொள்வதாக அது இருந்திருக்கும். ஒரே ஒரு மனிதனைக் கொன்றதன் மூலம் மனிதகுலத்தின் எல்லா உடல்களையும் நான் உறை யச் செய்துவிட்டேன். மேலும், என் பிரிய நண்பனே, குர்-ஆனிலிருந்து என் காதுகளில் ஒலித்துக்கொண்டே இருக்கும் ஒரே ஒரு வாசகம் இது தான்: ''நீங்கள் ஒரு ஆன்மாவைக் கொன்றால் மொத்த மனிதகுலத்தையே கொன்றுவிட்டதைப் போலாகும்.''

சொல்ல மறந்துவிட்டேனே, நாள் கடந்துவிட்ட மிகப் பழைய செய் தித்தாள் ஒன்றில் என் கவனத்தை ஈர்த்த கட்டுரை ஒன்றை ஒருமுறை படித்தேன். அதில், அமர பாரதி என்ற சாது ஒருவரின் கதையைப் பற்றி இருந்தது. நிச்சயமாக நீ இந்த மனிதரைப் பற்றிக் கேள்விப்பட்டிருக்க மாட்டாய். முப்பத்தெட்டு ஆண்டுகளாகத் தன்னுடைய வலது கையை வானை நோக்கி உயர்த்தியபடி வைத்திருந்ததாகச் சொல்லப்பட்ட ஒரு இந்தியர் அவர். அதன் விளைவாக அவருடைய அந்தக் கை வெறும் தோல் மூடிய எலும்பாகவே ஆகியிருந்தது. அவருடைய மரணம்வரை அது அப்படியே நிலையாக இருக்கும். அடிப்படையில் நம் எல்லோருக்குமே ஒருவேளை அப்படி ஏதாவது இருக்கத்தான் செய்யும். சிலருக்கு அது தான் காதலித்த ஒருவர் விட்டுச் சென்ற காலி இடத்தை அணைத்தபடி இருக் கும் கைகள், வேறு சிலருக்கு ஏற்கனவே வளர்ந்துவிட்ட குழந்தையை இன்னும் பிடித்திருக்கும் கை, ஒருபோதும் கடந்து செல்லாத நுழை

வாயிலின் மேல் தூக்கியவாறு இருக்கும் ஒரு கால், இன்னும் சொல்லப்படாத வார்த்தையைக் கடித்தபடி இருக்கும் பற்கள், இத்யாதி. இன்று காலையிலிருந்தே இந்த எண்ணம் என்னைக் கவர்ந்துகொண்டிருக்கிறது. அந்த இந்தியர் ஏன் ஒருபோதும் தன் கையைக் கீழே இறக்கவேயில்லை? அவர் நடுத்தர வர்க்கத்தைச் சேர்ந்த ஒரு மனிதர். தனக்கென்று ஒரு வேலை, வீடு, மனைவி, மூன்று குழந்தைகள் என்று இருந்த அவர், அமைதியான வாழ்க்கை வாழ்ந்துவந்தார். ஒருநாள் அவருக்குத் தெய்வ தரிசனம் கிடைத்தது: ஆண்டவன் அவருடன் பேசி, வலது கையைத் தூக்கிய நிலையிலேயே வைத்துக்கொண்டு அயராமல் நாடு முழுவதும் நடந்து போய் மக்களிடம் சமாதானத்தை உபதேசிக்க வேண்டும் என்று கட்டளையிட்டார். முப்பத்தெட்டு ஆண்டுகளுக்குப் பின் அவருடைய கை எலும்பும் தோலுமாக ஆகிவிட்டது. இந்தச் செய்தி எனக்குப் பிடித்திருக்கிறது, நான் உனக்குச் சொல்லிக்கொண்டிருக்கும் கதையைப் போல இது இருக்கிறது: உயர்த்தப்பட்ட கை ஒன்றின் கதை. கடற்கரையில் துப்பாக்கிச் சூடுகள் நடந்து கிட்டத்தட்ட அரை நூற்றாண்டுக்குப் பிறகு, என்னுடைய கை அப்படியே இருக்கிறது, உயர்த்தியபடியே, கீழே இறக்க முடியாமல், சுருக்கங்கள் விழுந்து, காலத்தால் அரிக்கப்பட்டு—உயிரற்ற எலும்புகளின் மேல் உலர்ந்துவிட்ட தோல். என் இருத்தலையே அப்படித்தான் உணர்கிறேன் என்பதுதான் வித்தியாசம்: தசைகள் எதுவும் இல்லாதபோதும் கையை உயர்த்தியவாறும்; வலியுடனும். ஏனென்றால், கையை இதே நிலையில் வைத்திருப்பது என்பது ஒரு அங்கத்தைப் பறிகொடுப்பது என்பது மட்டுமல்ல, பயங்கரமான துளைத்தெடுக்கும் வலியையும் எதிர்கொள்வதாகும், என்னதான் இன்று அவை மறைந்துபோய்விட்டன என்றே இருந்தாலும். இதைக் கேள்: ''அது மிகவும் வலியை அளித்தது, ஆனால், இன்று நான் அதற்குப் பழகிவிட்டேன்'' என்றார் அந்த இந்தியர். மிகவும் விரிவாக அந்த இதழாளர் அதை விவரிக்கிறார். அவருடைய கை முற்றிலுமாக உணர்வை இழந்துவிட்டது. பாதி தூக்கிய நிலையில் நின்றுவிட்ட அது, தன் வலுவை இழந்து, விரல் நகங்கள் தங்கள் மேலேயே சுருண்டுசுருண்டு வளர்ந்தன. முதலில் இந்தச் செய்தி எனக்குப் புன்முறுவலை வரச்செய்தது, ஆனால், இப்போது பெரும் முக்கியத்துவத்துடன் அதை எண்ணிப்பார்க்கிறேன். இது ஒரு உண்மையான கதை, ஏனென்றால், என் வாழ்க்கையில் அதை அனுபவித்திருக்கிறேன். மிகவும் சிரமமான, திரும்பப் பெற முடியாத நிலையிலேயே அம்மாவின் உடல் விறைத்துப்போனதைப் பார்த்திருக்கிறேன். புவியீர்ப்புச் சக்திக்கு எதிராக ஒரு கோணத்தில் நிலைத்துவிட்ட அந்த இந்தியரின் பயன்படாத கையைப் போல அம்மாவின் உடல் காய்ந்துவிட்டதைப் பார்த்தேன். உண்மையில் அம்மா ஒரு சிலை. செய்வதற்கு எதுவும் இல்லாதபோது, தான் உயி

ரோடிருப்பதன் காரணத்தை இழந்துவிட்டதைப் போல அசையாமல், தரையில் உட்கார்ந்த நிலையிலேயே இருப்பாள். ஆமாம், எந்த அளவுக் குப் பொறுமையைக் கையாண்டு, அந்த அராபியனை—ஆமாம், நான் தான் அது—ஒரு துப்பாக்கியைக் கையில் ஏந்தவைத்து, அந்த ரூமி, ஜோஸப் பைக் கொல்லவைத்து, புதைக்க வைக்கும் காட்சிக்குள் அவள் அவனை எப்படித் தூக்கி நிறுத்தினாள் என்பதைப் பல ஆண்டுகளுக்குப் பிறகுதான் நான் தெரிந்துகொண்டேன்.

வீட்டுக்குப் போவோம், இளைஞனே. பொதுவாக, ஒப்புதல் வாக்கு மூலத்துக்குப் பின் எவருக்குமே நன்றாகத் தூக்கம் வரும். •

10

என்னுடைய கொலைக் குற்றத்துக்கு அடுத்த நாள் எல்லாமே அமைதியாக இருந்தது. சவக்குழி தோண்டுவதில் மிகவும் சோர்வடைந்திருந்த நான் கண்ணயர்ந்துவிட்டேன். காப்பியின் மணம்தான் என்னை எழுப்பிவிட்டது. அம்மா தனக்குள் பாடிக்கொண்டிருந்தாள்! எனக்கு அது நன்றாக நினைவிருக்கிறது, தணிந்த குரலிலேயே என்றாலும் அப்போதுதான் முதல் முறையாக மனம் விட்டுப் பாடினாள். உலகத்தில் முதல் நாளை யாரும் மறப்பதில்லை. எலுமிச்சை மரம் எதையுமே பார்க்காததைப் போலப் பாசாங்கு செய்தது. அன்றைய பகல் பொழுதில் வெளியே கிளம்பிப் போவதில்லை என்று தீர்மானித்தேன். ஒரு குழந்தை மேதைக்கோ, ஒருவழியாக இறுதியில் வீடு வந்த சேர்ந்த பயணிக்கோ, கடலால் திருப்பித் தரப்பட்டு நீர் சொட்ட, சிரித்தபடியே வரும் உறவினருக்கோ விசேஷமாக அளிக்கப்படுவதைப் போல இருந்தன அம்மாவின் அருகாமையும், அன்பும், அரவணைப்பும். மூசாவின் மறுவருகையை அவள் கொண்டாடிக் கொண்டிருந்தாள். ஆகவே, என்னிடம் ஒரு கோப்பையை அவள் நீட்டிய போது முகத்தைத் திருப்பிக்கொண்டேன், ஒரு கணம் என் முடியில் உரசிய அவளுடைய கையைக் கிட்டத்தட்ட தள்ளிவிட இருந்தேன். இருந்தாலும், அவளிடம் மறுப்புத் தெரிவித்த அந்தக் கணத்திலேயே வேறு எந்த உடலும் எனக்கு அருகில் இருப்பதைப் பொறுத்துக்கொள்ள மாட்டேன் என்றும் எனக்குத் தெரிந்திருந்தது. மிகைப்படுத்துகிறேனா? நிஜமான கொலையைச் செய்யும் ஒருவர் சில புதிய, நறுக்குத் தெறித்தாற்போன்ற நிச்சயங்களைப் பெறுகிறார். சிறையில் தன் வாசத்தைப் பற்றி உன்னுடைய கதாநாயகன் என்ன எழுதியிருக்கிறான் என்று படித்துப்பார். அந்தப் பகுதியை நான் அடிக்கடி மீண்டும் படிப்பதுண்டு, சூரியனையும் உப்பையும் பற்றிய அந்தப் பெரிய அவியலிலேயே அதுதான் மிகவும் சுவாரஸ்யமான பகுதி. சிறையிலிருக்கும்போதுதான் உன்னுடைய கதாநாயகன் மகத்தான கேள்விகளைச் செம்மையாக எழுப்புகிறான்.

வானம் என்ன நிறத்தில் இருந்தது என்பதுபற்றி எனக்கு அக்கறை இருக்கவில்லை. ஆகவே, நான் என் அறைக்குத் திரும்பிச் சென்று இன்னும் சில மணி நேரம் தூங்கினேன். பகல் பொழுதின் நடுவில் தூக்கத்திலிருந்து ஒரு கை என்னை இழுத்தது. அம்மாவேதான், வேறு யார்? ‘‘உன்னைத் தேடி அவர்கள் வந்திருக்கிறார்கள்’’ என்றாள் அவள். கவலைப்படவோ, பயப்படவோ இல்லை; அவளுடைய மகனை இரண்டு முறை கொலை

செய்ய முடியாது, எனக்கு அது நன்றாகப் புரிந்தது. மூசாவின் கதை முற்றிலுமாக முடிவதற்கு முன்னால் சில சடங்குகள் இன்னும் செய்யப்பட வேண்டி இருந்தன. மதியம் இரண்டு மணி தாண்டி சில நிமிடங்கள் கழிந்திருக்கும் என்று நினைக்கிறேன். அந்தச் சிறிய முற்றத்துக்கு வந்து, இரண்டு காலியான கோப்பைகள், சில சிகரெட் துண்டுகள், மண் தரையில் காணப்பட்ட சில அடிச்சுவடுகள் இவற்றைப் பார்த்தேன். இரவில் கேட்ட இரண்டு துப்பாக்கிச் சூடு சத்தம், ஜுனூத்தை பயமுறுத்தியிருந்தது என்று அவள் விளக்கினாள். அந்தப் பேட்டையில் இருக்கும் யாரோ எங்களுடைய வீட்டைச் சுட்டிக்காட்டியிருந்திருக்கிறார்கள், எங்கள் தரப்பு விளக்கத் தைக் கேட்பதற்காக எங்களுடைய வீட்டுக்கு வந்திருந்தார்கள். அந்த இரண்டு சிப்பாய்களும் முற்றத்தைப் பார்வையால் உத்தேசமாகத் துழாவி, காப்பியைப் பெற்றுக்கொண்டு, என் தாயாரிடம் அவளைப் பற்றியும், அவ ளுடைய குடும்பத்தைப் பற்றியும் விசாரித்திருக்கிறார்கள். ஆகவே, அதற் குப் பின் நடந்ததை நான் ஊகித்துவிட்டேன். அவள் தன்னுடைய நாட கத்தை ஆடியிருந்திருக்கிறாள்: அவர்களை அவ்வளவு கவரும் விதத்தில் மூசாவைப் பற்றி அவள் பேசியதில் அவர்கள் அவளுடைய நெற்றியில் முத்தமிட்டு, எப்படி ஒவ்வொரு கோடைக்காலத்திலும் சரியாக இரண்டு மணிக்கு லட்சக் கணக்கானோர் பிரெஞ்சுக்காரர்களால் கொல்லப்பட்டார் களோ அதைப் போலவே அவளுடைய மகனுக்காக நன்றாகப் பழிவாங்கி விட்டோம் என்று உறுதியளித்தார்கள். இருந்தாலும், கிளம்பிப் போவதற்கு முன், ‘‘நேற்றிரவு ஒரு பிரெஞ்சுக்காரர் காணாமல்போய்விட்டார். உங்க ளுடைய மகனை நாளை நகராட்சி அலுவலகத்துக்கு வரச் சொல்லுங்கள், ராணுவ உயர் அதிகாரி அவரிடம் பேச விரும்புகிறார். உங்கள் மகனை உங்களுக்குத் திரும்பத் தந்துவிடுவோம். சில கேள்விகளை மட்டும் அவ ரிடம் கேட்க வேண்டும்.’’ இப்போது, தான் சொல்லிக்கொண்டுவந்ததை அம்மா நிறுத்திவிட்டு என்னை உற்றுப் பார்த்தாள்: ‘‘என்ன செய்யப் போகிறாய்?’’ என்று கேட்பதைப் போல இருந்தன அவளுடைய சிறிய விழிகள். குரலைத் தாழ்த்தியபடி, ரத்தக் கறையிலிருந்து கொலை செய்த ஆயுதம்வரை எல்லாவற்றையும் தான் அழித்துவிட்டதாகச் சொன்னாள். எலுமிச்சை மரத்தடியில் பெரிய மாட்டுச் சாணக் குவியல் இருந்தது... அந்த இரவைச் சேர்ந்த எதுவும் மீதமிருக்கவில்லை, வியர்வையோ தூசியோ எதிரொலியோ எதுவுமே. இருபது ஆண்டுகளுக்கு முன்னால், கடற்கரையில் அராபியனுக்குப் பார்த்துப்பார்த்துச் செய்யப்பட்டதைப் போல. பிரெஞ்சுக்காரரும் கவனமாக அழிக்கப்பட்டுவிட்டார். ஜோஸப் பிரெஞ்சுக்காரர், அந்த நாட்களில் கிட்டத்தட்ட எல்லா இடங்களிலும் பிரெஞ்சுக்காரர்கள் இறந்துகொண்டிருந்தார்கள், இன்னும் வேறு இடங் களில் இறந்துகொண்டிருந்த அராபியர்களைப் போலவே. ஏழாண்டு

விடுதலைப் போராட்டப் போர் உன்னுடைய மெர்சோவின் கடற்கரையை ஒரு போர்க்களமாக மாற்றிவிட்டிருந்தது.

என்னைப் பொறுத்தவரை இந்த மண்ணின் தலைவர்கள் என்னிடமிருந்து என்ன எதிர்பார்த்தார்கள் என்று எனக்குத் தெரிந்திருந்தது. பிரெஞ்சுக்காரரின் பிரேதத்தை என் முதுகில் சுமந்துகொண்டே அவர்களுக்கு முன்னால் நான் போய் நின்றிருந்தாலும்கூட, அப்படிக் கண் முன்னே நிதர்சனமாகத் தெரிந்தது என் குற்றம் அல்ல, ஆனால், குற்றமாக இருந்தது வேறொன்று, உள்ளுணர்வு ஊகிக்க முடிந்த குற்றம்: என்னுடைய அந்நியத் தன்மை. அன்றைக்கே அங்கே போவதில்லை என்று நான் ஏற்கனவே தீர்மானித்திருந்தேன். ஏன்? தைரியத்தாலோ, அல்லது கூட்டிக்கழித்துப் பார்த்ததாலோ அல்ல, எனக்கு அப்போது இருந்த மந்த மனநிலையால்தான். மதிய வேளையில், வானத்துக்குப் பிரமாதமான ஒரு இளமைத் துடிப்பு வந்திருந்தது, முக்கியமான தேதி ஒன்றைப் போல என் நினைவில் அது பதிவாகிவிட்டது. என் மனம் இலகுவாக, இதயத்தின் மற்ற சுமைகளுடன் சமநிலையில், ஆசுவாசத்துடன், சோம்பேறித்தனத்துக்கு உகந்ததாக இருப்பதை உணர்ந்தேன். மூசாவின் கல்லறைக்கும் ஜோஸப்பின் கல்லறைக்கும் சம தொலைவில். ஏன் என்று நீ புரிந்துகொள்ள வேண்டும். என் கையின் மேல் ஒரு எறும்பு ஊர்ந்து சென்றது. நான் இருந்த இடத்திலிருந்து இரண்டே மீட்டர் தொலைவில், அங்கேயே, எலுமிச்சை மரத்தின் கீழ், சாவின் நிரூபணத்துக்கு மாறான வகையில் என்னுடைய வாழ்க்கையும், அதற்கு அத்தாட்சியும், அதனுடைய வெப்பநிலையும் இருந்ததை எண்ணிப்பார்க்கும்போது அசந்துபோய்விட்டிருந்தேன். தான் ஏன் கொலை செய்தாள் என்று அம்மாவுக்குத் தெரியும், அவள் ஒருத்திக்கு மட்டுமே அது தெரிந்திருந்தது! அவளுடைய நிச்சயம் என்னையோ, மூசாவையோ, ஜோஸப்பையோ பாதிக்கவில்லை. அவளை நோக்கி என் பார்வையை உயர்த்தினேன். தரையை நோக்கிக் குனிந்து, முற்றம் முழுவதும் தன் பார்வையை ஓட விட்டு, இப்போது அவள் தலைக்குள் குடியிருக்கும் இறந்துவிட்ட உறவினர்கள் அல்லது சில அண்டைவீட்டுப் பெண்களுடன் அவள் விவாதித்துக்கொண்டிருப்பதைப் பார்த்தேன். ஒரு கணம் அவளுக்காக வருத்தப்பட்டேன். மரத்துப்போன என் கைகள் அர்த்தபுஷ்டியுடன் ஒருவித மகிழ்ச்சியளிக்க, முற்றத்தின் சுவரில் நிழல்கள் மெதுவாக ஊர்ந்துபோவதைப் பார்த்துக்கொண்டிருந்தேன். பிறகு தூங்கிவிட்டேன்.

உண்மையில் நான் தொடர்ந்து கிட்டத்தட்ட மூன்று நாட்கள் தூங்கினேன். என்னுடைய சொந்தப் பெயரை மட்டும் சற்றே எனக்கு நினைவூட்டிய சில விழித்திருந்த கணங்கள் அடங்கிய தூக்கம். அசையாமல், குறிப்பாக, எண்ணங்களோ திட்டங்களோ இல்லாமல், வியப்பில் ஆழ்ந்த

புதிய உடலுடன் அப்படியே இருந்தேன். பொறுமை என்ற விளை யாட்டை விளையாடிக்கொண்டிருந்த அம்மா என்னை அப்படியே இருக்க விட்டுவிட்டாள். ஒவ்வொரு முறையும் நான் அதைப் பற்றி எண்ணிப் பார்க்கும்போது வெளியே நாடு விடுதலைக் கொண்டாட்டங்களினூடே இன்னும் அலைக்கழிந்துகொண்டிருக்க, என்னுடைய இந்த நீண்ட நாட் களின் தூக்கம் எனக்கு வினோதமாகத் தோன்றியது. எல்லாத் திசை களிலும் லட்சக் கணக்கான மெர்சோக்கள் ஓடிக்கொண்டிருந்தார்கள், அராபியர்களும்கூடத்தான். என்னைப் பொறுத்தவரை இதற்கு அர்த்தமே இல்லை. அதற்குப் பிறகுதான், பல வாரங்கள், பல மாதங்களுக்குப் பின் கொஞ்சம்கொஞ்சமாகச் சீரழிவு, மகிழ்ச்சி இவை இரண்டின் பிரம்மாண் டங்களைத் தெரிந்துகொண்டேன்.

ஆமாம், உனக்குத் தெரியுமா? புத்தகம் ஒன்று எழுத வேண்டும் என்று ஒருபோதும் அக்கறைகொண்டிருந்திருக்காத நான் அதையே செய்யப் போவதாகக் கனவுகாண்கிறேன். ஒரே ஒரு புத்தகம். ஆனால், நீ நினைத்துக் கொண்டிருப்பதைப் போல அல்ல, அது உன்னுடைய மெர்சோ விவகாரத் தின் மறுவிசாரணையாக இருக்காது. வேறு ஒன்று, இன்னும் நெருங்கிய உறவுடன். செரிமானத்தைப் பற்றிய பெரிய ஆய்வுநூல். அதோ! ஒருவித சமையல் புத்தகம், வாசனைகளும், தத்துவச் சிந்தனையும், கரண்டிகளும், தெய்வங்களும், மனிதர்களும் அவர்களுடைய தொப்பைகளும் கலந்து எழுதப்பட்ட புத்தகம். பச்சையானதும் சமைக்கப்பட்டதும்.[1] இந்த நாட் டில் மிக அதிகமாக விற்கப்படும் புத்தகங்கள் சமையல் புத்தகங்கள்தான் என்று அண்மையில் யாரோகூட என்னிடம் சொன்னார்கள். ஏன் என்று எனக்கு நன்றாகவே தெரியும். நானும் அம்மாவும் எங்களுடைய சோகக் கதையிலிருந்து—தடுமாறிக்கொண்டேதான் என்றாலும், சமாதானமும் அடைந்து—மீண்டு வந்த அதே நேரத்தில் நாடு முழுவதும் மண்ணையும், மீதமிருந்த வானத்தையும், வீடுகளையும், மின்கம்பங்களையும், பறவை களையும் தற்காத்துக்கொள்ள முடியாத உயிரினங்களையும் மற்ற எல்லா மக்களும் சாப்பிட்டுக்கொண்டிருந்தார்கள். என்னுடைய நாட்டின் மக்கள் கைகளால் மட்டுமல்லாமல் எல்லாவற்றாலும்கூடச் சாப்பிடுகிறார்கள்: கண்களால், பாதங்களால், நாக்கால், சருமத்தால். எல்லாமே விழுங்கப்படு கின்றன: ரொட்டி, எல்லாவித இனிப்புகள், வெளிநாட்டிலிருந்து வந்த இறைச்சி, கோழி வகைகள், எல்லாவித மூலிகைகள். இறுதியில் அவை யெல்லாம் போதாமல் அயர்ந்துபோய்விட்டார்கள். என்னுடைய பார்வை யில் இந்த மக்களுக்கு இன்னும் பெரிதாக, அதல பாதளத்திற்கு நேர் எதிரிடையாக ஒன்று தேவைப்படுகிறது. என் தாயார் அதை, ‘‘நீண்டு

[1] அமைப்பியல் தத்துவத்தின் ஆதார நூல்: **பச்சையானதும் சமைக்கப்பட்டதும்**. லெவி-ஸ்டராஸ் எழுதியது.

கொண்டே போகும் பாம்பு'' என்பாள், இது எங்களை அகால மரணத் துக்கோ அல்லது சூனியத்தில் தடுக்கிவிழச் செய்யும் உலகின் விளிம்பில் ஏதோ ஒரு இடத்துக்கோதான் இட்டுச்செல்லும் என்று நான் நினைக்கி றேன். பார், இந்த நகரத்தையும் இந்த மக்களையும், அதோ அங்கேயும் நம்மைச் சுற்றிலும், உனக்குப் புரியும். ஏற்கனவே, பல ஆண்டுகளாகவே எல்லாவற்றையும் விழுங்கிக்கொண்டிருக்கிறார்கள். காரை, கடற்கரையில் காணப்படும் உருண்டையான பளபளக்கும் கற்கள், மின்கம்பங்களில் மிஞ்சியிருப்பவை, இத்யாதி. ஆண்டுகள் செல்லச்செல்ல அந்தப் பிசாசு தன் விருப்பத்தைத் தளர்த்திக்கொண்டு, நடைபாதையில் கிடக்கும் உடைந்த பாகங்களைக்கூடத் தின்கிறது. சில சமயங்களில் அது பாலை வனத்தின் தொடக்கம்வரைகூடப் போகிறது—பாலைவனம் பிழைத்திருப் பதே அது உப்புச்சப்பில்லாமல் இருப்பதால்தான் என்று நினைக்கிறேன். பல ஆண்டுகளாகவே விலங்குகளே காணப்படுவதில்லை, புத்தகங்களில் உருவப் படங்களாக மட்டுமே அவை இருக்கின்றன. இந்த நாட்டில் இப் போதெல்லாம் காடுகளே இல்லை, சுத்தமாக இல்லை. அன்னப் பறவை களின் பருத்த கூடுகள்கூட மறைந்துவிட்டன. மசூதிகளின் கோபுரங்கள், மாதா கோவில்கள் இவற்றின் உச்சியில் அவை கட்டியிருந்த கூடுகளை என் வாலிபப் பருவத்தில் நான் அலுக்காமல் பார்த்து ரசித்திருக்கிறேன். கட்டடங்களின் குறடுகள், காலியாக இருக்கும் இருப்பிடங்கள், சுவர் கள், காலனியர்களின் பழைய ‘வைன்’ நிலவறைகள், பாழடைந்த கட்ட டங்கள் இவற்றைப் பார்த்தாயா? நல்ல சாப்பாடு. மறுபடியும் விஷயத்தை விட்டு எங்கோ போகிறேன். உலகத்தின் முதல் நாளைப் பற்றி உன் னிடம் பேச விரும்பினேன், இதோ கடைசி நாளைப் பற்றிப் பேசிக் கொண்டிருக்கிறேன்...

என்ன சொல்லிக்கொண்டிருந்தேன்? ஆ, ஆமாம், கொலைக் குற்றம் செய்ததற்கு அடுத்த நாள். ஆகவே, நான் எதுவுமே செய்யவில்லை. உன் னிடம் நான் சொல்லியிருந்ததைப் போல நம்ப முடியாத வகையில் தாங் கள் திரும்பப்பெற்ற இந்த மண்ணை அவர்கள் விழுங்கிக்கொண்டிருந்த போது நான் தூங்கிக்கொண்டிருந்தேன். பெயர்கள் அற்ற, மொழியற்ற நாட்கள் அவை; மக்களையும் மரங்களையும் வேறு விதமாக, எதிர்பாராத கோணத்திலிருந்து, அவற்றின் இயல்பான அடையாளங்களைத் தாண்டிப் பார்த்தேன்; ஆதிமனிதனின் உணர்வுகளுக்குத் திரும்பிச் சென்றேன். உன் னுடைய நாயகனின் மேதைமையைக் கச்சிதமாகக் கண்டுகொண்டேன்: சாதாரண, அன்றாட மொழியைக் கிழித்துக்கொண்டு பேரரசின் மறுபக் கம் வெளிப்படும் திறமை; உலகத்தை வேறுவிதமாக விவரித்துச் சொல் வதற்கென்று இதைவிட இன்னும் தீவிரமாக அசத்திவிடும் திறன்கொண்ட வேறொரு மொழி காத்துக்கொண்டிருக்கும் அந்தப் பேரரசு. ஆமாம், அதே

தான்! என்னுடைய அண்ணன் கொலையுண்ட கதையை உன்னுடைய நாயகன் அவ்வளவு நேர்த்தியாகச் சொல்லக் காரணம் என்னவென்றால் இதுவரை அறியப்படாமலும், ஆனாலும், அவனுடைய அரவணைப்பில் இன்னும் சக்தி வாய்ந்ததாகவும் ஆகிவிட்ட மொழி, இரக்கமில்லாமல் செதுக்கப்பட்ட பாறைகளைப் போன்ற சொற்கள், கிரேக்க ஞானி யூக்லிடின் வடிவ கணிதத்தைப் போல அலங்காரங்கள் எதுவுமற்ற மொழி, இவற்றின் களத்தை அவன் அடைந்துவிட்டிருந்ததுதான். பார்க்கப் போனால், முடிவில் ஒரு உன்னத மொழி நடை என்பது அதுதான்: உன் வாழ்க்கை உன்மேல் சுமத்தும் இறுதிக் கணங்களைப் பற்றித் துறவுநிலைத் துல்லியத்துடன் பேசுவது. இறந்துகொண்டிருக்கும் ஒரு மனிதனையும் அவன் உச்சரிக்கும் சொற்களையும் எண்ணிப்பார். அதுதான் உன் நாயகனின் மேதாவிலாசம்: எந்தக் கணத்திலும் இறந்துவிடுவோம் என்பதைப் போல, தன் சுவாசத்தின் சிக்கனத்துடன் சொற்களைத் தேர்ந்தெடுத்தாக வேண்டும் என்பதைப் போல உலகத்தை விவரிக்கிறான். உண்மையில் அவன் யோகி.

ஐந்து நாட்களுக்குப் பிறகு, இந்த நாட்டின் புதிய தலைவர்களின் ஆணைப்படி ஹஜூதின் நகராட்சி அலுவலகத்துக்குப் போனேன். அங்கே நான் கைது செய்யப்பட்டு, ஏற்கனவே நிறைய பேர் இருந்த ஒரு அறைக்குள் தள்ளப்பட்டேன்—சில அராபியர்கள் (புரட்சியில் பங்கேற்காதவர்கள் அல்லது புரட்சியில் சாகாமல் பிழைத்தவர்களாகவும் இருக்கலாம்), பெரும்பாலும் பிரெஞ்சுக்காரர்கள்: எனக்கு அவர்களில் ஒருவரையும் தெரியாது, பார்த்ததுகூட இல்லை. யாரோ ஒருவன் நான் என்ன செய்துவிட்டிருந்தேன் என்று என்னிடம் பிரெஞ்சு மொழியில் கேட்டான். நான் ஒரு பிரெஞ்சுக்காரரைக் கொன்றதாகக் குற்றம் சாட்டப்பட்டிருந்தேன் என்று சொன்னேன், எல்லோரும் மௌனமாகிவிட்டார்கள். இரவு நேரம் வந்தது. இரவு முழுவதும் மூட்டைப்பூச்சிகள் என் தூக்கத்தைக் கலைத்த வண்ணம் இருந்தன, ஆனால், அது எனக்குக் கொஞ்சம் பழகிவிட்ட ஒன்று. கூரையின் ஜன்னல் கண்ணாடி வழியே வந்த சூரிய ஒளிக்கற்றை என்னை எழுப்பிவிட்டது. நடையில் சில ஓசைகளை—காலடிகள், உரத்த ஆணைகள்—கேட்டேன். எங்களுக்கு காப்பி கொடுக்கப்படவில்லை. நான் காத்துக்கொண்டிருந்தேன். அங்கிருந்த சில அராபியர்களை பிரெஞ்சுக்காரர்கள் உற்றுப்பார்த்தார்கள். இரண்டு ஜுனூத்கள் வந்து, தாடையை அசைத்து என்னை நோக்கிச் சைகை செய்ததை அடுத்து, காவலன் ஒருவன் என் கழுத்தைப் பிடித்து என்னை வெளியே இழுத்தான். ஜீப்பில் ஏற்றி என்னைத் தனியாக ஒரு அறையில் வைப்பதற்காகக் காவல் நிலையத்துக்கு அழைத்துப்போகிறார்கள் என்று நினைத்தேன். ஜீப்பிலிருந்த அல்ஜீரிய நாட்டுக் கொடி காற்றில் படபடத்தது. போகும் வழியில்,

சாலையின் ஓரத்தில் என் தாயார் தன்னுடைய நீண்ட ஹயிக் அணிந்து போய்க்கொண்டிருந்ததைப் பார்த்தேன். அந்தக் காவல்துறை வண்டிக்கு வழிவிட்டு நின்றாள். அவளை நோக்கி நான் வெறுமையாகப் புன்முறுவல் செய்ய, அவளோ கற்சிலையைப் போல நின்றாள். தொடர்ந்து நடப்ப தற்கு முன்னால் நிச்சயமாக அவள் எங்களைப் பார்வையால் தொடர்ந் திருக்க வேண்டும். என்னை ஒரு சிறைக் கூண்டில் தள்ளினார்கள், ஒரு **கழிவுப் பெட்டியும் ஒரு தகரப் பாத்திரமும் மட்டுமே அங்கே இருந் தன.** கிராமத்தின் மையத்தில் அந்தச் சிறைச்சாலை இருந்தது; அதன் சிறிய ஜன்னல் வழியாக, தண்டுப் பகுதியில் வெள்ளையடிக்கப்பட்டிருந்த ‘சைப் ரஸ்’ மரங்களைப் பார்த்தேன். காவலாளி ஒருவன் உள்ளே வந்து, யாரோ என்னைப் பார்க்க வந்திருப்பதாகச் சொன்னான். என் தாயாராக இருக்கும் என்று நினைத்தேன், நான் நினைத்தது சரி.

முடியாமல் நீண்டுகொண்டே போன நடை வழியாக வாயையே திறக் காமலிருந்த அந்தக் காவலாளியைத் தொடர்ந்து, ஒரு சிறிய அறையை அடைந்தேன். எங்களை லட்சியம் செய்யாமல் இரண்டு **ஜுனூத்கள்** இருந்தார்கள். பல ஆண்டுகளாக விடுதலைப் போராட்டக் காலம் முழுவ தும், தாங்கள் பின்தொடர்ந்த, கண்ணுக்குத் தெரியாத அந்த விரோதியைத் தேடுவதில் சோர்ந்து, நொடிந்துபோய், இறுக்கமடைந்துவிட்டிருந்த அந்த சற்றே பைத்தியக்காரத்தனமான கண்களுடன் அங்கே அவர்கள் இருந்தார் கள். நான் என் தாயாரை நோக்கித் திரும்பினேன், சலனமில்லாமல், ஆனால், சாந்தமாக இருந்தது அவளுடைய முகம். மரப் பெஞ்சு ஒன்றின் மேல் விறைப்பாக, ஆனால், கண்ணியமாக உட்கார்ந்திருந்தாள். நாங்கள் இருந்த அறைக்கு இரண்டு கதவுகள் இருந்தன; நான் நுழைந்து வந்த ஒரு கதவும், இன்னொரு நடை வழிக்கு இட்டுச் சென்ற மற்றொரு கதவும். அங்கே இரண்டு சிறிய மூதாட்டிகளைப் பார்த்தேன், பிரெஞ்சுக்காரிகள்— முதலாமவள், முழுக்கமுழுக்கக் கறுப்பு உடை அணிந்து, உதடுகளை இறுக மூடி இருந்தாள். இரண்டாமவள், பெரிய உருவம், அடர்ந்த முடி இவற் றுடன் படபடப்பாகத் தோன்றினாள். திறந்த நிலையில் சில கோப்பு கள், காகிதங்கள், உடைந்த ஜன்னல் கதவு இவையெல்லாம் இருந்த இன் னொரு அறையையும்—அலுவலகமாக இருக்க வேண்டும்—நான் பார்த் தேன். எல்லாமே மிக அமைதியாக இருந்தன, உண்மையில் அதீத அமைதி; சொற்கள் எழவிடாமல் என்னை அது தடுத்தது. என்ன சொல்வது என்று எனக்குத் தெரியவில்லை. எப்போதுமே நான் அம்மாவுடன் அதிகம் பேச மாட்டேன், அதுவுமில்லாமல் எங்களுடைய உதடுகளில் தொங்கியபடி இவ்வளவு அருகில் இவ்வளவு பேர் இருப்பது எங்களுக்கு வழக்கமான தல்ல. எங்களுக்கு அருகே வந்த ஒரே ஒருவரை நான் கொன்றுவிட்டிருந் தேன். இங்கே, என்னிடம் ஆயுதம் எதுவும் இருக்கவில்லை. அம்மா திடீ

ரென்று என்னை நோக்கிக் குனிந்தாள். யாரோ என்னை முகத்தில் அறை யவோ அல்லது ஒரே மூச்சில் விழுங்கிவிடுவதையோ போல நான் சட் டென்று பின்வாங்கினேன். அவள் வேகமாகப் பேசினாள்: "நீ என்னுடைய ஒரே ஒரு மகன் என்றும், அதனால்தான் விடுதலைப் போராட்ட இயக்கத் தில் சேர உன்னால் முடியவில்லை என்றும் அவர்களிடம் சொன்னேன்." சற்று மௌனமாக இருந்துவிட்டு மீண்டும் சொன்னாள்: "மூசா இறந்து விட்டான் என்று நான் அவர்களிடம் சொன்னேன்." அவனுடைய சாவு என்னவோ நேற்றுதான் நடந்தது என்பதைப் போலவும், எந்தத் தேதி என்பது ஒரு அற்ப விவரம் என்பதைப் போலவும் இன்னமும் சொல்லிக் கொண்டிருந்தாள். கடற்கரையில் ஒரு அராபியன் சுட்டுக்கொல்லப்பட்ட தைப் பற்றிக் குறிப்பிட்ட செய்தித்தாள் துண்டுகள் இரண்டையும் ராணு வத் தலைவருக்குக் காண்பித்ததை விளக்கினாள். ராணுவத் தலைவர் அவளை நம்புவதற்குத் தயங்கியிருக்கிறார். பெயர் எதுவும் கொடுக்கப்பட வில்லை, அந்தத் தியாகியின் தாயார் அவள்தான் என்பதற்கு எந்த நிரூ பணமும் இல்லை; தவிரவும், அவன் தியாகியாக இருக்கக்கூட முடியுமா, ஏனென்றால், அது நடந்தது 1942இல் அல்லவா? நான் அவளிடம் சொன் னேன்: "அதை நிரூபிப்பது கடினம்." அந்தப் பருமனான பிரெஞ்சுப் பெண் தொலைவிலிருந்து ஏதோ வியக்கத்தக்க முனைப்புடன் எங்களு டைய உரையாடலைக் கேட்டுக்கொண்டிருந்ததைப் போலத் தோன்றி யது. எல்லோருமே கேட்டுக்கொண்டிருந்ததாக நினைத்தேன். செய்வதற்கு வேறொன்றும் இருக்கவில்லை என்பதையும் சொல்லியாக வேண்டும். வெளியுலகில் பறவைகள், மோட்டார் இன்ஜின் சத்தங்கள், காற்றில் ஆடியபடி ஒன்றையொன்று தழுவ முயன்ற மரங்கள் இவற்றின் ஒலிக ளைக் கேட்க முடிந்தது. ஆனால், அதில் சுவாரஸ்யம் எதுவும் இருக்க வில்லை. இன்னும் வேறென்ன சொல்வது என்று எனக்குத் தெரியவில்லை. "மற்ற பெண்களைப் போல நான் அழுது ஆர்ப்பாட்டம் செய்யவில்லை, அதனால் அவர் என்னை நம்பினார் என்று நினைக்கிறேன்" என்று ஏதோ ரகசியத்தைச் சொல்வதைப் போல ஒரே மூச்சில் அவள் சொல்லி முடித் தாள். இருந்தாலும், உண்மையில் அவள் என்ன சொல்ல முயன்றாள் என் பதை ஏற்கனவே புரிந்துகொண்டிருந்தேன்; தவிர, உரையாடல் முடிந்து விட்டது.

எல்லோரும் ஏதோ ஒரு சைகைக்காக—அவர்களை எழுப்பிவிடக் கூடிய விரல்களின் சொடுக்கு மூலம் கண்ணியமாக வெளியே போவதற் காகவோ அல்லது கேவலமாகத் தோன்றாமல் எப்படியோ இந்த நேர் காணலை முடிக்கும் வழிக்காகவோ—காத்திருந்தார்கள் என்று எனக்குத் தோன்றியது. என் முதுகின் மேல் ஒரு பெரிய பாரம் இருந்ததை உணர்ந் தேன். ஒரு தாயாருக்கும் கைதியாக இருக்கும் மகனுக்கும் இடையேயான

சந்திப்பு கனிவான அரவணைப்பிலோ அல்லது கண்ணீர் சிந்துவதிலோ முடிவுபெற வேண்டும். ஒருவேளை எங்களில் யாராவது ஒருவர் ஏதாவது பேசியிருக்க வேண்டும்... ஆனால், அப்படி எதுவும் நடக்கவில்லை, நேரம் நீண்டுகொண்டே போவதைப் போல இருந்தது. பிறகு, ஒரு வண்டியின் டயர்கள் உராயும் சத்தம் கேட்டது. என்னுடைய தாயார் விருட்டென்று எழுந்து நின்றாள், வெளியே நடையில் இறுக்கமான உதடுகளுடன் இருந்த மூதாட்டி ஒரு அடி எடுத்துவைக்கத் தொடங்கினாள். சிப்பாய்களில் ஒருவன் என்னை நெருங்கி என் தோள்மேல் கையை வைத்தான், மற்றவன் நாசூக்காக இருமினான். அந்த இரண்டு பிரெஞ்சு மூதாட்டிகளும் என் பார்வைக்கு அப்பால் இருந்த நடையின் கோடியைப் பார்த்துக்கொண்டிருந்தார்கள். கூடத்தின் தரையில் ஒலித்த காலடிகளின் எதிரொலி மட்டுமே எனக்குக் கேட்டது. காலடியோசை நெருங்கநெருங்க, அந்த இரண்டு பிரெஞ்சுப் பெண்களும் ஒருவரையொருவர் பயத்துடன் பார்த்தபடி முகத்தைக் கோணிக்கொண்டு, உடலைச் சுருக்கிக்கொண்டார்கள். பருமனாக இருந்தவள், ''அவன்தான், அவன் பிரெஞ்சு பேசுவான்'' என்றாள் என்னைச் சுட்டிக்காட்டிக்கொண்டே. அம்மா என்னிடம் கிசுகிசுத்தாள்: ''ராணுவத் தலைவர் என்னை நம்பிவிட்டார். நீ வெளியே வந்ததும் உனக்கு மணம் செய்துவைக்கிறேன்.'' இந்த வாக்குறுதியை நான் எதிர்ப்பார்த்திருந்திருக்கவில்லை. ஆனால், அவள் என்ன சொல்ல வந்தாள் என்று எனக்குப் புரிந்தது. பிறகு, என்னை என் சிறைக்கூண்டுக்கு இட்டுச் சென்றார்கள். அங்கே உட்கார்ந்துகொண்டு நான் சைப்ரஸ் மரங்களைப் பார்த்தேன். பலவிதமான எண்ணங்கள் என் மண்டைக்குள் மோதிக்கொண்டிருந்தன. ஆனால், நான் அமைதியாக பாப்-எல்-உவெதையும், நாங்கள்—அம்மாவும் நானும்—அங்கே அலைந்துதிரிந்ததையும், இந்த ஊருக்கு வந்ததையும், இந்த வெளிச்சம், வானம், அன்னப் பறவைக் கூடுகள் இவற்றையும் ஞாபகப்படுத்திப் பார்த்தேன். ஹஜூதில் நான் பறவைகளை வேட்டையாடக் கற்றுக்கொண்டேன், ஆனால், ஆண்டுகள் போகப் போக எனக்கு அதில் ஆர்வம் குறைந்துவிட்டது. நான் ஏன் ஆயுதங்களை ஏந்தி, விடுதலைப் போராளிகளின் வழியில் போகவில்லை? ஆமாம், அந்த நாட்களில் ஒருவன் இளைஞனாக இருந்து, கடலில் உல்லாசமாகக் குளிக்கப் போகாமல் இருந்தால், அதைத்தான் செய்திருக்க வேண்டும். எனக்கு அப்போது வயது இருபத்தியேழு, விடுதலைப் போராட்டத்தில் கலந்துகொண்டு மற்ற 'சகோதரர்களுடன்' போகாமல் நான் ஏன் சும்மா திரிந்துகொண்டிருந்தேன் என்று எங்கள் கிராமத்தில் ஒருவருக்கும் தெரியவில்லை. நாங்கள் ஹஜூதுக்கு வந்த நாட்களிலிருந்தே எப்போதும் எல்லோரும் என்னைக் கேலிசெய்துகொண்டிருந்தார்கள். நான் உடல்நலமில்லாமலோ, ஆண்குறி இல்லாமலோ அல்லது தன்னை என் தாயார் என்று

சொல்லிக்கொண்டவளின் கைதியாகவோ இருப்பதாக நினைத்தார் கள். என் வயது இளைஞர்கள் என்னைக் கேலிசெய்யாமலும், நான் ஒரு கோழை அல்லது பெண்மையான நோஞ்சான் என்று நினைக்காமலும் இருப்பதற்காக, உலர்ந்த சாமன் மீன்கள் இருந்த தகர டப்பா மூடியைக் கூர்மையாக்கி அதன் உதவியுடன் என் கைகளைக் கொண்டே ஒரு நாயைக் கொன்றேன். ஒருநாள் மற்ற இளைஞர்களுடன் நான் தெருவில் பந்து விளையாடிக்கொண்டிருந்தபோது என்னைப் பார்த்து ஒருவர், ''உன் இரண்டு கால்களும் சமமாக இல்லை!'' என்று உரக்கச் சொன்னார். என்னுடைய தாயாரின் வற்புறுத்தலின் பேரில் நான் பள்ளிக்குச் சென் றேன், வெகு விரைவிலேயே படிப்பில் முன்னேற்றம் கண்டு, அவள் பத்திர மாக வைத்திருந்த செய்தித்தாள் துண்டில் மூசா எப்படிக் கொல்லப் பட்டான் என்றும், ஆனால், அவனுடைய பெயரோ, அவன் வசித்த பகுதியோ, அவனுடைய வயதோ அல்லது பெயரின் முதல் எழுத்துகளோ குறிப்பிடாமல் இருந்தது என்றும் அவளுக்குப் படித்துக்காட்டினேன். உண்மை என்னவென்றால், ஒருவிதத்தில் பார்த்தால், இந்த நாட்டு மக்க ளுக்கு வெகு முன்பாகவே நாங்கள் போரைத் தொடங்கியிருந்தோம். 1962 ஜூலை மாதம் ஒரு பிரெஞ்சுக்காரரை நான் கொன்றுவிட்டிருந் தேன் என்பது நிச்சயம், ஆனால், அந்த நாட்டின் போர்க்காலத் தலை வர்கள் கோலி விளையாடிக்கொண்டும், அல்ஜேயின் சந்தைகளில் கூடை களைத் தூக்கிக்கொண்டும் போய்க்கொண்டிருந்த நாட்களில் எங்கள் குடும்பத்திலோ சாவு, தியாகம், நாட்டை விட்டு வெளியேறுதல், ஓடிப் போதல், பசி, துக்கம், நீதி கேட்டுப் போராட்டம் இவற்றையெல்லாம் அறிந்திருந்தோம்.

ஆகவே, என்னுடைய இருபத்தியேழாவது வயதில் இயல்புக்கு மாறான வனாக நான் இருந்தேன். இன்றோ நாளையோ அதற்கு நான் பதில் சொல்லியாக வேண்டும். தேசிய விடுதலைப் போராட்டப் படையின் உயர் அதிகாரியின் முன்னிலையில் அது நிகழ்ந்தது. என் ஜன்னல் வழியாக வானத்தில் காலத்தின் பயணத்தை நான் பார்த்தேன், இருண்டுபோயும் முணுமுணுத்தும் கொண்டிருந்தது. சிறைக் காவலன் எனக்கு உணவு கொண்டுவந்தான், அவனுக்கு நன்றி சொல்லிவிட்டு, சற்றுத் தூங்கினால் இன்னும் நன்றாக இருக்குமே என்று நினைத்தேன். மூசாவோ அம்மாவோ இல்லாததால் நான் சுதந்திரமாக இருப்பதைத் தீவிரமாக உணர்ந்தேன். என்னைத் தனியாக விட்டுப் போவதற்கு முன் சிறைக் காவலன் திரும் பிப் பார்த்து என்னைக் கேட்டான்: ''உன் சகோதரர்களுக்கு நீ ஏன் உதவவில்லை?'' கெட்ட நோக்கம் எதுவுமில்லாமல், ஒருவிதக் கனிவுட னும்கூட. ஏதோவொரு ஆர்வம் கொண்டும் இதைக் கேட்டான். நான் காலனியர்களுக்குத் துணை போகவில்லை, எங்கள் கிராமத்தில் எல்லோ

ருக்கும் இது தெரியும். ஆனால், நான் முஜாஹிதும் அல்ல; ஏதோ கடற்கரையில் பாறைக்கடியில் மதியத் தூக்கம் போட்டுக்கொண்டு இருந்ததைப் போலவோ, அல்லது என் தாயாரிடம் யாரோ திருடிக்கொண்டோ, அவளைக் கற்பழித்துக்கொண்டோ இருந்தபோது நான் அழகான இளம் பெண் ஒருத்தியின் மார்பகங்களை முத்தமிட்டுக்கொண்டிருந்ததைப் போலவோ ஒரு இரண்டுங்கெட்டான் நிலையில் நான் அங்கே உட்கார்ந்துகொண்டிருந்தேன் என்பது பலருக்குப் பெருத்த சங்கடத்தை அளித்தது. ''உன்னிடம் அதைப் பற்றிக் கேட்பார்கள்'' என்று, கதவைச் சாத்திவிட்டுப் போவதற்கு முன் காவலன் சொன்னான். அவன் யாரைப் பற்றிச் சொன்னான் என்று எனக்குத் தெரிந்திருந்தது. சற்று நேரத்துக்குப் பின் நான் தூங்கினேன், ஆனால், அதற்கு முன்பாகக் கவனமாகக் கேட்டுக்கொண்டிருந்தேன். என்னால் செய்ய முடிந்ததெல்லாம் அவ்வளவு தான், நான் புகைபிடிப்பவன் அல்ல, ஆகவே, என்னுடைய காலணிகளின் கயிறுகளை உருவி, என் இடுப்புப் பெல்ட்டைக் கழற்றி, என் பாக்கெட்டில் இருந்ததையெல்லாம் எடுத்துக்கொண்டது என்னைப் பாதிக்கவில்லை. சும்மா நேரத்தைக் கொல்ல நான் விரும்பவில்லை. இந்த மரபுத் தொடர் எனக்குப் பிடிக்காது. நேரத்தை நேராகப் பார்த்து, பார்வையால் பின்தொடர்ந்து, அதிலிருந்து என்னால் முடிந்தவரை ஏதாவது எடுத்துக் கொள்ளவே எனக்குப் பிடிக்கும். இப்போதுதான் என்மீது பிரேதம் எதுவுமில்லையே! என்னுடைய சோம்பேறித்தனத்தை ஆனந்தமாக அனுபவிப்பது என்று முடிவு செய்தேன். அடுத்த நாள் எவ்வளவு மோசமாக இருக்கும் என்று நான் எண்ணிப்பார்த்தேனா? சந்தேகமில்லாமல் ஓரளவுக்கு, ஆனால், அதிலேயே மூழ்கிவிடவில்லை. ஒரு விசித்திரமான விதத்தில் சாவு என்பது எனக்குப் பழகிவிட்டிருந்தது. வாழ்விலிருந்து சாவுக்கும், அப்பாலிலிருந்து சூரியனுக்கும் என் இயற்பெயரை மட்டும் மாற்றிக் கொண்டு என்னால் போய்விட முடியும்: ஹரூன் (என் பெயர்), மூசா, மெர்சோ அல்லது ஜோஸப்.

கிட்டத்தட்ட, என் சொந்த விருப்பத்தின்படி. 1942இல் நல்ல சூரிய ஒளியின் கீழ் இருந்த கடற்கரையில் இருந்ததைப் போலவே சுதந்திரம் கிடைத்த முதல் சில நாட்களிலும் சாவு என்பது எவ்விதக் காரணமும் இல்லாமல், அபத்தமாக, எதிர்பாராத வகையில் இருந்தது. எதற்காக வேண்டுமானாலும் என்மேல் குற்றம் சுமத்தப்படலாம்; அதேபோல மற்றவர்களுக்கு எச்சரிக்கையாக என்னைச் சுட்டுத்தள்ளுவதோ அல்லது வெறுமனே பிருஷ்டத்தில் எட்டி உதைத்து விரட்டிவிடுவதோ எதுவுமே சாத்தியம் என்றும் எனக்குத் தெரிந்திருந்தது. பிறகு, பின்மாலைப் பொழுது சில நட்சத்திரங்களுடன் தோன்ற, இருள் என் அறைக்குள் குடைந்து, சுவர்களின் எல்லைகளை மங்கச்செய்து, புற்களின் இதமான மணத்தைக்

கொண்டுவந்தது. அப்போது இன்னமும் கோடைக்காலம், இருளுக்குள் பார்த்தபோது, என்னை நோக்கித் தவழ்ந்து வந்த நிலவின் ஒரு பகுதி எனக்குத் தென்பட்டது. என் பார்வையில் படாத மரங்களின் கிளைகள் கரிய, மணம் கமழும் அடித் தண்டுகளிலிருந்து தங்களை விடுவித்துக் கொள்வதற்காகப் பலமாக ஆடிக்கொண்டிருக்க, அந்த மரங்கள் நடந்து போக முயன்றபோது, மீண்டும் ஒரு முறை நான் நிறைய நேரம் தூங்கினேன். மரங்களின் போராட்டம் நடந்துகொண்டிருந்த தரையில் என் காது பதிந்திருந்தது. ●

11

என்னிடம் பலமுறை விசாரணை நடந்தது. ஆனால், அவையெல்லாம் என்னுடைய அடையாளங்களைக் குறித்த, நிறைய நேரம் நீடிக்காத விசாரணைகள்.

காவல் நிலையத்தில் என் விவகாரத்தில் யாருமே அக்கறை கொள்ள வில்லை. ஒருவழியாக இறுதியில், விடுதலைப் போராட்டச் சேனையின் அதிகாரி ஒருவர் என்னை வரப் பணித்தார். விசித்திரமாக என்னைப் பார்த்தபடியே சில கேள்விகளைக் கேட்டார்: பெயர், முகவரி, தொழில், பிறந்த தேதியும், இடமும். நான் பணிவாகப் பதிலளித்தேன். ஒரு கணம் மௌனமாக இருந்து, ஒரு நோட்டுப் புத்தகத்தில் ஏதோ ஒன்றைத் தேடு வதைப் போலத் தோன்றி, இறுதியாக ஆனால், இம்முறை கடுமையாகப் பார்த்தார்: ''திரு. லார்க்கேயை உனக்குத் தெரியுமா?'' எனக்குப் பொய் சொல்ல விருப்பம் இருக்கவில்லை, பொய் சொல்ல வேண்டிய அவசியமும் எனக்கு இருக்கவில்லை. ஒரு கொலையைச் செய்ததற்காக அல்லாமல் அதைச் சரியான தருணத்தில் செய்யத் தவறியதால்தான் நான் அங்கே இருந்தேன் என்று எனக்குத் தெரியும். இதையெல்லாம் நீ நன்றாகப் புரிந்துகொள்ள வேண்டும் என்பதற்காகத்தான் இப்படிச் சுருக்கமாகச் சொல்கிறேன். அவருக்கு நான் குதர்க்கமாகப் பதிலளித்தேன்: ''சிலருக்கு அவரைத் தெரியும் என்று நினைக்கிறேன்.'' அவர் இளைஞராக இருந் தார், ஆனால், போர் அவரை முதுமையடையச் செய்திருந்தது—சொல் லப்போனால், சற்றே சமனற்ற விதத்தில். இப்போது இறுக்கமாகவும் கடு மையாகவும் இருந்த அவருடைய முகத்தில் ஆங்காங்கே சுருக்கம் விழுந் திருந்தது, ஆனால், அவருடைய சட்டைக்குள்ளே பலம் வாய்ந்த தசை கள் இருப்பதை ஊகித்தேன்; ஓடி ஒளிந்துகொள்ளப் பொந்துகளும் புதர் களுமே மட்டும் இருப்பவர்களுக்கு வெயில் தரும் பழுப்பு நிறச் சருமம் அவரிடம் காணப்பட்டது. நான் அவரிடமிருந்து நழுவப் பார்த்தேன் என் பதைப் புரிந்துகொண்ட அவர் சிரித்தார். ''நான் உன்னிடம் உண்மை யைக் கோரவில்லை. இங்கே யாருக்கும் அது தேவையில்லை. நீ கொலை செய்திருந்தாய் என்றால் அதன் பலனை எதிர்கொள்ள வேண்டும்.'' அவர் வெடித்துச் சிரித்தார். பலத்த இடி முழக்கத்துடன் நம்ப முடியாத பெரிய சிரிப்பு. ''ஒரு பிரெஞ்சுக்காரனைக் கொலை செய்ததற்காக அல்ஜீரியன் ஒருவனிடம் நான் நீதி விசாரணை செய்வேன் என்று யார் நினைத்

திருப்பார்கள்?'' என்றார் அவர் உரக்கச் சிரித்தபடி. அவர் சொன்னது சரிதான். ஜோஸப் லார்க்கேயைக் கொன்றேன் என்பதற்காக நான் அங்கே இருக்கவில்லை என்பது எனக்கு நன்றாகவே தெரிந்திருந்தது—தன்னுடைய உடலில் நான் சுட்டிருந்த இரண்டு குண்டுகளை ஒரு கையில் எடுத்துக் காட்டிக்கொண்டும், தன்னுடைய சட்டையைச் சுருட்டிக் கக்கத்தில் வைத்துக்கொண்டும், இரண்டு சாட்சியங்களுடன் அந்த ஜோஸப் லார்க்கேயே அங்கே நேரில் வந்திருந்தாலும்கூட. நானாகவே தனியாக அவனைக் கொன்றேன் என்பதாலும், அதற்குச் சரியான காரணம் எதுவும் இல்லாதிருந்ததாலும்தான் நான் அங்கே இருந்தேன். ''புரிந்ததா?'' என்று கேட்டார் அதிகாரி. ''புரிந்தது'' என்றேன்.

மதிய உணவுக்காக அதிகாரி போக வேண்டியிருந்ததால் என்னைச் சிறைக் கூண்டுக்குத் திரும்ப அழைத்துப்போனார்கள். நான் எதுவும் செய்யாமல் காத்திருந்தேன். உட்கார்ந்துகொண்டு எதைப் பற்றியும் பெரிதாக ஒன்றும் யோசிக்காமல் இருந்தேன். குட்டைபோல இருந்த சூரிய வெளிச்சத்தில் தன்னைக் காட்டிக்கொள்வதைப் போல என்னுடைய ஒரு கால் இருந்தது. கூரையின் ஜன்னலில் வானம் முழுவதும் தெரிந்தது. மரங்களின் அசைவுகளும், தொலைவிலிருந்து வந்த பேச்சுச் சத்தமும் எனக்குக் கேட்டன. அம்மா என்ன செய்துகொண்டிருந்திருப்பாள் என்று யோசித்தேன். அவள் நிச்சயமாகத் தன் உறவினர், சுற்றத்தாருடன் பேசியபடியே முற்றத்தைப் பெருக்கிக்கொண்டு இருந்திருக்க வேண்டும். மதியம் இரண்டு மணிக்குக் கதவு திறக்கப்பட்டு, நான் மீண்டும் ராணுவ அதிகாரியின் அலுவலகத்துக்குப் போனேன். சுவரில் தொங்கவிடப்பட்டிருந்த மிகப் பெரிய அல்ஜீரியக் கொடி ஒன்றின் கீழ் அமைதியாக உட்கார்ந்து கொண்டு எனக்காகக் காத்துக்கொண்டிருந்தார். அலுவலக மேஜையில் ஒரு ஓரத்தில் கைத்துப்பாக்கி ஒன்று இருந்தது. என்னை ஒரு நாற்காலியில் உட்காரச் செய்தார்கள், நான் அசையாமல் இருந்தேன். அதிகாரி ஒன்றும் சொல்லவில்லை, கனத்த மௌனம் அங்கே விழும்வரை காத்திருந்தார். என்னைப் பதற்றமடைய, நிலை தடுமாறச் செய்ய விரும்பினார் என்று எண்ணுகிறேன். நான் புன்னகைத்தேன், ஏனென்றால், என்னைத் தண்டிக்க நினைத்தபோதெல்லாம் அம்மா இந்த யுக்தியைத்தான் கையாண்டாள். ''உனக்கு இருபத்தியேழு வயதாகிறது'' என்று தொடங்கி, கண்களில் கனல் பறக்க, குற்றம் சுமத்தும் பாணியில் ஆள்காட்டி விரலை நீட்டி என்னை நோக்கிக் குனிந்தார். அவர் கத்தினார்: ''சரி, நீ ஏன் உன்னுடைய நாட்டு விடுதலைக்காக ஆயுதம் ஏந்தவில்லை? பதில் சொல்! ஏன்?'' அவருடைய முகத் தோற்றத்தின் அம்சங்கள் ஒருமாதிரி வேடிக்கையாக இருந்தன. அவர் எழுந்து நின்று, சடாரென்று இழுப்பறையைத் திறந்து, அதற்குள்ளிருந்து ஒரு சிறிய அல்ஜீரியக் கொடியை எடுத்து

என் மூக்குக்குக் கீழே ஆட்டினார். பிறகு, சற்றே மூக்கால் பேசுவது போன்ற குரலில் மிரட்டும் தொனியில்: ''உனக்கு இது என்னவென்று தெரியுமா?'' என்றார். ''ஓ, தெரியுமே'' என்று பதிலளித்தேன். உடனே அவர் தன்னுடைய நாட்டின் சுதந்திரத்திலும், பதினைந்து லட்சம் மக்களின் தியாகத்திலும் தனக்கிருக்கும் நம்பிக்கையைப் பறைசாற்றும் தேசப் பற்றுப் பாடலைத் தொடங்கிவிட்டார். ''போர் நடந்த அந்த நாட்களில் எங்களுடன் சேர்ந்து பிரெஞ்சுக்காரர்களைக் கொலை செய்திருக்க வேண்டும், இந்த வாரத்தில் அல்ல!'' அது ஒன்றும் பெரிய மாற்றத்தை ஏற்படுத்திவிட்டிருக்காது என்று பதிலளித்தேன். வியப்புடன் திடுக்கிட்டு, சற்று மௌனத்துக்குப் பிறகு கர்ஜித்தார்: ''அது எல்லாவற்றையும் மாற்றும்!'' அவர் என்னை வெறுப்புடன் பார்த்தார். ''அது என்ன மாற்றத்தை ஏற்படுத்தியது?'' என்று கேட்டேன். சற்றே திக்குத் தடுமாறி பிறகு, கொலை செய்வதும் போரில் ஈடுபடுவதும் ஒன்றே அல்ல என்றும், நாம் ஒன்றும் கொலைகாரர்கள் அல்ல, விடுதலை வீரர்கள் என்றும், இந்த பிரெஞ்சுக்காரரைக் கொல்லச் சொல்லி ஒருவரும் எனக்கு ஆணையிட்டிருக்கவில்லை என்றும், அதை நான் முன்னாலேயே செய்திருக்க வேண்டும் என்றும் அறிவித்தார். ''எதற்கு முன்னால்?'' என்று கேட்டேன். ''ஜூலை 5க்கு முன்னால்! ஆமாம், அதற்கு முன்னால்தான், பின்னால் அல்ல, மடையனே!'' கதவைத் தட்டும் சில ஓசைகளுக்குப் பின் சிப்பாய் ஒருவன் உள்ளே நுழைந்து ஒரு காகித உறையை மேஜைமேல் வைத்தான். இந்தக் குறுக்கீடு அதிகாரிக்கு எரிச்சலூட்டியதைப் போலத் தோன்றியது. அந்தச் சிப்பாய் என்னை விருட்டென்று பார்த்துவிட்டு விடைபெற்றான். ''என்ன சொல்கிறாய்?'' என்று கேட்டார் அதிகாரி. எனக்குப் புரியவில்லை என்று பதில் அளித்துவிட்டு, அவரிடம் கேட்டேன்: ''நான் லார்க்கேயை ஜூலை 5ஆம் தேதி நள்ளிரவு இரண்டு மணிக்குக் கொலை செய்திருந்தால் அதை எப்படிச் சொல்வது, இன்னும் போர் நடந்துகொண்டிருக்கிறது என்பதா அல்லது ஏற்கனவே சுதந்திரம் கிடைத்துவிட்டது என்பதா? **முன்னாலா அல்லது பின்னாலா?**'' பெட்டியிலிருந்து கிளம்பிய பூதம்போல் அந்த அதிகாரி சீறிப் பாய்ந்து, என்னைப் பிரமிக்க வைத்த நீளமான கையை வீசி, என் முகத்தில் பலமாக ஒரு அறை விட்டார். என் கன்னங்கள் பனிபோல் ஜில்லிட்டு, பின்னர் தகதகவென்று எரிந்து, என்னை அறியாமலேயே கண்கள் ஈரமாவதை உணர்ந்தேன். முதுகை நேராக நிமிர்த்திக்கொள்ள வேண்டியிருந்தது. அதன் பிறகு எதுவும் நடக்கவில்லை. நாங்கள் இருவரும் ஒருவரையொருவர் பார்த்தபடியே இருந்தோம். அதிகாரியின் கை மெதுவாக அவருடைய நெஞ்சுக்குப் பக்கத்தில் இறங்கி வந்தது, நான் என் கன்னத்தின் உட்பகுதியை நாக்

கால் மெதுவாக வருடிக்கொண்டேன். நடையில் ஒரு குரல் ஒலித்தது, அதிகாரி அந்தச் சந்தர்ப்பத்தைப் பயன்படுத்திக்கொண்டு அங்கு நிலவிய மௌனத்தைக் கலைத்தார்: "உன்னுடைய சகோதரர் ஒரு பிரெஞ்சுக் காரரால் கொல்லப்பட்டார் என்பது உண்மைதானா?" நான் ஆமாம் என்றும், ஆனால், அது புரட்சி வெடிப்பதற்கு முன்னால் என்றும் பதி லளித்தேன். அதிகாரி திடீரென்று சோர்ந்து காணப்பட்டார். "அதை முன் னமேதான் செய்திருக்க வேண்டும்" என்று கிட்டத்தட்ட ஆழ்ந்த யோச னையில் இருப்பதைப் போல முணுமுணுத்தார். "சில விதிகளை மதித்தாக வேண்டும்" என்றும் சொன்னார், தன்னுடைய தர்க்கவாதத்தின் நியாய அடிப்படையைத் தனக்குத் தானே உறுதிசெய்துகொள்ளும் வகையில். என் னுடைய தொழிலின் தன்மையைப் பற்றித் துல்லியமாக மீண்டும் ஒரு முறை சொல்லும்படி என்னைப் பணித்தார். "அரசு நில உரிமைக் கண் காணிப்புத் துறை அலுவலர்" என்றேன். "நாட்டுக்குப் பயனுள்ள துறை" என்று தனக்குள்ளே முணுமுணுத்துக்கொண்டார். பிறகு, மூசாவின் விவ காரத்தைப் பற்றித் தன்னிடம் சொல்லச் சொன்னார், ஆனால், வேறு எதையோ பற்றி அவர் யோசித்துக்கொண்டிருப்பதாகத் தோன்றியது. எனக்குத் தெரிந்ததை—அதாவது, பெரிதாக எதுவும் இல்லை—அவரிடம் சொன்னேன். எங்கேயோ மனதை ஓடவிட்டு, நான் சொல்வதைக் கேட்ட பின், கொஞ்சம்கூட முக்கியத்துவம் இல்லாத, ஏன் நம்பக்கூட முடியாத கதை இது என்றார். "உன் அண்ணன் ஒரு தியாகி, ஆனால், உன்னைப் பொறுத்தவரை, தெரியவில்லை..." அவர் இதைச் சொன்ன விதம் நம்ப முடியாத அளவுக்கு ஆழமானதாக எனக்குப் பட்டது.

அவருக்கு காப்பி கொண்டுவந்தார்கள், அவர் எனக்கு விடையளித் தார். "உன்னைப் பற்றிய எல்லா விவரங்களும் எங்களுக்குத் தெரியும், உன்னையும் மற்ற எல்லோரையும் பற்றி. மறந்துவிடாதே" என்றார் அவர், அந்த அறையிலிருந்து நான் வெளியேறுவதற்கு முன்பாக. அதற்கு என்ன பதில் சொல்வது என்று எனக்குத் தெரியவில்லை, ஆகவே, பேசாமலிருந் தேன். என்னுடைய சிறைக் கூண்டுக்குத் திரும்பிய பிறகு, மனச்சோர்வை மீண்டும் உணரத் தொடங்கினேன். என்னை விடுதலை செய்துவிடுவார்கள் என்று எனக்குத் தெரிந்தது, எனக்குள் கொதித்துக்கொண்டிருந்த வினோத மான உற்சாக உணர்வை அது ஆற வைத்துவிட்டது. சிறையின் சுவர்கள் நெருங்கி வருவதைப் போலத் தோன்றியது, கூரை ஜன்னல் சிறிதாகிக் கொண்டே வந்தது, என்னுடைய எல்லா உணர்வுகளும் கலவரமடைந்தன. அன்னப் பறவைகளின் கூடுகளைப் போல மனதுக்கு இதமானவற்றைப் பற்றி யோசித்துப்பார்க்க முடிவுசெய்தேன், பயனில்லை. விளக்கம் எதுவு மின்றி என்னை விடுவிக்கப்போகிறார்கள், ஆனால், நானோ தண்டிக்கப்

பட வேண்டும் என்று விரும்பினேன். நான் ஒரு குற்றவாளியா, கொலை காரனா, இறந்துபோய்விட்டவனா, பலிகடாவா அல்லது கட்டுப்பாடுகள் இல்லாத ஒரு சாதாரண மடையனா என்று எவ்வித விளக்கமும் இல்லா மல் என்னைப் போக விடுவதில் ஒரு வித அநீதி இருந்தது. என்னுடைய குற்றத்தைப் பற்றிய அவர்களுடைய அசிரத்தை கிட்டத்தட்ட ஒரு அவ மானமாகவே எனக்குத் தோன்றியது. நான் கொலை செய்திருந்தேன், அந்த நினைப்பே நம்ப முடியாத தலைச்சுற்றலை அளித்தது. ஆனால், அடிப் படையில் யாருமே அதைப் பற்றிக் குறைசொல்லவில்லை. அது நடந்த நேரம்தான் இனம்தெரியாத ஒரு பிரச்சினை. என்ன கவனமின்மை, என்ன மரியாதைக் குறைவு! அதன் மூலம் என்னுடைய செயலைத் தகுதியற்ற தாக ஆக்கி, அதை இல்லாமலே செய்துவிடுகிறோம் என்பதை அவர்கள் உணரவே இல்லையா?! மூசாவின் தேவையற்ற சாவு ஒப்புக்கொள்ள முடி யாததுதான். இப்போது என்னுடைய பழி தீர்த்தலும் அதே போன்ற அற்ப நிலைக்குத் தள்ளப்பட்டுவிட்டிருந்தது!

அடுத்த நாள், ஒரு வார்த்தையும் பேசாமல் விடியலில் என்னை விடு வித்தார்கள், சிப்பாய்கள் ஒரு முடிவுக்கு வருவது இந்த விடியல் பொழுதில் தான். சந்தேகப்பட்டுக்கொண்டிருந்த சில ஜுனூத்கள், அந்த நாடு அவர் களுக்குச் சொந்தமாகிவிட்டிருந்தபோதிலும் ஏதோ தாங்கள் இன்னும் தலைமறைவாக இருக்கும் போராளிகளைப் போல, என் முதுகுக்குப் பின் னால் முணுமுணுத்தார்கள். மலைப் பகுதிகளிலிருந்து வந்திருந்த அந்த இளம் குடியானவர்களின் பார்வையில் கடுமை நிறைந்திருந்தது. எனக்கு இருந்ததாகக் கருதப்பட்ட கோழைத்தனத்தின் அவமானத்துடனேயே நான் வாழ வேண்டும் என்று ராணுவ அதிகாரி தீர்மானித்திருந்திருக்கலாம். அது என்னை வருத்தத்தில் ஆழ்த்தும் என அவர் நம்பினார். அவர் நினைத் தது தவறு, சந்தேகமேயில்லை. அதை நினைத்து நான் இன்றுவரை சிரித் துக்கொண்டே இருக்கிறேன். அவர் முற்றிலும் தவறான ஒரு எண்ணத் திலேயே மூழ்கிவிட்டிருந்தார்...

உண்மையில், ஜோஸப் லார்கேவை அம்மா ஏன் பலியாகத் தேர்ந் தெடுத்தாள் என்று தெரியுமா—அவள் தேர்ந்தெடுத்தாள் என்றுதான் சொல்ல வேண்டும், அன்றிரவு எங்களைத் தேடிவந்ததே அவன்தான் என்றிருந்தாலும்? அதை நம்புவதே கடினம், நிஜமாகத்தான் சொல்கிறேன். நான் குற்றம் செய்த அடுத்த நாள், எளிதில் மறந்துவிடும் இரண்டு மதியத் தூக்கங்களுக்கு இடையே, அரைத் தூக்கத்தில் நான் இருந்தபோது அவள் அதை எனக்குச் சொன்னாள். அவளைப் பொறுத்தவரை இந்த ரூமி தண்டிக்கப்பட வேண்டியவன்தான், ஏனென்றால், மதியம் இரண்டு மணிக்குக் கடலில் குளிப்பது அவனுக்குப் பிடித்திருந்தது! வெயில்

பழுப்பேறிய உடலுடன், லேசாகவும் ஆனந்தமாகவும் சுதந்திரமாகவும் அங்கிருந்து திரும்பி வருவான். ஒருமுறை அவன் ஹஜூதுக்குத் திரும்பி வந்து, லார்க்கே குடும்பத்தினரைப் பார்க்க வந்து அப்போது அதே மகிழ்ச்சியை அவன் வெளிப்படுத்தியபோது அங்கே வீட்டு வேலைகளைச் செய்துகொண்டிருந்த அம்மா அதைப் பார்த்துப் பெரும் அதிர்ச்சிக்குள் ளானாள்... ''நான் படித்தவள் அல்ல, ஆனால், எனக்கு எல்லாம் புரியும். எனக்கு அதெல்லாம் தெரியும்!'' என்றாள் அவள். எனக்குத் தெரியும். அப்படி என்னதான் தெரியும், நண்பா. இருந்தாலும் நம்பவே முடியாது, இல்லையா? அவனுக்குக் கடல் பிடித்திருந்தது, அங்கே போய்விட்டுத் திரும்பிவந்தபோதெல்லாம் உற்சாகமாக இருந்தான் என்பதால்தான் அவன் இறந்தான், அம்மா சொல்படி பார்த்தால். சரியான பைத்தியக்காரி! நாம் ஒன்றாகக் குடித்துக்கொண்டிருக்கும் இந்த 'வைன்' மதுவினால் இந் தக் கதையை நான் இட்டுக்கட்டவில்லை என்று உறுதியாகச் சொல்வேன்.

கொலைக்குற்றத்துக்குப் பிறகு அடித்துப்போட்டதைப் போலத் தூங்கி விட்ட நீண்ட நேரத்தில் அந்த ஒப்புதல் வாக்குமூலத்தை நான் கனவு கண்டிருந்தாலே ஒழிய... பார்க்கப்போனால் ஒருவேளை அப்படியும் இருக் கலாம். ஆனால், என்னதான் இருந்தாலும் எல்லாவற்றையும் அவளே கற் பனை செய்திருந்திருப்பாள் என்பதை என்னால் நம்ப முடியாது. அவ னைப் பற்றி எல்லாமே அவளுக்குத் தெரிந்திருந்தது. அவனுடைய வயது, இளம் பெண்களின் மார்பகத்தில் அவனுக்கிருந்த மோகம், ஹஜூதில் அவன் செய்துவந்த தொழில், அவனைப் பெரிதும் விரும்பாத லார்க்கே குடும்பத்தினருடன் அவனுக்கிருந்த தொடர்பு. ''யாரையும் பற்றி அக் கறை கொள்ளாத, சுயநலமிக்க, வேர்கள் இல்லாத ஆள் அவன் என்று லார்க்கே குடும்பத்தினர் சொல்வது உண்டு. ஒருநாள் அவர்களுடைய கார் பழுதாகிவிட, ஏதாவது உதவியை எதிர்பார்த்துத் தெருவில் அவர்கள் நின்றுகொண்டிருந்தபோது அவன் என்ன செய்தான் தெரியுமா? அவர் களைப் பார்க்காததைப் போல அவன் பாசாங்குசெய்து தொடர்ந்து போய்க்கொண்டே இருந்தான். ஏதோ இறைவனையே சந்திக்க அழைப்பு வந்திருப்பவனைப் போல. திருமதி. லார்க்கே அப்படித்தான் என்னிடம் சொல்லியிருந்தாள்!'' எனக்கு எல்லாமே ஞாபகமில்லை. ஆனால், அந்த ரூமியைப் பற்றி ஒரு முழு புத்தகமே அவளால் எழுத முடிந்திருக்கும். ''அவனுக்கு நான் எந்தப் பணிவிடையும் செய்ததில்லை. அவன் என்னை வெறுத்தான்.'' பாவம், அந்த ஆள். அந்தத் துரதிர்ஷ்ட ஜோஸப், அந்த இரவில் எங்கள் வீட்டில் காலடி எடுத்து வைத்ததில் ஒரு கிணற்றில் விழுந்துவிட்டிருந்தான். என்ன பைத்தியக்காரக் கதை? எவ்வளவு தேவை யில்லாத சாவுகள்? அதற்குப் பிறகு வாழ்க்கையை முக்கியமானதாக எப்

படி ஒருவர் கருத முடியும்? என் வாழ்க்கையில் எல்லாமே தேவையில் லாதவையாகத் தோன்றுகிறது. உன்னுடைய அட்டை, நோட்டுப் புத்தகங்கள், புத்தகங்கள் இவற்றுடன் நீயும்தான்.

* * * * *

சரி, ஆகட்டும், அதைச் செய்ய நீ செத்துத் துடித்துக்கொண்டிருக்கிறாய் என்று எனக்குத் தெரிகிறது, அவனைக் கூப்பிடு, நம்முடன் வந்து சேர்ந்துகொள்ள அந்த ஆவியைக் கூப்பிடு, மறைப்பதற்கு இனி ஒன்று மில்லை. ●

12

என்னைப் பொறுத்தவரை காதல் புரிபடாதது. எப்போதும் வியப் புடனேதான் ஒரு ஜோடியைப் பார்க்கிறேன்—எப்போதும் மெதுவாகவே இருக்கும் அவர்களுடைய தாள கதி, அவர்களின் பிடிவாதமான தடவல் கள், வேறுபடுத்திப் பார்க்க முடியாத அவர்களுடைய உணவு, ஒரே சமயத் தில் கைகளாலும் பார்வையாலும் ஒருவரையொருவர் பற்றிக்கொள்ளு தலும் எல்லாவிதத்திலும் ஒன்றாகக் கரைந்துவிடுதலும். ஒரு கை இன் னொரு கையைப் பற்றிக்கொண்டு, வேறு யாரோ ஒருவருடைய இதயத் துக்கு முகம் ஒன்றை அளிப்பதற்காக அந்தக் கையை ஏன் விட்டுவிடாம லேயே இருக்க வேண்டும்? ஒருவரையொருவர் எப்படிச் சகித்துக்கொள் கிறார்கள்? அவர்கள் தனித்தனியாகப் பிறந்திருந்தார்கள் என்பதையும், பிரிந்து இறக்கப்போகிறார்கள் என்பதையும் அவர்கள் மறந்துவிடும்படி செய்வது எது? நான் நிறைய புத்தகங்களைப் படித்திருக்கிறேன், காதல் என்பது ஒரு சமரசம்தானே தவிர, நிச்சயமாக புதிர் அல்ல என்றே எனக்குத் தோன்றுகிறது. மற்றவர்களிடம் என்ன மாதிரியான உணர்ச்சிகளைக் காதல் எழுப்புகிறதோ அவற்றை நானோ சாவின் மூலம் உணர்கிறேன்: ஒவ்வொரு உயிரும் ஆபத்தை நோக்கிய விளிம்பிலும் முழுமையாகவும் இருக்கும் உணர்வு, இதயத்தின் துடிப்பு, உணர்ச்சியற்ற உடலை எதிர் கொள்ளும் அவஸ்தை. சாவு மட்டுமே—நான் அதைப் பெற்றபோதும் சரி, கொடுத்தபோதும் சரி—எனக்கு ஒரே ஒரு புதிர். மற்றவையெல்லாம் சடங்குகள், வழக்கங்கள், சந்தேகத்துக்குரிய உடந்தைகள்.

உண்மையில், எனக்கு அச்சத்தை ஏற்படுத்தும் ஒரு புனித மிருகம் போல இருக்கிறது காதல். இருவர் இருவராக மக்களை அது விழுங்குவ தைப் பார்க்கிறேன்; நிரந்தரமானது என்ற ஆசைகாட்டி, அவர்களைக் கவர்ந்து, ஒருவிதமான கூட்டுக்குள் அவர்களை அடைத்துவைத்து, சொர்க் கம்வரை அவர்களைத் தூக்கிக்கொண்டுபோய், உரித்துப்போடப்பட்ட தோல்களைப் போல அவர்களுடைய உடலைப் பூமிக்குத் திருப்பித் தரு கிறது. பிரிந்து செல்ல நேரும் மக்களுக்கு என்ன நடக்கிறது என்று நீ பார்த்திருக்கிறாயா? மூடப்பட்டுவிட்ட கதவில் காணப்படும் கீறல்கள். இன்னும் கொஞ்சம் வைன் வேண்டுமா? ஓரான்! இது ஒரு வைன் தேசம். இந்த நாட்டில் கடைசியாக எஞ்சியிருக்கும் வைன் பிரதேசம். மற்ற எல்லா இடங்களிலும் வைனுக்கான திராட்சைத் தோட்டங்களைப் பிடுங்கி அழித்துவிட்டிருக்கிறார்கள். இந்த சர்வருக்கு ஓரான் மொழி சரியாகத்

தெரியாது, ஆனால், எனக்குப் பழகிவிட்டான். நீங்கள் கேட்டதைக் கொடுக்கும்போது அலுத்துக்கொண்டு முணுமுணுப்பதோடு திருப்தியடையும் இயற்கையின் சக்தி அவன். நான் அவனை அழைக்கிறேன்...

மெரியெம். ஆமாம். மெரியெம் என்று ஒருத்தி இருந்தாள். அது 1963ஆம் ஆண்டு கோடைக்காலம். அவளுடன் இருப்பதில் நான் மகிழ்ச்சியடைந்தேன் என்பது உண்மைதான். என்னுடைய கிணற்றின் ஆழத்திலிருந்து தெரிந்த வானத்தின் வட்டத்தில் அவளுடைய முகம் தெரிந்ததை நான் விரும்பினேன். மூசா என்னைக் கொல்லாமல் இருந்திருந்தால்—உண்மையில் மூசா, அம்மா, உன்னுடைய நாயகன் இவர்கள் எல்லோரும் தான் என் கொலைகாரர்கள்—என்னுடைய மொழியுடனும், இந்த நாட்டில் ஏதோ ஒரு பகுதியில் ஒரு துண்டு நிலத்துடனும் அமைதியாக, இதைவிட நன்றாகவே நான் வாழ்ந்திருப்பேன் என்று எனக்குத் தெரியும், ஆனால், என் விதி அப்படி அமையவில்லை. மெரியெம், அவளோ நன்றாகவே வாழ்ந்துகொண்டிருந்தாள். எங்களைக் கொஞ்சம் கற்பனைசெய்து பார். அவளுடைய கையை நான் பிடித்துக்கொண்டும், என் இன்னொரு கையை மூசா பிடித்துக்கொண்டும், அம்மா என் முதுகில் ஏறிக்கொண்டும், எங்களுடைய திருமணத்தை நாங்கள் கொண்டாடியிருந்திருக்க வேண்டிய கடற்கரைகள் எல்லாவற்றிலும் உன்னுடைய நாயகன் திரிந்துகொண்டும். அதாவது, மெரியெமிடம் தொங்கிக்கொண்டிருந்த ஒரு குடும்பம் முழுவதும்.

ஆண்டவனே, பிரகாசமான புன்சிரிப்பும் குட்டையாக வெட்டப்பட்ட முடியுமாக எவ்வளவு அழகாக அவள் இருந்தாள்? அவளுடைய பிரதிபலிப்பாக இல்லாமல் வெறுமனே அவளுடைய நிழலாக மட்டுமே நான் இருந்தது என் நெஞ்சைப் பிழிந்தெடுத்தது. உனக்குத் தெரியுமா, மூசாவின் சாவும் அது என்மேல் சுமத்தியிருந்த சாகாத துயரமும் என்னைப் பற்றி எனக்கிருந்த உணர்வையே மாற்றிவிட்டிருந்தது. ஒரு அந்நியனுக்கு எதுவுமே சொந்தமில்லை, அப்படிப்பட்ட ஒருவன் நான். எதையுமே நான் நீண்ட நேரம் என் கைகளில் வைத்திருந்ததில்லை, அது எனக்கு அருவருப்பை அளிக்கிறது, ஒரு அதீதச் சுமையாக அதை உணர்கிறேன். மெரியெம். அழகான இயற்பெயர், இல்லையா? அவளை என்னால் தக்கவைத்துக்கொள்ள முடியவில்லை.

இந்த நகரத்தை நன்றாகப் பார். இடிந்து விழுந்துகொண்டிருக்கும், பயனில்லாத நகரம். வட்டத்துக்குள் வட்டங்களாக இது வடிவமைக்கப்பட்டு இருக்கிறது. மத்தியில் மையக் கருவாக இருப்பவை: ஸ்பானிஷ் முகப்புகள், ஓட்டோமான் சுவர்கள், காலனியர் கட்டிய கட்டடங்கள், நிர்வாக அலுவலகங்கள், தவிர, சுதந்திரத்துக்குப் பின் போடப்பட்ட சாலைகள்; அடுத்த சுற்றில் எண்ணெய்க் கிணறுகளின் கோபுரங்களும்,

ஒட்டுமொத்தமாகக் குடியேறினவர்களின் குடியிருப்புகளும்; கடைசியில் சேரிகள். அவற்றுக்கு அப்பால்? இறுதித் தண்டனைக்குக் காத்திருப்பவர்களின் கூடம் என்று நினைக்கிறேன். இந்த நாட்டில் இறந்தவர்கள்—நாட்டுக்காக, நாட்டினால், நாட்டுக்கு எதிராக, நாட்டை விட்டு வெளியேற அல்லது உள்ளே வர முயன்று—என்று லட்சக் கணக்கான இறந்தவர்கள். பதற்றமடைந்த ஒருவனின் பார்வை எனக்கு இருக்கிறது என்று நீ நினைக்கலாம், பரவாயில்லை... தங்களுக்கு உரியதைக் கேட்டுப் பெறுவதற்காகத் திரும்பிவரும் பேய்களைப் போல, முன்பு இறந்தவர்கள்தான் இப்போதும் மீண்டும் புதிதாகப் பிறக்கும் குழந்தைகள் என்று சில சமயங்களில் எனக்குத் தோன்றுகிறது.

* * * * *

அவன் உனக்குப் பதிலளிக்க மறுக்கிறானா, என்ன? அதற்குப் பொருத்தமான சூத்திரத்தை நீ கண்டுபிடி, எனக்குத் தெரியாது. அவனுடைய செய்தித்தாள் துண்டுகளையோ, சிந்தனையாளருக்கு இருப்பதைப் போன்ற நெற்றியையோ பார்த்து மிரண்டுவிடாதே. வற்புறுத்து. எப்படி அதைச் செய்வது என்று என்னைப் பார்த்துத் தெரிந்துகொண்டிருப்பாய் இல்லையா? ●

இவை எல்லாவற்றையும் ஒரு ஒழுங்கான வரிசையில் உனக்குச் சொல்ல வேண்டும் என்றுதான் விரும்பினேன். நீ இனி எழுதப்போகும் புத்தகத் துக்கு அது பெரும் உதவியாக இருந்திருக்கும், ஆனால், என்ன செய்வது, நீ எப்படியும் அதைப் புரிந்துகொண்டுவிடுவாய்.

1950களில் நான் பள்ளிக்குப் போய்ப் படித்தேன். அதாவது, வேறு விதமாகச் சொன்னால், சற்றே காலம் தாழ்ந்து. என்னைப் பள்ளியில் சேர்த்தபோது மற்ற சிறுவர்களைவிட நான் ஒரு தலையளவு உயரம் அதிகமாக இருந்தேன். ஹஜூதில் பள்ளிக்கூடத்தில் நான் சேர வேண்டும் என்று ஒரு பாதிரியார்—திரு. லார்க்கேயும்கூடத்தான்—அம்மாவிடம் வற் புறுத்திச் சொன்னார்கள். அந்த முதல் நாள் எனக்கு ஒருபோதும் மறக் காது, ஏன் தெரியுமா? காலணிகள்தான் காரணம். என்னிடம் அவை இருந்திருக்கவில்லை. வகுப்புக்குச் சென்ற முதல் சில நாட்களில் தர்பூஷ் எனப்பட்ட தொப்பியையும், அராபியக் கால்சட்டையையும் நான் அணிந்து சென்றேன். இரண்டே இரண்டு அராபியர்கள்தான் இருந்தோம், வெறும் கால்களுடன். இன்றைக்கும் அதை நினைத்தால் எனக்குச் சிரிப்பு வரும். ஆசிரியர் கண்டுகொள்ளவே இல்லை. அதற்காக இன்றும் அவரிடம் நான் நன்றியுணர்வு கொண்டிருக்கிறேன். எங்களுடைய நகங்கள், கைகள், நோட்டுப் புத்தகங்கள், உடைகள் ஆகியவற்றை எல்லாம் பார்வையிட் டார். ஆனால், கால்களைப் பற்றிப் பேசுவதைத் தவிர்த்தார். அந்தக் காலத் தில் பரவலாகத் திரையிடப்பட்ட ஒரு படத்தின் செவ்விந்தியத் தலைவன் பாத்திரத்தைப் பின்பற்றி ‘அமர்ந்திருக்கும் எருமை’ என்ற பட்டப் பெயர் எனக்குக் கொடுக்கப்பட்டது. மனிதர்கள் கைகளால் நடந்துகொண்டிருந்த ஒரு நாட்டைப் பற்றிக் கனவுகண்டபடியே பெரும்பாலும் நான் உட் கார்ந்துகொண்டே இருந்ததுதான் அதற்குக் காரணம். படிப்பில் நான் சூட்டிகையாக இருந்தேன்.

பிரெஞ்சு மொழி ஒரு புதிரைப் போல என்னைக் கவர்ந்தது, என்னு டைய உலகத்தின் இசைவின்மைகளுக்கான தீர்வு இந்தப் புதிருக்கு அப் பால் இருந்தது. என்னுடைய இந்த உலகத்தை அம்மாவுக்காக மொழி பெயர்த்து, அதை இன்னும் அநீதி குறைந்த ஒன்றாக ஒருவிதத்தில் ஆக்க விரும்பினேன்.

மற்றவர்களைப் போலப் பேச முடிய வேண்டும் என்பதற்காக நான் எழுதப் படிக்கக் கற்றுக்கொள்ளவில்லை, ஆனால், தொடக்கத்தில் நானே அப்படி ஒப்புக்கொண்டிருந்திருக்காவிட்டாலும், ஒரு கொலையாளியைக் கண்டுபிடிக்க வேண்டும் என்பதற்காகத்தான் கற்றுக்கொண்டேன். அம்மா தன் மார்பகங்களுக்குள் மிகுந்த சிரத்தையுடன் பாதுகாத்து வந்த 'அராபியனின்' கொலையைப் பற்றிப் பிரசுரமாகியிருந்த செய்தித்தாள் துண்டுகள் இரண்டையும் முதலில் என்னால் படித்து அறிந்துகொள்ள முடியாமல் இருந்தது. படித்துப் புரிந்துகொள்வதில் எனக்குத் தன்னம்பிக்கை வளரவளர, அந்தச் செய்தியின் சாராம்சத்தை மாற்றி அமைக்கும் வழக்கத்தை மேற்கொண்டு, மூசாவின் சாவு குறித்த விவரங்களுக்கு ஜோடனை செய்யத் தொடங்கினேன். அம்மா தவறாமல் அதை என்னிடம் நீட்டி, "இந்தா, மீண்டும் படித்துப்பார், உனக்குப் புரியாமல் இருந்தவை வேறு ஏதாவது இன்னும் இருக்கிறதா, பார்" என்பாள். இந்த விவகாரம் கிட்டத்தட்ட பத்து ஆண்டுகளாகவே நீடித்தது. எனக்குத் தெரிந்துதான் சொல்கிறேன், ஏனென்றால், இந்த இரண்டு வாசகங்களும் எனக்கு மனப்பாடமாகத் தெரியும். அந்தச் செய்தியில் மூசா இரண்டு முதலெழுத்துகளால் குறிப்பிடப்பட்டிருந்தான். அதை அடுத்து, கொலையாளியைப் பற்றியும் கொலை நடந்த சூழலைப் பற்றியும் அந்த இதழாளர் சில வரிகளை எழுதியிருந்தார். ஆகவே, ஒரு நிகழ்வைப் பற்றி இரண்டு பத்திகளில் எழுதப்பட்டிருந்ததை, அந்தச் சம்பவம் நடந்த கடற்கரையை ஒவ்வொரு துகளாக விவரித்து ஒரு துன்பியல் படைப்பாக மாற்ற எப்பேர்ப்பட்ட மேதமை தேவைப்பட்டிருக்கும் என்பதை எண்ணிப்பார். அதனுடைய அவமதிக்கும் சொல் சிக்கனத்தை எப்போதுமே நான் வெறுத்தேன்— இறந்துவிட்ட மனிதன் ஒருவனுக்கு எப்படி இம்மாதிரியான மிகக் குறைந்த முக்கியத்துவம் கொடுக்கலாம்? இதற்கு மேல் உனக்கு என்ன சொல்வேன்? தன் சிறைக்கூண்டில் கண்டெடுத்த செய்தித்தாள் துண்டை வைத்துக் கொண்டு உன்னுடைய நாயகன் தன் பொழுதைப் போக்கி மகிழ்ந்தான்; எனக்கோ, அம்மாவின் ஒவ்வொரு நெருக்கடியின்போதும் என் முகத்துக்கு எதிரே அது தெரிந்தது.

அடடா, என்ன தமாஷ்! இப்போது உனக்குப் புரிகிறதா? உன்னுடைய நாயகனின் புத்தகத்தைப் படித்த முதல் முறை நான் ஏன் சிரித்தேன் என்று உனக்குப் புரிகிறதா? என் சகோதரனின் கடைசி வார்த்தைகள், அவனுடைய மூச்சைப் பற்றிய வர்ணனை, கொலையாளியின் முன் அவனுடைய வாக்குவாதங்கள், அவனுடைய தடயங்கள், அவனுடைய முகம் ஆகிய வற்றை இந்தக் கதையில் பார்க்கக் காத்துக்கொண்டிருந்த நான், அராபியனைப் பற்றி இரண்டே இரண்டு வரிகளைத்தான் பார்க்க முடிந்தது. இருபத்தைந்து முறை 'அராபியன்' என்ற சொல் குறிப்பிடப்படுகிறது;

இயற்பெயர் ஒன்றுகூட இல்லை, ஒரு முறைகூட இல்லை. என்னுடைய பள்ளிக்கூடத்தின் புதிய நோட்டுப் புத்தகத்தில் அரிச்சுவடியின் முதல் எழுத்துகளை நான் எழுதுவதை அம்மா பார்த்த முதல் முறையிலேயே இரண்டு செய்தித்தாள் துண்டுகளை என்னிடம் நீட்டி அதைப் படிக்கும் படி ஆணையிட்டாள். என்னால் முடியவில்லை, எனக்குத் தெரியவில்லை. "அது உன்னுடைய சகோதரன்" என்றாள் அவள், என்னைக் கடிந்துகொள் ளும் தொனியில்—பிணவறையில் ஒரு பிரேதத்தை நான் அடையாளம் கண்டுகொண்டிருந்திருக்க வேண்டும் என்பதைப் போல. நான் பேசாமல் இருந்தேன். இதற்கு மேல் என்ன சொல்வது? திடீரென்று அவள் என்ன எதிர்பார்த்தாள் என்று நான் ஊகித்துவிட்டிருந்தேன். இறந்துபோன மூசாவை வாழ வைப்பது, அவன் இடத்தில். அழகான கதைச் சுருக்கம், இல்லையா? இரண்டே இரண்டு பத்திகளை வைத்துக்கொண்டு ஒரு உடல், போலிச் சாக்குகள், குற்றச்சாட்டுகள் எல்லாவற்றையும் கண்டுபிடித் தாக வேண்டும். அதாவது, ஒருவிதத்தில் பார்த்தால், ஸூஜ் அல்லது என் னுடைய இரட்டைச் சகோதரனைத் தேடும் அம்மாவின் விசாரணையைத் தொடரும் முயற்சி. அது ஒரு வினோதமான புத்தகத்துக்கு இட்டுச் சென்றது—பார்க்கப்போனால் உன்னுடைய நாயகனின் திறமை எனக்கு இருந்தால் அதை நான் எழுதியிருந்திருக்க வேண்டும். ஒரு மறுவிசா ரணை. செய்தித்தாள் வாசகத்தில் இருந்த வரிகளுக்கிடையே என்னால் முடிந்ததையெல்லாம் போட்டுத் திணித்தேன், ஒரு பிரபஞ்சத்தின் அள வுக்கு அதன் பரிமாணத்தை உப்பச் செய்தேன். ஆகவே, அந்தக் குற்றத்தின் முழுமையான கற்பனைக் கட்டமைப்பு அவளுக்குச் சாத்தியமானது— வானத்தின் நிறம், சம்பவப் பின்னணிகள், கொலையாளிக்கும் கொல்லப் பட்டவனுக்கும் இடையேயான வாக்குவாதங்கள், நீதிமன்றத்தின் சூழல், காவலாளர்களின் அனுமானங்கள், கூட்டிக்கொடுப்பவன் தவிர, இதர சாட்சியங்கள் ஆகியோரின் தந்திரங்கள், வழக்கறிஞர்களின் வாதங்கள்... அதாவது, இப்போது நான் அதைப் பற்றியெல்லாம் சொன்னாலும் அந்தச் சமயத்தில் அது நம்ப முடியாத அளவுக்கு ஒழுங்கற்ற, பொய்களும் ஈனப் புத்தியும் நிறைந்த ஒரு வித '1001 இரவுகள்'. எனக்குச் சில சமயங்களில் குற்ற உணர்வு ஏற்பட்டாலும், பெரும்பாலும் பெருமைகொள்ளவே செய்கிறேன். கல்லறைகளிலும் அல்ஜேயில் ஐரோப்பியர் வசித்த பகுதி களிலும் என் தாயார் பயன் எதுவும் இல்லாமல் தேடிக்கொண்டு இருந் ததை அவளுக்குக் கொடுத்தேன். சொற்களற்ற முதியவள் ஒருத்திக்கான அந்தக் கற்பனைப் புத்தகத்தின் தயாரிப்பு நீண்ட காலம் தொடர்ந்தது. விட்டுவிட்டுச் சுற்றி வந்துகொண்டிருந்த ஒரு கதை, இதைச் சரியாகப் புரிந்துகொள். பல மாதங்களாக அதைப் பற்றிப் பேசாமலேயே இருப் போம், ஆனால், திடீரென்று அவள் நிலைகொள்ளாமல், முணுமுணுத்துக்

கொண்டிருந்துவிட்டு, கடைசியாக அந்த இரண்டு செய்தித்தாள் துண்டுகளை ஆட்டிக் காட்டியபடி எனக்கு முன்னால் வந்து நிற்பாள். சில சமயங்களில் என் அம்மாவுக்கும் ஆவி ரூபத்தில் இருந்த புத்தகத்துக்கும் இடையே ஒரு ஊடகமாக உணர்ந்தேன். அதனிடம் அவள் கேட்கும் கேள்விகளுக்கான பதிலை அவளுக்கு நான் மொழிபெயர்த்துச் சொல்ல வேண்டும்.

ஆகவேதான், அந்த மொழியை நான் கற்றதில் சாவின் முத்திரை இருந்தது. வரலாறு, புவியியல் போன்ற வேறு பல புத்தகங்களையும்கூட நான் படித்தேன் என்றாலும், எல்லாவற்றையும் எங்கள் குடும்பத்தின் வரலாற்றுடன், என் அண்ணன் கொலை செய்யப்பட்ட குற்றத்துடன், அந்தப் பாழாய்ப்போன கடற்கரையுடன் தொடர்புபடுத்திப் பார்க்க வேண்டியிருந்தது. சுதந்திரத்துக்குச் சில மாதங்களுக்கு முன்பாகத்தான் இந்த முட்டாள்களின் விளையாட்டு முடிந்தது; அப்போது இன்னும் உயிரோடு இருந்த ஜோஸப், கடற்கரை உலாச் செருப்புகளுடன் ஹஜ்ஜுதில் தன்னுடைய வருங்காலக் கல்லறையைச் சுற்றி வரும் காலடியோசையை அவள் உணர்ந்திருக்க வேண்டும். என்னுடைய மொழியின், கற்பனையின் வளங்களையெல்லாம் செலவழித்துவிட்டிருந்தேன். காத்திருப்பதைத் தவிர, எங்களுக்கு வேறு வழி எதுவும் இருக்கவில்லை. ஏதாவது நடக்கும் என்று காத்திருப்பது. மிரண்டுவிட்டிருந்த ஒரு பிரெஞ்சுக்காரன் எங்கள் வீட்டின் இருண்ட முற்றத்தில் வந்து தஞ்சமடைந்த அந்தப் பிரபல இரவுக்காகக் காத்திருப்பது. ஆமாம், ஜோஸப்பை நான் கொன்றேன், ஏனென்றால், எங்களுடைய நிலையின் அபத்தத்துக்கு ஈடுகட்ட வேண்டியிருந்தது. அந்த இரண்டு செய்தித்தாள் துண்டுகளுக்கு என்ன ஆயிற்று? யாருக்குத் தெரியும்? திரும்பத்திரும்ப மடிக்கப்பட்டு, கொஞ்சம்கொஞ்சமாக அது சிதைந்து, மண்ணோடு கலந்திருக்க வேண்டும் அல்லது அம்மாவே ஒரு வழியாக அதைத் தூக்கி எறிந்திருப்பாள். அப்போது என் மனதில் தோன்றியவையெல்லாம் என்னை எழுதுவதற்கு உத்வேகப்படுத்தியிருக்க வேண்டும், ஆனால், அதற்கான வளங்கள் என்னிடம் இருக்கவில்லை. அந்தக் குற்றம் ஒரு புத்தகமாக ஆகிவிடும் என்றோ, பலியானவன் பிரதிபலித்த ஒளியின் பிரகாசம்தான் அது என்றோ எனக்குத் தெரிந்திருக்கவில்லை. அது என் தவறா?

ஆகவே, திடீரென்று ஒருநாள், மிகக் குட்டையாக வெட்டப்பட்ட ஆழ்ந்த பழுப்பு நிற முடியுடன் தோற்றமளித்த ஒரு இளம் பெண் எங்கள் வீட்டுக் கதவைத் தட்டி, ''மூசா உல்த்* எல்-அஸ்ஸாஸின் குடும்பத்தினர் வீடுதானே இது?'' என்று, இதுவரை யாருமே கேட்டிருக்காத கேள்வியைக்

---

* மூலத்தில் உள்ளபடி.

கேட்டபோது அது எங்களிடையே என்ன மாதிரியான விளைவை ஏற்படுத்தியிருக்கும் என்று நீ எளிதில் ஊகித்துவிட முடியும். அன்று 1963 மார்ச் மாதத்தில் ஒரு திங்கட்கிழமை. நாடு முழுவதும் ஒரு கொண்டாட்ட மனநிலையில் இருந்தாலும், அடியோட்டமாக ஒருவித பயம் இருந்துகொண்டேவந்தது, ஏனென்றால், ஏழு வருடப் போரில், தின்று கொழுத்துப்போயிருந்த மிருகம் இன்னும் ஆவேசத்துடன் இருந்து கொண்டு தலைமறைவாகப் போக மறுத்தது. வெற்றி பெற்றுவிட்ட போர்க்காலத் தலைவர்களிடையே ஓசையற்ற அதிகாரப் போராட்டம் உக்கிரமடைந்துகொண்டிருந்தது.

''மூசா உல்த் எல்-அஸ்ஸாஸின் குடும்பத்தினர் வீடுதானே இது?''

மெரியெம்

இந்தக் கேள்வியை எனக்கு நானே அடிக்கடி கேட்டுக்கொண்டு, அதில் அவள் கேட்ட அதே தொனியைக் கேட்க முயல்கிறேன்—மிகப் பணிவாகவும் நட்புடனும், அப்பாவித்தனத்தின் மிளிரும் எடுத்துக்காட்டாகவும்.

என் தாயார்தான் கதவைத் திறந்தாள்—நான் தொலைவில் ஒன்றும் இருக்கவில்லை, முற்றத்தில் ஒரு மூலையில் படுத்துக்கொண்டு எழுந்திருப்பதைப் பற்றிச் சட்டைசெய்யாமல் இருந்தேன்—நானோ அழைத்தவரின் துல்லியமான பெண்ணுக்குரிய குரலைக் கேட்டு வியப்படைந்தேன். எங்களைப் பார்ப்பதற்கு என்று யாருமே ஒருபோதுமே வந்ததில்லை. அம்மாவும் நானும் என்ற ஜோடி எவ்வித சமூக உறவாடல்களும் இல்லாமல் இருந்தோம், தவிரவும், எல்லோரும் குறிப்பாக என்னைத் தவிர்த்தார்கள். சோகமாகவும், அதிகம் பேசாமலும் இருந்த பிரம்மாச்சாரியான நான், ஒரு கோழையாகக் கருதப்பட்டேன். சுதந்திரப் போரில் நான் ஈடுபட்டிருக்கவில்லை, எல்லோரும் அதைக் கசப்புணர்வுடன் விடாப்பிடியாக நினைவில் வைத்திருந்தார்கள். என் தாயாரைத் தவிர, வேறு ஒருவர் மூசாவின் பெயரை உச்சரித்ததைக் கேட்டதுதான் எல்லாவற்றையும்விட மிகப் பெரிய ஆச்சரியம்—நான் எப்போதும் 'அவன்' என்றுதான் குறிப்பிடுவேன். அந்த இரண்டு செய்தித்தாள் துண்டுகள்கூட அவனுடைய பெயரின் முதல் இரண்டு எழுத்துகளில்தான் அவனைக் குறித்தது—அல்லது அதுகூட இல்லையோ என்னவோ தெரியாது. ஆகவே, அம்மா, ''யார்?'' என்று கேட்டதும், அதைத் தொடர்ந்து வந்த நீண்ட விளக்கத்தைக் கேட்டதும்—அந்த விளக்கத்தில் முக்கியமானது எனக்குப் புரியவில்லை—என் காதில் விழுந்தன. ''சரி, அதை நீ என் மகனிடம்தான் சொல்ல வேண்டும்'' என்று பதிலளித்த அம்மா, அவளை உள்ளே அழைத்தாள். நான் எழுந்து நின்று,

கடைசியில் அவளைச் சந்திக்க வேண்டிய நேரம் வந்தது. அவளைப் பார்த்தேன். சிறிய ஒல்லியான பெண்: ஆழ்ந்த பச்சை நிறக் கண்கள், கள்ளம் கபடமற்ற பிரகாசமான சூரியன். அவளுடைய அழகு என் நெஞ்சை வலிக்கச் செய்தது. என் மார்பு ஒடுங்குவதை உணர்ந்தேன். அது வரை நான் எந்தப் பெண்ணையும் என் வாழ்க்கையின் சாத்தியக்கூறுகளில் ஒன்றாகப் பார்த்ததே இல்லை. அம்மாவின் வயிற்றிலிருந்து என்னை விடு வித்துக்கொண்டு வருவது, இறந்தவர்களைப் புதைப்பது, ஓடிப்போய்க் கொண்டிருப்பவர்களைக் கொல்வது என்று செய்வதற்கு எனக்கு நிறை யவே இருந்தன. உனக்குக் கொஞ்சமாவது புரிகிறதா? ஏகாங்கிகளாகவே வாழ்ந்துகொண்டிருந்தோம், எனக்கு அது பழகிவிட்டிருந்தது. திடீரென்று எல்லாவற்றையும்—என் வாழ்க்கை, அம்மாவுக்கும் எனக்கும் என்று இருந்த உலகம்—கடத்திக்கொண்டு போகத் தயாராக இந்த இளம் பெண் தோன்றினாள். எனக்கு அவமானமாக இருந்தது, பயமாக இருந்தது. ''என் பெயர் மெரியெம்.'' அம்மா அவளை ஒரு சிறிய இருக்கையில் உட்காரச் செய்தாள். அவளுடைய பாவாடை மெதுவாக மேலெழுந்தது, அவளு டைய கால்களைப் பார்க்காமல் இருக்க முயன்றேன். தான் ஒரு ஆசிரியை என்றும், என் அண்ணனுடைய கதையைப் பற்றி எழுதப்பட்டிருந்த புத்த கம் ஒன்றைக் குறித்து தான் ஆய்வுசெய்துகொண்டிருப்பதாகவும், அந்தப் புத்தகம் கொலையாளியால் எழுதப்பட்டிருந்தது என்றும் அவள் என் னிடம் பிரெஞ்சு மொழியில் விளக்கமாகச் சொன்னாள்.

அம்மாவும் நானும் ஒன்றுமே பேசாமல் என்ன நடக்கவிருந்தது என் பதைப் புரிந்துகொள்ள முயன்றபடி முற்றத்தில் இருந்தோம். ஒருவிதத்தில் பார்த்தால், தன்னுடைய கல்லறைக்குள் அசைந்து கொடுத்த மூசா, உயிர் பெற்றெழுந்து வந்து தான் எழுதிவைத்துச் சென்ற சொத்தான ஆழ்ந்த துயரத்தை நாங்கள் மீண்டும் உணர வேண்டிய கட்டாயத்துக்கு எங்களை ஆளாக்கினான். எங்களுடைய குழப்பத்தை மெரியெம் உணர்ந்தாள்; மெது வாகக் கனிவுடனும், ஓரளவு முன்ஜாக்கிரதையுடனும் தன் விளக்கத்தை மீண்டும் தொடர்ந்தாள். உடல்நலம் தேறி வருபவர்களிடம் மெல்லிய குரலில் பேசுவதைப் போல அம்மாவிடமும் என்னிடமும் மாறிமாறிப் பேசினாள். நாங்கள் மௌனமாக இருந்தோம், பிறகு என்னுடைய மயக்க நிலையிலிருந்து மீண்டுவந்த நான், எந்த அளவுக்கு ஆடிப்போயிருந்தேன் என்பதை மறைக்க முடியாத வகையில் அமைந்த சில கேள்விகளைக் கேட்டேன்.

உண்மையில், என் அண்ணனுடைய தோலில் புதிதாக இன்னொரு துளையை ஏற்படுத்திய ஆறாவதும், கடைசியுமான குண்டுதான் அது என்று நான் உணர்ந்ததாக எண்ணுகிறேன். ஆகவே, என் அண்ணன் மூசா அடுத்தடுத்து மூன்றாவது முறையாக இறந்தான். முதலாவதாக, அந்த

'கடற்கரை தினத்தன்று' மதியம் இரண்டு மணிக்கு; இரண்டாவதாக, அவனுக்காக ஒரு வெற்றுக் கல்லறையைத் தோண்ட வேண்டியிருந்தபோது; கடைசியில் மூன்றாவதாக, எங்களுடைய வாழ்க்கையில் மெரியெம் வந்து நுழைந்தபோது.

அந்தக் காட்சி மூட்டமாக என் நினைவில் தோன்றுகிறது: உடனேயே உஷாராகிவிட்டிருந்த அம்மா, கோபமும் முறைப்பும் கலந்த பார்வை, தேநீர் தயாரிப்பது அல்லது சர்க்கரையைத் தேடுவது போன்ற பாசாங்குகளுடன் மேலும்கீழுமான நடை, சுவரில் நீண்டுகொண்டு போன நிழல், மெரியெமின் தர்மசங்கடம். பல நாட்களுக்குப் பின் அவளும் நானும் ஒருவரையொருவர் அடிக்கடி சந்தித்துக்கொண்டிருந்தபோது—அம்மாவுக்குத் தெரியாமல்தான்—அவள் மனம் திறந்து சொன்னாள்: ''என்னுடைய கதையையும் கேள்விகளையும் கொண்டுவந்து, ஈமச் சடங்குகளுக்கு ஒரு தடங்கலாக என்னை நான் உணர்ந்தேன்...'' கிளம்புவதற்கு முன்னால் நாங்கள் இருவரும் தனித்து இருந்தபோது, நீ உன் கைப் பையில் மிகக் கவனமாக வைத்திருக்கிறாயே, அதே புத்தகத்தை அவள் தன்னுடைய தோள் பையிலிருந்து வெளியே எடுத்தாள். அவளைப் பொறுத்தவரை அது ஒரு மிக எளிய கதை. ஒரு அராபியனின் சாவை விவரிக்கும் புகழ்பெற்ற எழுத்தாளர் அதை ஒரு அசத்திவிடும் புத்தகமாக ஆக்கிவிடுகிறார்—'பெட்டிக்குள் ஒரு சூரியனைப் போல' அவளுடைய அந்த வாசகம் எனக்கு இன்னும் நினைவில் இருக்கிறது. அந்த அராபியனுடைய அடையாளம் அவளுக்கு ஒரு புதிராக இருக்கவே, தன் பங்குக்கு அவளே விசாரணையை நடத்துவதாக முடிவெடுத்து, தீவிரப் போராட்டத்துக்குப் பின், எங்களுடைய தடயங்களைப் பின்பற்றி இங்கு வந்திருந்தாள். ''பல மாதங்களாகப் பல கதவுகளைத் தட்டித்தட்டி, பலதரப்பட்ட மக்களிடம் கேள்விகளைக் கேட்டு, உங்களைக் கண்டுபிடித்துவிட்டேன்...'' என்றாள் அவள், நட்புறவைக் கோரும் புன்முறுவலுடன். அடுத்த நாள், ரயில் நிலையத்தில் சந்திக்கலாம் என்றும் அழைப்பு விடுத்தாள்.

முதல் நொடியிலிருந்து நான் அவள்மீது காதல் கொண்டேன், அதே சமயம், இறந்த ஒருவனின் தடயத்தைப் பின்பற்றி, என் சமனைக் குலைத்து, என்னுடைய வாழ்க்கையில் இதைப் போல் அவள் வந்துவிட்டாள் என்பதற்காக உடனேயே அவளை வெறுக்கவும் செய்தேன். ஆண்டவனே, எவ்வளவு பாவப்பட்டவன் நான்! ●

14

மெரியெம் எங்களை ஆழ்துயிலில் ஆழ்த்தியதைப் போன்ற அந்த மெதுவான, மிருதுவான தொனியில், கிட்டத்தட்ட யாருமே எங்களை நினைவில்கொண்டிருக்காத பாப்-எல்-உவெத்திலிருந்து இதுவரை தேடிக் கொண்டு வர அவளுக்குப் பல மாதங்கள் ஆகியிருந்தன என்று விளக்க மாகச் சொன்னாள். அவள்—பார்க்கப்போனால் உன்னைப் போலவே—உன்னுடைய கதாநாயகனைப் பற்றியும், காய்ந்த இலை ஒன்றைக் கூர்ந்து ஆராயும் கணிதவியலாளரின் மேதாவிலாசத்துடன் ஒரு கொலையை அவன் விவரித்திருந்த புத்தகத்தைப் பற்றியும் ஆய்வுக்கட்டுரை ஒன்றைத் தயாரித்துகொண்டிருந்தாள். அந்த அராபியனின் குடும்பத்தைக் கண்டு பிடிக்க விழைந்தாள்: மலைகளுக்குப் பின்னால், உயிர் வாழ்ந்துகொண் டிருந்தவர்களின் நாட்டில் நீண்ட விசாரணையை நடத்தி முடித்த பிறகு நாங்கள் இருக்கும் இடத்துக்கு அவளை இட்டுவந்ததே அந்த ஆசைதான்.

பிறகு, எந்த உள்ளுணர்வால் உந்தப்பட்டாளோ தெரியாது, புத்த கத்தை என்னிடம் காட்டுவதற்காக எங்களை அம்மா சில நிமிடங்கள் தனியே விட்டுச் செல்லும்வரை காத்திருந்தாள். சிறிய வடிவத்தில் அது இருந்தது. பின்னணியில் கடற்கரை இருக்க, அதற்குத் தன் முதுகை ஒரு பாதித் திருப்பிக் காட்டியபடியும் தான் அணிந்திருந்த கோட்டின் பாக் கெட்டில் கைகளைத் திணித்தவாறும் நின்றுகொண்டிருந்த ஒரு மனித னின் படம் நீர்வண்ண ஓவியமாக அட்டையில் இருந்தது. வெளிர் நிறங் கள், அடர்த்தி குறைந்த வண்ணங்கள். அதைப் பற்றி என் நினைவில் இருப்பது இதுதான். அதன் தலைப்பு 'மற்றவன்'. மேலே வலது பக்கத் தில் கொலையாளியின் பெயர், பெரிய எழுத்துகளில் கறுப்பு நிறத்தில் இருந்தது: மெர்சோ. ஆனால், இந்தப் பெண் அருகிலிருந்ததில் சங்கடப் பட்டுக்கொண்டிருந்த என் மனம் அதில் லயிக்கவில்லை. சமையல் அறை யிலிருந்து திரும்பி வந்திருந்த என் அம்மாவுடன் அவள் நலம் விசாரித்துக் கொண்டிருந்த சமயம் அவளுடைய முடி, கைகள், கழுத்து இவற்றைக் கவனமாகப் பார்க்கத் துணிந்தேன். அதிலிருந்தே பெண்களைப் பின்னா லிருந்து பார்ப்பது எனக்குப் பிடித்திருந்தது—மறைந்திருக்கும் முகத்தை யும் அடையாளம் காண முடியாத உடலையும் குறித்த எதிர்பார்ப்பு. அவள் பயன்படுத்தியிருந்த வாசனைத் திரவியத்துக்கு—அவற்றைப் பற்றி எனக்கு எதுவுமே தெரிந்திருக்காவிட்டாலும்—ஒரு பெயரை நானே கொடுத்துக்கொண்டேன். உயிர்த்துடிப்புடன், கூர்ந்து ஆராயும் அவளு

டைய அறிவுத்திறனுடன் ஒருவித அப்பாவித்தனமும் கலந்து இருந்ததை உடனேயே நான் கண்டுகொண்டேன். அல்ஜீரியாவின் கிழக்குப் பகுதியில் கான்ஸ்டான்டின் நகரில் அவள் பிறந்தாள் என்பதைப் பின்னால் ஒருமுறை அவள் சொல்லி நான் தெரிந்துகொண்டேன். ''சுதந்திரமான பெண்'' என்று தன்னை அவள் அறிவித்துக்கொண்டாள்—அதைத் தொடர்ந்து அவள் பார்வையில் வெளிப்பட்ட சவால், குடும்ப வாழ்க்கையின் பழமை வாதத்தை அவள் எதிர்த்ததை நன்றாகக் காட்டியது.

சரி, சரி, நான் மறுபடியும் பாதையிலிருந்து விலகிப் போகிறேன். அந்தப் புத்தகத்தைப் பற்றியும், அதை நான் பார்த்த பிறகு என் எதிர்வினையைப் பற்றியும் தெரிந்துகொள்ள வேண்டுமா? எந்த முனையிலிருந்து தொடங்கி அந்தக் கதையை உனக்குச் சொல்வது என்றே தெரியவில்லை. மெரியெம் தன்னுடைய நறுமணம், பிடரி, நளினம், புன்முறுவல் இவற்றுடன் கிளம்பிச் சென்றுவிட்டாள், நானும் ஏற்கனவே அடுத்த நாளைப் பற்றி எண்ணிப்பார்த்துக்கொண்டிருந்தேன். அம்மாவும் நானும் பிரமை பிடித்திருந்தோம். மூசாவின் இறுதித் தடயங்கள், இதுவரை தெரிந்திராத அவனுடைய கொலையாளியின் பெயர், அவனுடைய அசாதாரண விதி ஆகியவை இப்போதுதான் மொத்தமாக எங்களுக்குத் தெரியவந்தன. ''எல்லாமே எழுதப்பட்டுவிட்டிருக்கிறது!'' என்றாள் அம்மா; தன்னிச்சையாக வந்த இந்தச் சொற்களின் பொருத்தம் என்னை வியக்க வைத்தது. எழுதப்பட்டு, ஆமாம், ஆனால், ஒரு புத்தக வடிவில், ஏதோ ஒரு இறைவனால் அல்ல. எங்களுடைய முட்டாள்தனத்துக்காக நாங்கள் வெட்கப்பட்டோமா? அப்படி ஒன்று இருக்கிறது என்பதையே நாங்கள் அறிந்திராத மகத்தான ஒரு படைப்பு ஒன்றில் ஓரமாக நிற்கவைக்கப்பட்டிருந்த கேலிக்குரிய ஜோடியான நாங்கள், தாங்க முடியாத எங்களுடைய மடச் சிரிப்பை அடக்க முயன்றோமா? உலகத்தில் எல்லோருக்கும் கொலையாளியைத் தெரிந்திருந்தது; அவனுடைய முகம், அவனுடைய பார்வை, அவனுடைய உருவச் சித்திரம், அவனுடைய உடையும்கூடத்தான்... எங்கள் இருவரைத் தவிர! அந்த அராபியனின் தாயாரும், நில உரிமை நிர்வாகத்தில் வேலை செய்யும் பாவப்பட்ட ஊழியனும். எதையுமே படிக்காமல், எல்லாக் கஷ்டங்களையும் அனுபவித்துக்கொண்டிருந்த ஏழையான, பரிதாபமான இரண்டு சுதேசிகள். கழுதைகளைப் போல. இரவு முழுவதும் ஒருவரையொருவர் பார்த்துக்கொள்வதையே தவிர்த்தோம். ஆண்டவா, நாம் முட்டாள்கள் என்பதைத் தெரிந்துகொள்வது எவ்வளவு கொடுமையானது! அன்று நீண்ட நேரம் இரவு நீடித்தது. அம்மா அந்த இளம் பெண்ணைச் சபித்துக்கொண்டிருந்துவிட்டுப் பிறகு அமைதியாகிவிட்டாள். நானோ அந்த இளம் பெண்ணின் மார்பகங்களையும் இதழ்களையும், துடிப்புள்ள பழங்களைப் போல அவை அசைந்ததையும் எண்ணிப்பார்த்தேன். மறுநாள்

காலை அம்மா என்னை முரட்டுத்தனமாக உலுக்கினாள், பிறகு மிரட்டும் ஒரு கிழட்டுச் சூனியக்காரியைப் போல என்மேல் குனிந்து பார்த்து, ''அவள் திரும்பி வந்தால், கதவைத் திறக்காதே!'' என்றாள். இது வரும் என்று எதிர்பார்த்திருந்தேன், ஏன் என்றும் எனக்குத் தெரியும். ஆனால், நானும் என்னுடைய பதிலைத் தயாரித்துவைத்திருந்தேன்.

நண்பா, நீ ஊகித்திருப்பாய், நான் அப்படி எதுவும் செய்யவில்லை தான். வழக்கம்போல் குடிக்கும் காப்பிக்காகக் காத்திருக்காமல் சீக்கிர மாகவே கிளம்பிவிட்டேன். ஏற்கனவே நாங்கள் திட்டமிட்டு இருந்தபடி ஹஜூத் ரயில் நிலையத்தில் மெரியெமுக்காக நான் காத்திருந்தேன். அல் ஜேயிலிருந்து வந்த பேருந்தில் அவளைப் பார்த்தபோது, என் இதயத் தில் ஒரு ஓட்டை விழுந்ததைப் போல உணர்ந்தேன். ஏற்கனவே எனக் குள் துளைக்கப்பட்டிருந்த இடத்தை இட்டு நிரப்ப அவளுடைய இருத் தல் மட்டும் போதுமானதாக இல்லை. நாங்கள் நேருக்கு நேர் சந்தித்துக் கொண்டபோது இசகுபிசகாக, நாசூக்கில்லாமல் நான் இருந்ததைப் போல உணர்ந்தேன். அவள் என்னைப் பார்த்துப் புன்முறுவல் செய்தாள், முதலில் பார்வையாலும் பிறகு தன் பிரகாசமான இதழ்களாலும். அவளிடம் நான் திக்கித் தடுமாறி, அந்தப் புத்தகத்தைப் பற்றி இன்னும் தெரிந்துகொள்ள விரும்புவதாகச் சொன்னேன். பிறகு நாங்கள் இருவரும் நடக்கத் தொடங்கினோம்.

இது இப்படியே பல வாரங்கள், பல மாதங்கள், பல நூற்றாண்டுகள் வரை நீடித்தது.

உனக்குப் புரிந்ததல்லவா? அம்மாவின் கண்காணிப்பு எதையெல்லாம் ஒழிப்பதில் வெற்றி கண்டதோ அதையெல்லாம் நான் இப்போது அறிந்து கொள்ளவிருந்தேன்: காதலின் தகிப்பு, ஆசை, கனவு, எதிர்பார்ப்பு, உணர்ச்சி களின் பேதமை. அந்தக் காலத்து பிரெஞ்சுப் புத்தகங்களில் இதை விரக தாபம் என்று குறிப்பிடுவது வழக்கம். காதல் வயப்படும் ஒருவனின் உடலை ஆக்கிரமிக்கும் இந்தச் சக்திகளை உனக்கு விவரித்துச் சொல்ல எனக்குத் தெரியவில்லை. என்னுடைய சொற்கோவையில் இருக்கும் சொல் மூட்டமானதாக, தெளிவற்று இருக்கிறது; பிரம்மாண்டமான ஏதோ ஒன்றின் முதுகில் ஊர்ந்து செல்லும் பார்வையற்ற பூரான். புத்த கம் ஒரு சாக்குதான். இந்தப் புத்தகமும், அதற்குப் பின் இன்னும் சில புத்தகங்களும். அந்தப் புத்தகத்தை மீண்டும் எனக்குக் காட்டிய அவள் அதன் பின்னணி, அதன் வெற்றி, அதிலிருந்து உத்வேகம் பெற்ற வேறு பல புத்தகங்கள், ஒவ்வொரு அத்தியாயத்தையும் பற்றிய முடிவற்ற வியாக்கி யானங்கள் ஆகியவற்றை இம்முறையும், தவிர, நாங்கள் சந்தித்துக் கொண்ட மற்ற ஒவ்வொரு முறையும், பொறுமையாக எனக்கு விளக்கிச் சொன்னாள். எல்லாமே ஒரே தலைச்சுற்றலாக இருந்தது.

ஆனால் அன்று, அந்த இரண்டாம் நாள், புத்தகத்தின் பக்கங்களின் மேல் இருந்த அவளுடைய விரல்களையும், காகிதத்தின் மேல் வழுக்கிச் சென்ற அவளுடைய சிவந்த நகங்களையும் மட்டுமே பார்த்துக்கொண்டு இருந்த நான், அவளுடைய கையைப் பற்றினால் என்ன சொல்வாளோ என்று நினைக்க, எனக்கு நானே தடை விதித்துக்கொண்டேன். ஆனால், இறுதியில் அதைத்தான் செய்தேன். அது அவளுக்குச் சிரிப்பை வரவழைத் தது. அந்த ஒரு தருணத்தில் மூசாவைப் பற்றி எனக்கு அக்கறை இருக்க வில்லை என்று அவளுக்குத் தெரிந்திருந்தது. அதாவது, இந்த ஒரு முறை. மதிய வேளையின் தொடக்கத்தில் நாங்கள் பிரிந்து சென்றோம், அவள் மீண்டும் வருவதாக வாக்களித்தாள். இருந்தபோதிலும், அம்மாவும் நானும் உண்மையிலேயே அந்த அராபியனின் குடும்பத்தைச் சேர்ந்தவர்கள்தானா என்பதைத் தன்னுடைய ஆய்வில் எப்படி அவளால் நிரூபிக்க முடியும் என்று கேட்டாள். எங்களிடையே இது ஒரு நீண்ட காலப் பிரச்சினை என்றும், குடும்பப் பெயர் என்பது மிக அரிதாகவே இருந்தது என்றும் நான் அவளுக்கு விளக்கிச் சொன்னேன்... அது அவளை மீண்டும் சிரிக்கச் செய்தது—என்னைப் புண்படுத்தியது. பிறகு, என் அலுவலகத்தை நோக்கி நடந்தேன். நான் அலுவலகத்தில் இல்லாததைப் பற்றி என்ன நினைப் பார்கள் என்றுகூட நான் எண்ணிப்பார்க்கவில்லை! அதைப் பற்றி நான் கவலைப்படவே இல்லை, நண்பா!

ஆகவே, தவறாமல் அன்று மாலையே இந்தப் பாழாய்ப்போன புத்த கத்தைப் படிக்கத் தொடங்கினேன். அதை வாசிப்பதில் நிதானமாக முன் னேற்றம் கண்டுவந்தேன், ஆனால், மலைத்துப்போய்விட்டேன். ஒரே சமயத்தில் அவமானப்படுத்தப்பட்டதாகவும், என்னை நானே அறிந்து கொண்டதாகவும் உணர்ந்தேன். துடிக்கும் இதயத்துடன், மூச்சுத் திணறும் அளவுக்கு, இறைவனே எழுதியிருந்த புத்தகம் ஒன்றைப் படிப்பதைப் போல இரவு முழுவதும் அதைப் படித்தேன். உண்மையிலேயே அது என்னை உலுக்கிப்போட்டுவிட்டது. அதில் எல்லாமே இருந்தது, முக்கிய மானதைத் தவிர: மூசாவின் பெயர்! எங்கேயும் இல்லை. நான் மீண்டும் மீண்டும் எண்ணிப்பார்த்தேன், ‘அராபியன்’ என்ற சொல் இருபத்தைந்து முறை இருந்தது, ஆனால், ஒரு இயற்பெயரும் இல்லை, எங்கள் எவரு டைய இயற்பெயருமே. ஒன்றுமே இல்லை, நண்பா. உப்பும், கண் கூசும் பிரகாசங்களும், புனிதக் கடமை ஒன்றைச் சுமந்து செல்பவனின் நிலை யைப் பற்றிய சிந்தனைகளும் மட்டுமே இருந்தன. மெர்சோவின் புத்தகம் மூசாவைப் பற்றிக் கூடுதலாக எனக்கு எதுவுமே அறிவிக்கவில்லை, தன் வாழ்க்கையின் இறுதிக் கணத்தில்கூட அவனுக்கு ஒரு பெயர் இருக்க வில்லை என்பதைத் தவிர. மாறாக, கொலையாளியின் ஆன்மாவை, ஏதோ நான்தான் அவனுடைய தேவதை என்பதைப் போல, நான் பார்க்கும்படி

செய்தது. வினோதமாக உருமாறி இருந்த பல நினைவுகள் தோன்றின: கடற்கரையைப் பற்றிய விவரிப்பு, கொலை நிகழ்ந்த அதீதப் பிரகாச மான நேரம், ஒருபோதும் கண்டுபிடிக்கப்படாத பழைய குடில், கொலை யாளியிடம் விசாரணை நடந்த நாட்கள், மூசாவின் பிரேதத்தைத் தேடிய படி அல்ஜேயின் தெருக்களில் அம்மாவும் நானும் அலைந்து திரிந்து கொண்டிருந்தபோது சிறைச்சாலையில் அவன் கழித்த பல மணி நேரம்... என்னுடைய இரட்டை சகோதரன் ஸூஜ், என்னைப் பற்றிய சொந்த விவரிப்பு, தவிர, என்னுடைய வாழ்க்கையைப் பற்றிய விவரங்கள், என் னுடைய விசாரணையைப் பற்றிய நினைவுகள் எல்லாவற்றையும்கூட இந்த ஆள், உன்னுடைய எழுத்தாளன், திருடிக்கொண்டுவிட்டிருந்ததைப் போல இருந்தது! மிகவும் சிரமம் எடுத்துக்கொண்டு, ஒவ்வொரு சொல் லாக, கிட்டத்தட்ட இரவு முழுவதும் படித்தேன். அது ஒரு பரிபூரண தமாஷ்! அந்தப் புத்தகத்தில் என் அண்ணனுடைய தடயங்களைத் தேடி னேன், என்னுடைய பிரதிபலிப்பை அதில் பார்த்தேன், கிட்டத்தட்ட கொலையாளியின் அச்சாக நான் இருந்ததைக் கண்டுபிடித்தேன். ஒருவழி யாக அந்தப் புத்தகத்தின் இறுதி வரிகளுக்கு வந்தேன்: ''...நான் விழையக் கூடியது ஒன்றே ஒன்றுதான்—என் தலை துண்டிக்கப்படும் தினத்தன்று பெரும் எண்ணிக்கையில் பார்வையாளர்கள் இருக்க வேண்டும்; வெறுப் புக் கலந்த கூக்குரலுடன் என்னை அவர்கள் வரவேற்க வேண்டும்.'' ஆண்டவனே, எந்த அளவுக்கு நானும் அதையே விழைந்திருந்திருப்பேன்! சந்தேகமில்லாமல் நிறைய பார்வையாளர்கள் இருக்கத்தான் செய்தார்கள், ஆனால், அது அவன் செய்த கொலைக்கோ, அவனுடைய விசாரணைக்கோ அல்ல. மேலும், எப்படிப்பட்ட பார்வையாளர்கள்! தீவிரமாக ஆராதித்த விசிறிகள்! ஆராதிப்பவர்களின் இந்தக் கும்பலில் எவ்வித வெறுப்புக் கூக் குரலும் ஒருபோதும் இருக்கவில்லை. இந்தக் கடைசி வரிகள் என்னைப் புரட்டிப்போட்டுவிட்டன. ஆகச்சிறந்த படைப்பு, நண்பா! என்னுடைய ஆன்மாவையும், இந்த நாட்டில் அல்லாவுக்கும் சலிப்புணர்வுக்கும் இடை யில் எனக்கு என்ன நேரப்போகிறது என்பதையும் பார்ப்பதற்காக என் கண்முன் காட்டப்படும் கண்ணாடி.

அன்றிரவு நான் தூங்கவில்லை என்றே நீ நினைப்பாய். எலுமிச்சை மரத்துக்குப் பக்கத்தில், வானத்தைப் பார்த்தவாறே இருந்தேன்.

அந்தப் புத்தகத்தை அம்மாவிடம் நான் காட்டவில்லை. அதைப் படிக்கும்படி, முடிவில்லாமல் மீண்டும்மீண்டும், தீர்ப்பு நாள்வரை படிக் கும்படி என்னைக் கட்டாயப்படுத்தியிருப்பாள் என்று உன்னிடம் அடித் துச்சொல்வேன். பொழுது விடிந்தபின், அதன் அட்டையைக் கிழித்து, கொட்டகைக் கூரையின் ஒரு மூலையில் ஒளித்துவைத்தேன். அதற்கு முந்

தைய நாள் மெரியெமைச் சந்தித்ததைப் பற்றி அம்மாவிடம் சொல்லவே இல்லை, ஆனால், என் இரத்தத்தில் இன்னொரு பெண் இடம்பெற்றி ருந்ததை என் பார்வையிலிருந்து அவள் கண்டுகொண்டாள். மெரியெம் எங்கள் வீட்டுக்கு மீண்டும் ஒருபோதும் திரும்ப வரவில்லை. அடுத்து வந்த சில வாரங்களுக்கு நான் அவளைத் தவறாமல் சந்தித்துவந்தேன், பார்க்கப்போனால், கோடைக்காலம் முழுவதும் அது நீடித்தது. அல்ஜே யிலிருந்து வரும் பேருந்துக்காக நான் தினந்தோறும் நிலையத்துக்கு வருவதாகப் பேசிவைத்துக்கொண்டோம். அவளால் எப்போதெல்லாம் வர முடிந்ததோ அப்போதெல்லாம் சில மணி நேரங்கள் ஒன்றாக நடந்து உலாத்தினோம், அல்லது மரத்தடியில் படுத்து இளைப்பாறி னோம், ஆனால், ஒவ்வொரு முறையும் கொஞ்ச நேரம் மட்டுமே. அவள் வராத நாட்களில் நான் வந்த வழியிலேயே திரும்பி அலுவலகத்துக்குப் போனேன். அவள் ஆனந்தமாக என் மார்பின் மேல் தன் தோளை அழுத்தியபடி இருந்துகொண்டே இருப்பதற்குத் தோதாக, அந்தப் புத்தக மும் தீர்ந்துபோகாமல் முடிவில்லாமல் போய்க்கொண்டே இருக்க வேண் டும் என்று எதிர்பார்க்கத் தொடங்கினேன். அவளிடம் கிட்டத்தட்ட நான் எல்லாவற்றையுமே சொன்னேன்: என் குழந்தைப் பருவம், மூசா இறந்த தினம், எங்களுடைய படிப்பறிவில்லாத முட்டாள்தனமான விசா ரணை, எல்-கெத்தார் கல்லறைத் தோட்டத்திலிருக்கும் காலியான சமாதி, எங்கள் குடும்பத்தின் துக்க அனுசரிப்பின் கறாரான கட்டுப்பாடுகள். அவளுடன் நான் பகிர்ந்துகொள்ளத் தயங்கிய ஒரே ஒரு ரகசியம் ஜோஸப் பின் கொலை. ஒரு குறிப்பிட்ட விதத்தில், அந்தப் புத்தகத்தின் கண்ணுக் குப் புலப்படாத விவரங்களைக் கீழே விழச் செய்வதைப் போலச் சாய்த் துப் பிடித்தபடியே அந்தப் புத்தகத்தைப் படிக்கக் கற்றுக்கொடுத்தாள். அந்த மனிதன் எழுதியிருந்த வேறு புத்தகங்களை, மேலும், சில புத்தகங் களை எனக்கு அளித்தாள். இந்த உலகத்தை உன்னுடைய நாயகன் எப்படிப் பார்த்தான் என்று கொஞ்சம்கொஞ்சமாக நான் புரிந்து கொள்ள அது உதவியது. அவனுடைய நம்பிக்கைகளையும், அவனுடைய தனிமையின் அற்புதப் படிமங்களையும் மெதுவாக எனக்கு விளக்கிச் சொன்னாள். தன் தந்தையின் இரட்டைச் சகோதரர் போன்று ஒருவிதத் தில் தோன்றிய ஒருவரை அடையாளம் கண்டுகொண்டு, தன்னுடைய தனிமையின் காரணத்தாலேயே சகோதரத்துவ உணர்வை வரப்பிரசாத மாகப் பெற்றிருந்தான். இவை எல்லாம் எனக்குத் தானாகவே பிடிபட வில்லை, சில சமயங்களில் மெரியெம் வேறு ஒரு கிரகத்தைப் பற்றிப் பேசு வதைப் போலத் தோன்றியது. அவளுடைய குரலைக் கேட்க எனக்குப் பிடித்திருந்தது. அவளை நான் நேசித்தேன், மிகத் தீவிரமாக. காதல். என்ன வினோதமான உணர்வு, இல்லையா? அது போதை மயக்கத்தை ஒத்திருக்

கிறது. நிதானத்தையும் சுயஉணர்வையும் இழந்துவிட்டாலும், வினோதமான வகையில் துல்லியமானதும் பயனற்றதுமான ஒரு அக தரிசனம் கிடைக்கிறது.

தொடக்கத்திலிருந்தே, நான் ஒரு துரதிர்ஷ்டசாலியாக இருந்ததால் எங்களுடைய கதை ஒரு முடிவுக்கு வந்துவிடும் என்றும், ஒருபோதும் நான் அவளை என் வாழ்க்கையில் தக்கவைத்துக்கொள்ள முடியாது என்றும் எனக்குத் தெரிந்திருந்தது. ஆனால், தற்போதைக்கு நான் விழைந்தது ஒன்றே ஒன்றுதான்: என் அருகில் அவளுடைய சுவாசத்தைக் கேட்டுக்கொண்டிருக்க வேண்டும். என் நிலையை ஊகித்துவிட்டிருந்த மெரியெமுக்கு என்னுடைய சோகத்தின் ஆழத்தை அவள் உணரும்வரை அது வேடிக்கையாக இருந்தது. அவளைப் பயமுறுத்தியது அதுதானா? அப்படித்தான் நினைக்கிறேன். அல்லது அவள் கொஞ்சம்கொஞ்சமாகச் சலிப்படைந்துவிட்டிருந்ததாலும், நான் இனியும் அவளுக்கு மகிழ்ச்சி அளிக்காததாலும், என் மூலம் அவளுக்குக் கிடைத்த நூதனமான முன்பின் தெரியாத சாத்தியக்கூறுகளைத் தீர்த்துவிட்டதாலும் அல்லது என்னுடைய 'விவகாரம்' இனியும் ஒரு பொழுதுபோக்காக இல்லாததாலும்கூட இருக்கலாம். எனக்கு மனக்கசப்பு, ஆனால், அது தவறு. சத்தியமாகச் சொல்கிறேன், அவள் என்னை ஒதுக்கிவிடவில்லை. மாறாக, அவளுக்கு என்மேல் ஒருவித நேசம் இருந்தது என்றுகூடச் சொல்வேன். இன்னும் சொல்லப்போனால், என்னுடைய காதல் தோல்வியை அவள் விரும்பி ரசித்து, அரிய பொக்கிஷம் ஒன்றுக்கு அளிக்கப்படும் மாட்சிமையை என்னுடைய சோகத்துக்கு அளிப்பதோடு திருப்தி அடைந்தாள். பிறகு எனக்கென்று ஒரு பேரரசு நிறுவப்படத் தொடங்கியபோது அவள் போய்விட்டாள். அப்போதிலிருந்தே நான் ஒரு ஒழுங்குமுறையுடன் பெண்களை வஞ்சிக்கிறேன், பிரிவுகளின்போது என்னுடைய மிகச் சிறந்த பண்புகளை வெளிப்படுத்துகிறேன். என் வாழ்க்கைப் பலகையில் பொறிக்கப்பட்டிருக்கும் முதல் விதி அதுதான். காதலைப் பற்றி நான் சொல்லும் வரையறையைக் குறித்துகொள்கிறாயா? பகட்டானதாகத் தோன்றலாம், ஆனால், தூய எண்ணங்களால் ஆனது, இதை நானாகவே யோசித்து உருவாக்கியிருக்கிறேன்! காதல் என்பது ஒருவரை முத்தமிட்டு, அவருடைய எச்சிலைப் பகிர்ந்துகொண்டு, பிறகு தன்னுடைய பிறப்புவரை முற்றிலுமாகப் பின்னோக்கிப் போவதுதான்.

ஆகவே, தன் கவர்ச்சியை அதிகரிக்கச் செய்து, முன்யோசனை இல்லாத பெண்களின் கனிவைத் தன்பால் ஈர்க்கச் செய்யும் வகையில் மனைவியை இழந்தவனைப் போல நடந்துகொண்டேன். அதனால், மனவருத்தத்தில் இருந்த, அல்லது எதையுமே புரிந்துகொள்ள இயலாத அளவுக்கு இளமையாக இருந்த பெண்கள் என்னை நாடி வந்தார்கள்.

மெரியெம் என்னை விட்டுச் சென்ற பிறகு மீண்டும்மீண்டும் அந்தப் புத்தகத்தைப் படித்தேன். மீண்டும்மீண்டும் அப்படிச் செய்வதன் மூலம் அந்தப் பெண்ணின் தடயங்களை, அவள் படிக்கும் விதத்தை, சுய உணர்வு மிக்க அவளுடைய தொனியை மீண்டும் கண்டுகொள்வதற்காக. விசித்திரமாக இல்லை? ஒரு சாவின் ஜொலித்துக்கொண்டிருக்கும் நிரூ பணத்தின் ஊடாக வாழ்வைத் தேடிப் போவது! ஆனால், நான் மீண் டும் எதையெல்லாமோ சொல்கிறேன், இதுபோலச் சுற்றி வளைப்பது எரிச்சல் ஊட்டக்கூடும். இருந்தாலும்...

ஒருநாள், நாங்கள் இருவரும் கிராமத்தின் எல்லையில் ஒரு மரத்தடி யில் இளைப்பாறிக்கொண்டிருந்தோம். எதையும் கண்டுகொள்ளாததைப் போல அம்மா நடித்தாலும், எங்களுடைய கல்லறைகளைத் தோண்டிப் பார்ப்பதற்காக நகரத்திலிருந்து வந்திருந்த பெண்ணை நான் சந்தித்துக் கொண்டிருந்தது அவளுக்குத் தெரிந்திருந்தது. எங்களுடைய உறவிலும் மாற்றம் ஏற்பட்டிருந்தது, அம்மாவுக்கும் எனக்கும் இடையில். அரக்கி யாக அவள் இருந்ததால், அவளிடமிருந்து என்னை விடுவிக்க உதவும் அறுதியான வன்செயல் எதையாவது நான் செய்ய வேண்டும் என்ற ஊமை வெறியை எனக்குள் நான் உணர்ந்தேன். கிட்டத்தட்ட தற்செயலாக என் கை மெரியெமின் மார்பகங்கள்மீது உரசியது. ஒரு மரத்தின் கீழே தகிக் கும் நிழலில் நான் கண்ணயர்ந்து படுத்திருந்தேன், என் தொடைகளின் மேல் அவள் தலையை வைத்திருந்தாள். அவள் என்னைப் பார்ப்பதற்காகச் சற்றே முதுகை வளைத்துக் குனிந்தாள். அவளுடைய முடி கண்களின் மேல் விழ, வேறு ஒரு உலக வாழ்க்கையின் பிரகாசத்துடன் ‘களுக்’கென்று சிரித்தாள். நான் அவளுடைய முகத்தை நோக்கிக் குனிந்தேன். அது ரம்மியமாக இருந்தது, நானும் விளையாட்டாக பாதி திறந்து இருந்த அவளுடைய இதழ்களில் முத்தமிட, அவளுடைய புன்முறுவல் நின்றது. அவள் எதுவும் சொல்லவில்லை, நான் குனிந்த நிலையிலேயே இருந்தேன். நான் தலை நிமிர்ந்தபோது என் பார்வை முழுவதையும் வானம் ஆக்கிர மித்துக்கொண்டிருந்தது; நீலமாகவும் தங்கமயமாகவும் அது இருந்தது. என் தொடைகளின் மேல் மெரியெமின் தலையின் கனத்தை உணர்ந்தேன். நாங்கள் அப்படியே நீண்ட நேரம் அரைத் தூக்கத்தில் இருந்தோம். வெப் பம் மிகவும் அதிகரித்தபோது, அவள் எழுந்து நின்றாள், நான் அவளைப் பின்தொடர்ந்தேன். நான் அவளை எட்டிப் பிடித்து, கையால் அவளு டைய இடுப்பைச் சுற்றி, இருவரும் ஒன்றாகச் சேர்ந்து நடந்தோம், ஒருடல் போல. என் நினைவில் முழு நேரமும் தன் கண்களைப் பாதி மூடியபடி புன்முறுவல் செய்தபடியே இருந்தாள். ஒருவரையொருவர் அணைத்துக் கொண்டு இருந்த நிலையிலேயே ரயில் நிலையத்துக்கு வந்து சேர்ந்தோம். அந்த நாட்களில் அது சாத்தியமாக இருந்தது. இன்று இருப்பதைப் போல

அல்ல. உடல் ரீதியாகக் கிளப்பிவிடப்பட்டிருந்த ஆர்வத்தால் நாங்கள் ஒரு வரையொருவர் பார்த்துக்கொண்டு இருந்தபோது அவள் சொன்னாள்: "நான் உன்னைவிடக் கறுப்பு." ஒருநாள் மாலை நேரத்தில் அவளால் வர முடியுமா என்று கேட்டேன்: "என்னைத் திருமணம் செய்துகொள்ள விரும்புகிறாயா?" ஆச்சரியத்தில் அவள் விக்கித்தாள்—அது என் இதயத்தில் கத்தியைப் பாய்ச்சியது. அவள் அதை எதிர்பார்த்திருந்திருக்கவில்லை. இந்த உறவை ஒரு தீவிர உடன்பாட்டின் முன்னோட்டம் போல அவள் கருதாமல், ஏதோ ஒரு இயல்பான ஆனந்த அனுபவமாக மட்டுமே இருக்க வேண்டும் என்று விரும்பினாள் என்று நினைக்கிறேன். 'நான் அவளைக் காதலித்தேனா என்று தெரிந்துகொள்ள விரும்பினாள்.' சொற்களால் அதை எதிர்கொண்டபோது அதற்கு என்ன அர்த்தம் என்று எனக்குத் தெரிந்திருக்கவில்லை என்றும், நான் மௌனமாக இருக்கும்போது அது கண்கூடாக இருந்தது என்றும் சொன்னேன். உனக்குச் சிரிப்பு வருகிறதா? அப்படியானால் உனக்குப் புரிகிறது... ஆமாம், அது ஒரு பெரிய கட்டுக் கதை, தொடக்கத்திலிருந்து முடிவுவரை, கச்சிதமான காட்சி அமைப்பு, எல்லாமே நான் இட்டுக்கட்டியது. நான் ஒருபோதும் மெரியெமிடம் எதையுமே துணிந்து சொல்லி இருக்கவில்லைதான். அவளுடைய மித மிஞ்சிய அழகு, அவளுடைய இயல்பான குணம், எனக்கு அமைந்த வாழ்க்கையைவிட மிகச் சிறந்ததான இன்னொரு வாழ்க்கைக்கு அவள் உத்திர வாதமாக இருந்தது ஆகியவை என்னைப் பேச விடாமல் செய்துவிட்டிருந்தன. இந்த நாட்டில் இப்போது காணக்கிடைக்காமல் மறைந்து போய்விட்ட பெண்களின் ரகத்தைச் சேர்ந்தவள் அவள்: சுதந்திரமாக, திமிருடன், வணங்காமுடியாக, தன் உடலைத் தனக்குக் கிடைத்த வெகு மதியாக—ஒரு பாவமாகவோ, அவமானமாகவோ கருதாமல்—பாவித்தாள். ஒரே ஒரு முறைதான் அவள்மீது உணர்ச்சியற்ற நிழல் கவிந்திருந்ததைப் பார்த்தேன்—பிறர்மேல் மேலாதிக்கம் செலுத்தி, பல தாரங்களைக் கொண்டிருந்த தன் தந்தையின் காமவெறிப் பார்வையால் சந்தேகமும் பயமும் கொண்டிருந்த அவள், அவரைப் பற்றி என்னிடம் சொன்னபோது. புத்தகங்கள் அவளுக்குக் குடும்பத்திலிருந்து விடுதலை அளித்து, கான்ஸ்டான்டின் நகரிலிருந்து வெளியே போக அவளுக்கு ஒரு சாக்காக அமைந்தன; அவளுக்கு எப்போது சாத்தியமாயிற்றோ உடனேயே அல்ஜே பல்கலைக்கழகத்தில் சேர்ந்துவிட்டிருந்தாள்.

கோடைக்காலத்தின் முடிவில் மெரியெம் கிளம்பிப் போய்விட்டாள், எங்கள் கதை சில வாரங்கள் மட்டுமே நீடித்தது. அவள் நிரந்தரமாகப் பிரிந்து சென்றுவிட்டாள் என்று எனக்குப் புரிந்த நாளன்று, அம்மாவையும் மூசாவையும் மட்டுமில்லாமல் உலகத்தில் பலியானவர்கள் எல்லோரையும்

வசைபாடி வீட்டிலிருந்த தட்டுகளையெல்லாம் போட்டு உடைத்தேன். என்னுடைய கோபத்தின் தெளிவின்மையினூடே அம்மா அமைதியாக வும், என்னுடைய பேரார்வங்களை நான் காலி செய்வதைப் பார்த்தபடி யும், சாந்தமாகவும், உலகத்திலுள்ள அத்தனை பெண்களையும் தான் வென்றுவிட்டதில் கிட்டத்தட்ட மகிழ்ந்தபடியும் உட்கார்ந்திருந்தது எனக்கு ஞாபகம் இருக்கிறது. அதைத் தொடர்ந்து வந்தது ஒரு நீண்ட பிரி வுத் துயரம். மெரியெம் எனக்கு எழுதிய கடிதங்கள் என் அலுவலகத்துக்கு வந்தன. அவளுக்கு நான் ஆவேசத்துடனும் கோபத்துடனும் பதில் அளித் தேன். அவளுடைய படிப்பு, தன் ஆய்வுக் கட்டுரையில் முன்னேற்றங்கள், புரட்சிகரமான மாணவியாக இருந்ததால் விளைந்த தொல்லைகள் இவற் றைப் பற்றியெல்லாம் எழுதினாள்; போகப்போக, அதுவும் குறைந்து கொண்டேவந்தது. அவளுடைய கடிதங்கள் சுருங்கிக்கொண்டேபோன துடன், விட்டுவிட்டு வந்தன. திடீரென்று ஒருநாள் அவையும் நின்று விட்டன. இருந்தாலும், அல்ஜேயின் ரயில் நிலையம் அருகில் அவ ளுடைய பேருந்துக்காகக் காத்துக்கொண்டிருந்தேன், என்னை வருத்திக் கொள்வதற்காகவே, மாதக் கணக்கில்.

* * * * *

சற்றுக் கேள், இதுதான் உனக்கும் எனக்கும் இடையில் கடைசிச் சந்திப்பு, அங்கே போய் அவனையும் நம்முடன் சேர்ந்துகொள்ளச் சொல்லிக் கட்டாயப்படுத்து. இந்த முறை அவன் வருவான்.

வணக்கம் ஐயா. உங்களைப் பார்த்தால் லத்தீனிய வம்சாவளியைச் சேர்ந்தவரைப் போல இருக்கிறது, ஆதிகாலம் தொட்டே உலகின் எல்லா மாலுமிகளுக்கும் தன்னை அளித்துக்கொண்டிருந்த இந்த நகரத்தில் அது ஒன்றும் வியப்பான விஷயமே இல்லை. நீங்கள் ஆசிரியரா? இல்லை. சரி, மூசா, இன்னொரு பாட்டிலும் சில ஆலிவ் பழங்களும் கொண்டுவருகி றாயா, என்னது? இவர் காது கேளாதவர், வாய் பேச முடியாதவரா? நம் விருந்தாளி எந்த மொழியுமே பேச மாட்டாரா? உண்மையாகவா? அவர் உதட்டசைவைப் பார்த்துப் படிப்பாரா... குறைந்தபட்சம் படிக்கத் தெரி யும் அல்லவா, உங்களுக்கு? என் இளம் நண்பரிடம் ஒரு புத்தகம் இருக் கிறது, அதில் யாரும் யார் சொல்வதையும் கேட்பதில்லை. உங்களுக்கு அது பிடித்ததாக இருக்கலாம். எப்படியும் பத்திரிகைகளிலிருந்து நீங் கள் வெட்டி எடுத்து வைத்துக்கொள்பவற்றைவிட இந்தப் புத்தகம் சுவா ரஸ்யமாகவே இருக்கும்.

இதை என்னவென்று சொல்வது—ஒரு மேஜையைச் சுற்றி ராட்சச ஆகிருதியில் இருக்கும் கபிலிப் பிரதேச சர்வர் ஒருவர், வாய் பேசாமலும் காது கேளாமலும் இருக்கும் காசநோய் பிடித்த ஒருவர், சந்தேகப் பார்வையுடன் ஒரு பல்கலைக்கழக மாணவன், இவர்களுடன் தான் உறுதியாகச் சொல்லும் எதற்குமே எவ்வித நிரூபணமும் இல்லாமல் சதா மது அருந்திக்கொண்டிருக்கும் வயதான ஒருவனையும் ஒன்றிணைத்துச் சொல்லப்படும் கதையை எப்படி அழைப்பது?

15

இப்போது கிழவனாகிவிட்டிருக்கும் என்னை மன்னிக்க வேண்டுகிறேன். மேலும், இது ஒரு பெரிய புதிர். இப்போதெல்லாம் எனக்கு அவ்வளவு வயதாகிவிட்டதால், கணக்கற்ற நட்சத்திரங்கள் வானத்தில் பிரகாசித்துக்கொண்டிருக்க, நான் எனக்குள்ளேயே சொல்லிக்கொள்வது உண்டு. இவ்வளவு நீண்ட காலம் வாழ்ந்தால், கண்டுபிடிப்பதற்கென்று தன் வாழ்க்கையில் ஏதாவது அவசியம் இருக்க வேண்டும். வாழ்வது என்பது எப்பேர்ப்பட்ட முயற்சி! முடிவில், கட்டாயமாக மிக முக்கியமான உண்மை வெளிப்பட்டே ஆக வேண்டும். என் அற்ப நிலைக்கும் பரந்த உலக வெளிக்கும் இடையே இருக்கும் மிகப் பெரிய வித்தியாசம் எனக்கு அதிர்ச்சி அளிக்கிறது. இருந்தாலும், என்னுடைய எளிமைக்கும் பிரபஞ்சத்துக்கும் இடையே, நட்ட நடுவில், ஏதாவது இருந்தே ஆக வேண்டும் என்று எனக்கு நானே அடிக்கடி சொல்லிக்கொள்வேன்.

ஆனாலும், நான் அடிக்கடி நிலை தடுமாறி, என்னைப் போலவே இருக்கும், நான் பார்க்கும் முதல் அராபியனைக் கொல்வதற்காக கையில் ஒரு கைத்துப்பாக்கியுடன் கடற்கரையில் அலைந்து திரிவேன். என்னுடைய வரலாற்றுப் பின்னணியில், அதையே முடிவில்லாமல் திரும்பத்திரும்ப நடத்திக்காட்டுவதைத் தவிர, வேறு என்ன செய்வது? அம்மா இன்னும் உயிருடன் இருக்கிறாள், ஆனால், வாயைத் திறக்காமல். சில ஆண்டுகளாகவே நாங்கள் ஒருவருக்கொருவர் பேசிக்கொள்வதில்லை, அவள் கொடுக்கும் காப்பியைக் குடிப்பதோடு திருப்தி அடைகிறேன். நாட்டில் மற்றவை எல்லாம் எனக்கு ஒரு பொருட்டல்ல—எலுமிச்சை மரம், கடற்கரை, குடில், சூரியன், குண்டு வெடிச் சத்தத்தின் எதிரொலி இவற்றைத் தவிர. ஆகவே, நான் வேலைபார்த்துவந்த பல அலுவலகங்களுக்கும், நான் வசித்துவந்த பல குடியிருப்புகளுக்கும் இடையே தூக்கத்தில் நடப்பவனைப் போல நீண்ட நாட்களாக நான் வாழ்ந்துவிட்டேன். பல பெண்களுடன் சில சில்லறை உறவுகளும், பெருமளவு சோர்வும். இல்லை, மெரியெம் கிளம்பிப் போய்விட்ட பிறகு எதுவும் நடக்கவில்லை. மற்றவர்களைப் போல இந்த நாட்டில் நான் வசித்தேன், ஆனால், இன்னும் அதிக விவேகத்துடனும் அலட்சியத்துடனும். சுதந்திரத்துக்குப் பின் எழுந்த உற்சாகங்கள் எரிந்து சாம்பலாகி, பொய்த் தோற்றங்கள் சரிவதைப் பார்த்தேன். பிறகு எனக்கு வயதாகத் தொடங்கி, இப்போது நான் இந்த மதுக் கூடத்தில் உட்கார்ந்து, வாய் பேசாமலும் காது கேளாமலும் இருக்கும்

ஒருவனைச் சாட்சியாகக் கொண்டு, மெரியெமையும் உன்னையும் தவிர, வேறு யாருமே கேட்க முயன்றிருக்காத ஒரு கதையைச் சொல்லிக் கொண்டிருக்கிறேன்.

இந்தப் பெரிய மீன் தொட்டியில் உயிருடன் மேலும்கீழுமாகப் போய் வந்துகொண்டிருப்பவர்களை வேடிக்கை பார்க்கும் ஒரு ஆவியாக நான் வாழ்ந்துவிட்டேன். புரட்டிப் போடும் ரகசியம் ஒன்றைத் தனக்குள் ஒளித்துவைத்திருக்கும் மனிதன் ஒருவனின் தலைசுற்றும் உணர்வை நான் அறிந்திருக்கிறேன். ஆகவே, முடிவில்லாத ஒருவித ஒருதலைச் சொல்லாடல் ஒன்றைத் தலைக்குள் வைத்தவாறே நான் சுற்றிவந்துகொண்டிருக் கிறேன். மூசாவின் தம்பி நான்தான் என்றும், இந்தப் பிரபலமான கதை யின் நாயகர்கள் அம்மாவும் நானும் மட்டுமே என்றும் உலகத்துக்கே உரக் கச் சொல்ல வேண்டும் என்ற பயங்கர உத்வேகத்தை நான் உணர்ந்த கணங் கள் இருந்திருக்கின்றன, ஆனால், எங்களை யார் நம்பியிருந்திருப்பார்கள்? யார்? என்ன நிரூபணங்களை எங்களால் முன்வைக்க முடிந்திருக்கிறது? இரண்டு எழுத்துகளையும், இயற்பெயர் குறிப்பிடப்படாத ஒரு நாவலை யுமா? எல்லாவற்றையும்விட மோசமானது எது என்றால், உன்னுடைய நாயகன் என் தாய்நாட்டைச் சேர்ந்தவனா அல்லது அவன் வசித்த கட்ட டத்தின் பக்கத்து வீட்டுக்காரர்களின் தாய்நாட்டைச் சேர்ந்தவனா என்று நிலவொளியில் அலையும் வெறி நாய்கள் கூட்டம் தங்களுக்குள் சண்டை போட்டுக்கொள்ளவும், தங்களைப் காயப்படுத்திக்கொள்ளவும் தொடங் கியதுதான். என்ன தமாஷ்! இந்த அடிதடி சண்டையில், மூசா எந்த நாட்டைச் சேர்ந்தவன் என்று யாருமே யோசித்துப் பார்க்கவில்லை. அவன் 'அராபியன்' என்றால் அராபிய நாட்டைச் சேர்ந்தவன் என்று ஆகுமா? அப்படி ஒரு நாடு எங்கே இருக்கிறது, எல்லோரும் தங்கள் இதயத்திலும், உள்ளூறுப்புகளிலும் வைத்திருப்பதாகச் சொல்லிக்கொண்டாலும், எங்கே யும் இல்லாத அந்த நாடு?

நான் அவ்வப்போது அல்ஜே நகரத்துக்குப் போனேன். யாருமே எங்க ளைப் பற்றிப் பேசவில்லை, அண்ணனையோ அம்மாவையோ என் னையோ பற்றி. யாருமே! திறந்தவெளியில் தன் குடலை வெளிக்காட்டிக் கொண்டிருக்கும் அவலட்சணமான இந்த நகரமே தண்டிக்கப்படாத இந் தக் குற்றத்துக்கு இழைக்கப்படும் மிகக் கேவலமான அவமானம் என்று எனக்குத் தோன்றுகிறது. அழுக்கான ஒரு கடற்கரைக்கும் மலைக்கும் இடையே அடைபட்டு, கொலைக்கும் தூக்கத்துக்கும் இடையே பொறி கலங்கி, போதிய இடமின்மையால் ஒருவரையொருவர் இடித்துக் கொண்டு, ஒருவர்மேல் ஒருவராகக் குவிந்துகிடக்கும் லட்சக் கணக்கான மெர்சோக்கள். ஆண்டவனே, இந்த அல்ஜே நகரை நான் எவ்வளவு வெறுக்கிறேன்—அது ஏற்படுத்தும் அசுரத்தனமான சவைக்கும் சத்தத்தை

யும், அதன் அழுகிப்போன காய்கறிகள், கெட்டுப்போன எண்ணெய் இவற்றின் துர்நாற்றத்தையும்! இந்த நகரத்துக்கு இருப்பது ஒரு விரிகுடா அல்ல, ஒரு தாடை. மேலும், அந்தக் கடல் என் அண்ணனுடைய பிரேதத்தைத் திரும்பத் தரப் போவதில்லை, அது என்னவோ நிச்சயம்! ஒரு முறை இந்த நகரத்தை அதன் பின்புறத்திலிருந்தே நீ பார்த்தால் போதும், ஏன் அந்தக் கொலை அவ்வளவு கச்சிதமானது என்று உனக்குப் புரியும். அவர்களை, உன்னுடைய மெர்சோக்களை, எல்லா இடங்களிலும் நான் பார்க்கிறேன், இங்கே ஓரானில், நான் வசிக்கும் கட்டடத்தில்கூட. என்னுடைய பால்கனிக்கு எதிரே, இந்த நகரத்தின் கடைசிக் கட்டடத்துக்குப் பின்னால், இன்னும் முடிவு பெறாத பெரிய மசூதி ஒன்று இருக்கிறது, இந்த நாட்டிலுள்ள மற்ற ஆயிரக் கணக்கான மசூதிகளைப் போல. நான் அடிக்கடி ஜன்னல் வழியாக அதைப் பார்க்கிறேன்; வானத்தை நோக்கி உயர்ந்திருக்கும் பெரிய விரலுடனும், பிளந்த கான்கிரீட்டுடனும் இருக்கும் அதன் கட்டட அமைப்பு எனக்குப் பிடிக்கவில்லை. அந்தத் தொழுகைக் கோபுரத்தில், ஒலிபெருக்கிகள் மாட்டப்பட்டிருக்கும் உயரம்வரை ஏறி, இரட்டைப் பூட்டுப் போட்டுப் பூட்டிக்கொண்டு, என்னுடைய மிகப் பெரிய சேகரிப்பான வசவுகளையும் அபசாரங்களையும் கத்திச் சொல்ல சில சமயங்களில் நான் விழைகிறேன். என்னுடைய இறை பக்தியின்மையின் எல்லா அம்சங்களையும் பட்டியலிடுவேன். நான் தொழுவதில்லை, ஒளுச் செய்வதில்லை, நோன்பு வைப்பதில்லை, புனித யாத்திரை மேற்கொள்ளப்போவதில்லை, நான் மது அருந்துகிறேன்—போதாக்குறைக்கு அதனால் கிடைக்கும் புத்துணர்வையும் சேர்த்து—என்றெல்லாம் கத்துவேன். நான் சுதந்திரமானவன் என்றும், இறைவன் என்பதே ஒரு கேள்விதான், பதில் அல்ல என்றும், நான் பிறக்கும்போதும் இறக்கும்போதும் இருப்பதைப் போலத் தனியாகவே அவரைச் சந்திக்க விரும்புகிறேன் என்றும் உரக்கச் சொல்வேன்.

மரண தண்டனை பெற்ற கைதியின் சிறையில் உன் நாயகனைப் பார்க்க ஒரு பாதிரியார் வந்திருந்தார். என்னையோ, ஒரு மதவெறியர்களின் கூட்டமே என்னை விரட்டிக்கொண்டு வந்து, இந்த நாட்டின் கற்களிலிருந்து சுரந்துகொண்டிருப்பது இன்னலின் வியர்வை மட்டுமல்ல என்றும், இறைவன் எங்களைக் கவனித்துக்கொண்டிருந்தார் என்றும் என்னை நம்பச் செய்ய முயன்றுகொண்டிருந்தது. இந்த முடிவுபெறாத கற்சுவர்களை நான் பல ஆண்டுகளாகவே பார்த்துக்கொண்டு இருந்தேன் என்று அவர்களிடம் நான் கத்தியிருக்க வேண்டும். இதைவிட எனக்கு நன்றாகத் தெரிந்த எதுவுமே, யாருமே இல்லை. ஒருவேளை நீண்ட காலத்துக்கு முன்பு, புனிதமான ஏதோ ஒன்றை நான் பார்த்திருக்க முடியும். சூரியனின் வண்ணத்தையும், ஆசையின் ஜோதியையும் அந்த முகம்

பெற்றிருந்தது. மெரியெமின் முகம் அது. அதை மீண்டும் பார்ப்பதற்காகத் தேடினேன். பயனில்லை. இப்போது எல்லாம் முடிந்துவிட்டது அந்தக் காட்சியை உன்னால் கற்பனைசெய்துபார்க்க முடியுமா? என் வாயை மூடச் செய்வதற்காகத் தொழுகைக் கோபுரத்தின் கதவை அவர்கள் உடைக்க முயன்றுகொண்டிருந்த காட்சியை? நல்லதனமாக அவர்கள் பேச்சை நான் கேட்க வேண்டும் என்று முயல்வார்கள், பதறிப்போன வர்களாக அவர்கள் என்னிடம் சாவுக்குப் பிறகு வேறு ஒரு வாழ்க்கை இருக்கிறது என்று சொல்வார்கள். அப்போது நான் அவர்களிடம் சொல் வேன்: ‘‘இந்த வாழ்க்கையை நான் நினைவுகூரக்கூடிய இன்னொரு வாழ்க்கை!’’ பிறகு நான் இறந்துபோவேன், ஒருவேளை கல்லால் அடித் துக் கொல்லப்பட்டு, ஆனாலும், கையில் ஒலிவாங்கியைப் பிடித்தபடியே நான், ஹரூன், மூசாவின் தம்பி, மறைந்துபோய்விட்ட தந்தையின் மகன். ஆ, ஒரு தியாகியின் மகத்தான செயல்! தன்னுடைய நிர்வாண உண் மையை உரக்கக் கத்தியபடி. இறைவனை நம்பாமல், மசூதிக்குப் போகா மல், மனைவியோ குழந்தைகளோ இல்லாமல், மற்றவர்களை உசுப்பி விடும் வண்ணம் தன்னுடைய சுதந்திரத்தைக் காட்டித் திரியும் முதியவன் ஒருவன் எதையெல்லாம் பொறுத்துக்கொள்ள வேண்டியிருக்கிறது என் பதை உன்னால் கற்பனைசெய்ய முடியாது; நீ வேறெங்கோ வசிப்பவன்.

ஒருநாள் இமாம் என்னிடம் வந்து எனக்கு வயதாகிறது என்றும், குறைந்தபட்சம் நான் மற்றவர்களைப் போலத் தொழ வேண்டும் என்றும் சொல்லியபடி இறைவனைப் பற்றிப் பேச முயன்றார், ஆனால், நான் அவரை நோக்கி முன் சென்று, எனக்கு இருப்பதே மிகக் குறைந்த நேரம் என்றும், இறைவனுக்காக அதை இழக்க நான் விரும்பவில்லை என்றும் விளக்கமாகச் சொல்ல முயன்றேன். அவரை நான் எல்-ஷேக் என்று அழைக்காமல் ஏன் மிஸ்யு என்றழைத்தேன் என்று கேட்டவாறே பேச்சைத் திசைதிருப்ப முனைந்தார். இது எனக்கு எரிச்சலூட்டியது, அவர் என் வழிகாட்டி அல்ல, மற்றவர்கள் பக்கம் அவர் இருந்தார் என்று பதிலளித்தேன். அவர் என் தோள்மீது கை வைத்தவாறு, ‘‘இல்லை, என் சகோதரனே, நான் உன் பக்கம்தான் இருக்கிறேன். ஆனால், உனக்கு அது தெரிந்திருக்க முடியாது, ஏனென் றால், உன் இதயம் பார்வையை இழந்துவிட்டிருக்கிறது. நான் உனக் காகப் பிரார்த்திப்பேன்’’ என்றார். அப்போது எதனால் என்று தெரிய வில்லை, என்னுள் ஏதோ ஒன்று உடைந்து நொறுங்கியது. முழு வேகத்தில் என் குரலை உயர்த்தி ‘‘அவர் எனக்காகப் பிரார்த்திக்கும் பேச்சுக்கே இடமில்லை’’ என்றேன். அவருடைய கண்டூராவின்[1] கழுத்துப் பட்டையை இறுகப் பிடித்தேன். என் மனதின் ஆழத்தி

[1] வடக்கு ஆப்பிரிக்காவில் அணியப்படும் நீண்ட அங்கி.

லிருந்து எல்லாவற்றையும், மகிழ்ச்சியும் கோபமும் கலந்து அவர் மேல் சரமாரியாகக் கொட்டினேன். அவர் எல்லாவற்றையும் பற்றி அவ்வளவு நிச்சயமாக இருந்தார் அல்லவா? என்னதான் இருந்தாலும், அவரது நிச்சயங்களில் ஒன்றுகூட நான் காதலித்த பெண்ணின் ஒரு முடிக்குச் சமமாகாது. நடைப்பிணம்போல் வாழ்ந்துகொண்டு இருந்த அவர், தான் உயிர்த்திருப்பது பற்றிக்கூட நிச்சயமாக இருந்தார் என்று சொல்ல முடியாது. நானோ வெறுங்கையுடன் இருப்பவனைப் போலத் தோற்றமளித்தேன், ஆனால், என்னைப் பற்றிய நிச்சயம், எல்லாவற்றையும் பற்றிய நிச்சயம், என் வாழ்வைப் பற்றிய நிச்சயம், எனக்கு வரவிருக்கும் மரணத்தைப் பற்றிய நிச்சயங்களுடன் இருந்தேன். ஆமாம், இவை மட்டுமே என்னிடம் இருந்தன. ஆனால், குறைந்தபட்சம் இந்த உண்மை என்னைப் பற்றிக்கொண்டிருந்த அளவுக்கு நானும் அதைப் பற்றிக்கொண்டிருந்தேன். நான் வாழ்ந்திருந்த விதம் சரி, நான் சரியாகத்தான் வாழ்ந்தேன், நான் சரியாகவே வாழ்வேன். எல்லாமே இந்த நிமிடத்துக்காகவும், எனக்கு நியாயம் வழங்கப்படும் இந்த அற்ப விடியலுக்காகவும்தான் நான் எப்போதும் காத்திருப்பதைப் போல ஆயிற்று. என் எதிர்காலத்தின் தொடுவானத்திலிருந்து இனந்தெரியாத ஒரு மூச்சுக் காற்று, நான் இதுவரை வாழ்ந்துகொண்டிருந்த இந்த அபத்தமான வாழ்க்கை முழுவதுமே, என்னை நோக்கி மேலெழும்பி வந்துகொண்டிருந்தது, மற்றவர்களின் மரணமோ, ஒரு தாயாரின் அன்போ இவற்றைப் பற்றி எனக்கு என்ன அக்கறை? ஒரு மனிதனின் கடவுள், அவன் தேர்ந்தெடுத்துக்கொள்ளும் கடவுள் அல்லது விதி—இவற்றைப் பற்றி எனக்கு என்ன அக்கறை? ஏன், இதே விதிதானே என்னையும், என்னுடன் இவரைப் போலத் தங்களை என் சகோதரர்கள் என்று அழைத்துக்கொள்ளும் ஆயிரக் கணக்கான அதிர்ஷ்டசாலிகளையும் தேர்ந்தெடுக்க வேண்டியிருந்தது? இதையெல்லாம் அவர் புரிந்து கொள்ளத்தானே செய்தார், இல்லை? ஒவ்வொருவரும் அதிர்ஷ்டசாலிகள்தான். இங்கே அதிர்ஷ்டசாலிகளைத் தவிர, வேறு யாரும் இல்லை. இவர்களும், இந்த மற்றவர்களும் ஒருநாள் தண்டிக்கப்படுவார்கள். இவரும் தண்டிக்கப்படுவார், இந்த உலகம் இன்னும் உயிரோடு இருந்தால். ஒரு கொலைகாரனாகக் குற்றம் சாட்டப்பட்டுத் தன் தாயாரின் சவ அடக்கத்தில் அவர் அழவில்லை என்பதற்காக அவர் தலை துண்டிக்கப்பட்டாலோ, அல்லது 1962 ஜூலை 5ஆம் தேதி—அதற்கு ஒரு நாள் முன்பாகக்கூட இல்லை—கொலை செய்தேன் என்பதற்காக என்மேல் குற்றம் சாட்டப்பட்டாலோ எனக்கு என்ன அக்கறை? சலாமானோவின் மனைவி

யைப் போல அதே அளவு மதிப்பு அவருடைய நாய்க்கும் உண்டு. மாஸோன் மணந்திருந்த பாரிஸ்காரி எந்த அளவுக்குக் குற்ற வாளியோ, தன்னை நான் மணக்க வேண்டும் என்று விரும்பிய மாரி எந்த அளவுக்குக் குற்றவாளியோ, அதே அளவுதான் இயந்திர கதியில் இயங்கும் அந்தக் குள்ளமான பெண்ணும் குற்றவாளியாக இருந்தாள். இன்று மெரியெம் என்னைத் தவிர, வேறு ஒருவருக்குத் தன் இதழ்களை அளித்துக்கொண்டிருக்கலாம் என்பதால் என்ன ஆயிற்று? தண்டிக்கப்பட்ட இவர்... என் எதிர்காலத்தின் தொடு வானிலிருந்து... இதெல்லாம் அவருக்குப் புரியவில்லை? இப்படிக் கத்திக்கொண்டிருக்கும்போது எனக்கு மூச்சுத் திணறியது. ஆனால், அதற்குள்ளாகவோ இமாமை என்னிடமிருந்து விடுவித்து, என் னைக் கட்டுப்படுத்துவதற்காக ஆயிரம் கைகள் என்னைச் சுற்றி வளைத்தன. ஆனால், அவரோ, அவர்களைச் சமாதானப்படுத்தி விட்டு அமைதியாக ஒரு கணம் என்னைப் பார்த்தார். அவர் கண் களில் நீர் ததும்பி இருந்தது. மறுபுறம் திரும்பி, வெளியே சென்று மறைந்தார்.

எனக்கு இறைவன்மீது நம்பிக்கை இருக்கிறதா? எனக்குச் சிரிப்பூட் டாதே! நாம் ஒன்றாகக் கழித்திருக்கும் பல மணி நேரங்களுக்குப் பிற கும்... இறைவன் இருக்கிறாரா என்று யாராவது கேட்டும் ஒவ்வொரு முறையும் அதற்குண்டான பதிலுக்காக ஏன் மனிதனை நோக்கிப் பார்த்துக் காத்திருக்கிறார்கள் என்று எனக்குத் தெரியவில்லை. அவரிடமே அந்தக் கேள்வியைக் கேளுங்கள், நேரடியாகவே! சில சமயங்களில் நான் நிஜமாகவே இந்தத் தொழுகைக் கோபுரத்துக்குள் இருப்பதைப் போலவும், நன்றாகவே நான் பூட்டி வைத்திருக்கும் இந்தக் கதவை உடைக்க முனைந்து வெளியிலிருந்து கத்தும் அவர்களுடைய ஓசையைக் கேட்பதைப் போலவும் எனக்குத் தோன்றுகிறது. கதவுக்குப் பின்னால்தான் அவர்கள் இருக்கிறார்கள், கோபத்தில் கொந்தளித்துக்கொண்டு அந்தக் கதவு உடை யும் சத்தம் உனக்குக் கேட்கிறதா? சொல், உனக்குக் கேட்கிறதா? எனக்குக் கேட்கிறது. கதவு உடையப்போகிறது. சரி, நான்? நான் என்ன, கத்தப் போகிறேனா? யாருமே புரிந்துகொள்ளாத ஒரே ஒரு வாக்கியம் அது: ‘‘இங்கே யாருமில்லை! மசூதி வெறுமையாக இருக்கிறது தொழுகைக் கோபுரம் வெறுமையாக இருக்கிறது. வெறுமை!’’

என் தலை துண்டிக்கப்படும் தினத்தன்று பெரும் எண்ணிக்கையில் பார்வையாளர்கள் இருப்பார்கள், வெறுப்புக் கலந்த கூக்குரலுடன் என்னை அவர்கள் வரவேற்பார்கள் என்பது நிச்சயம். தொடக்கத்தி லிருந்தே உன்னுடைய நாயகன் சொன்னது சரிதான்: அந்தக் கதையில்

பிழைத்திருப்பது ஒருபோதும் யாரும் இல்லை. எல்லோரும் ஒரேயடியாக, ஒரே சமயத்தில் இறந்துவிடுகிறார்கள்.

இன்று அம்மா இன்னும் உயிரோடு இருக்கிறாள், ஆனால், என்ன பயன்! கிட்டத்தட்ட அவள் எதுவும் பேசுவதில்லை. நானோ நிறையப் பேசுகிறேன், அப்படித்தான் நினைக்கிறேன். இன்னும் தண்டிக்கப் படாமல் இருக்கும் கொலைக்காரர்களிடம் உள்ள பெரிய குறை அதுதான். உன்னுடைய எழுத்தாளருக்கும் அதைப் பற்றித் தெரிந்திருந்தது... ஆ! கடைசியாக ஒரு தமாஷ், நானாக இட்டுக்கட்டியது. அராபிய மொழியில் 'மெர்சோ' என்ற சொல் எப்படி உச்சரிக்கப்படுகிறது தெரியுமா? உனக்குத் தெரியாதா? 'எல்-மெர்சூல்'. அதாவது, 'பிரதிநிதி' அல்லது 'தூதர்'. பரவாயில்லை, அல்லவா? சரி, சரி. இம்முறை நான் உண்மையாகவே நிறுத்திக்கொள்ள வேண்டும். மதுக்கூடத்தை மூடப்போகிறார்கள், நம்முடைய கோப்பைகளைக் குடித்து முடிப்பதற்காக எல்லோரும் காத்துக் கொண்டிருக்கிறார்கள். ஒரு எழுத்தாளன் என்று நான் நினைத்தவரும், செய்தித்தாளிலிருந்து கத்தரிப்பது. புகை பிடிப்பது இவற்றோடு மட்டும் மகிழ்ச்சி அடைந்துவிடுபவருமான ஒரு வாய் பேசாத-காது கேளாத மனிதன்தான் நம் சந்திப்புக்கு ஒரே சாட்சி என்று நினைக்கும்போது...! இறைவா உன்னுடைய ஜீவன்களை எப்படியெல்லாம் கிண்டல் செய்து மகிழ்கிறாய்!

என்னுடைய கதை உனக்குச் சரியாக இருக்கிறதா? என்னால் கொடுக்க முடிந்தது இவ்வளவுதான். சத்தியமாகச் சொல்கிறேன், வேண்டுமென்றால் எடுத்துக்கொள், அல்லது விட்டுவிடு. நான் மூசாவின் தம்பி, அல்லது யாருக்கும் தம்பி அல்ல. உன்னுடைய நோட்டுப் புத்தகத்தை நிரப்பிக் கொள்வதற்காக நீ சந்தித்த மனநோயாளிப் பொய்யன்... தேர்வு செய்தது நீதான், நண்பா! இறைவனுடைய வாழ்க்கை வரலாற்றைப் போன்றது இது. ஹா, ஹா! யாரும் அவரைச் சந்தித்தது இல்லை, மூசாகூடத்தான், தவிர, அவருடைய வரலாறு உண்மையா இல்லையா என்று யாருக்கும் தெரியாது. அராபியன் அராபியன்தான், இறைவன் இறைவன்தான். பெயர் இல்லை, முதல் எழுத்துகள் இல்லை. நீலப் பணிமேலுடை நீல வானம். முடிவில்லாத கடற்கரையில் முன்பின் அறிமுகம் இல்லாத இரண்டு நபர்கள்—இரண்டு கதைகளுடன். இவற்றில் எது மிக நிஜமானது? மனதுக்கு நெருக்கமான கேள்வி. முடிவெடுக்க வேண்டியது உன் பொறுப்பு. எல்-மெர்சூல்! ஹா, ஹா.

அவர்கள்—என் பார்வையாளர்கள்—நிறைய பேர் இருக்க வேண்டும் என்றும், அவர்களுடைய வெறுப்பு காட்டுத்தனமாக இருக்க வேண்டும் என்றும் நானும்கூட விரும்புகிறேன்.

பின்னுரை

வெ. ஸ்ரீராம்

இருபதாம் நூற்றாண்டின் மிகச் சிறந்த பிரெஞ்சு இலக்கியப் படைப்பு களில் மிகவும் பிரபலமாகிவிட்டிருக்கும் முதல் வரிகளில் ஒன்று: 'இன்று அம்மா இறந்துவிட்டாள்.' எழுபது ஆண்டுகளாக நூற்றுக்கணக்கான ஆய்வுகளுக்கும் பல புத்தகங்களுக்கும் ஊட்டமளித்திருக்கும் காம்யுவின் 'அந்நிய'னின் தொடர்ச்சியாகவும், அதன் மறுபக்கமாகவும் ஒரு சுவாரஸ்யமான நாவலை அல்ஜீரிய எழுத்தாளர் காமெல் தாவுத் (Kamel Daoud) 2013இல் (ஆல்பெர் காம்யுவின் நூற்றாண்டு) அல்ஜீரியாவில் வெளியிட்டு, பின்னர் 2014இல் பிரான்ஸிலும் வெளியிட்டார். பிரெஞ்சு இலக்கிய உலகில் இது பெரிய சலசலப்பை ஏற்படுத்தியது. 'இன்று அம்மா இன்னும் உயிரோடிருக்கிறாள்' என்று 'அந்நிய'னுக்கு எதிரொலியாக அமையும் வரிகளுடன் தொடங்கும் இவருடைய எழுத்தின் துணிச்சலும் சவாலும், இவரிடம் காணப்படும் பிரெஞ்சு மொழி ஆளுமையும் பிரான்ஸில் இவருக்குப் பல இலக்கிய விருதுகளைப் பெற்றுத் தந்திருப்பதுடன், இந்த நாவல் பல மொழிகளில் மொழிபெயர்க்கப்படவும் காரணமாக இருந்திருக்கின்றன.

பிரெஞ்சு காலனி ஆதிக்கத்திலிருந்து அல்ஜீரியா விடுதலை பெற்று எட்டு ஆண்டுகளுக்குப் பின், 1970இல் பிறந்த காமெல் தாவுதும் தன் முன்னோடிகளான பல பிரபல அல்ஜீரிய எழுத்தாளர்களைப் போலவே —யாஸ்மினா காத்ரா (Yasmina Kadra) முதல் மய்யிஸா பே (Maissa Bey) வரை—ஆல்பெர் காம்யுவின் ரசிகர்களுள் ஒருவர். "காம்யுவின் நிலைபாட்டை ஏற்றுக்கொண்டாலும், கொள்ளாவிட்டாலும் அல்ஜீரிய எழுத்தாளர்கள் 'அந்நியன்' நாவலை எப்போதுமே பெரிதும் விரும்பியிருந்திருக்கிறார்கள். உண்மையில் அவர்களைப் பொறுத்தவரை, அல்ஜீரியப் பாரம்பரிய இலக்கியச் சொத்தின் குறிப்பிடத்தக்க ஒரு பங்காகவே அது இன்னமும் இருக்கிறது" என்கிறார் யேல் பல்கலைக்கழகப் பேராசிரியரும், இலக்கிய விமர்சகருமான ஆலிஸ் காப்லன் (Alice Kaplan). அன்றாட அரசியலுக்கும் சமூக மாற்றங்களுக்கும் அப்பால் மனித வாழ்க்கையைக் குறித்த சில அடிப்படைக் கேள்விகளை இந்த நாவல் முன்வைப்பதும் ஒரு காரணம்.

அல்ஜீரியப் பிரச்சினையில் ஆல்பெர் காம்யுவின் நிலைப்பாடு மிகவும் சர்ச்சைக்குள்ளான ஒன்று. அல்ஜீரியாவில் பிறந்து வளர்ந்த பிரெஞ்சுக்கார ரான காம்யு, நாசிஸத்தை எதிர்த்துப் போராடிய பிரெஞ்சு இயக்கத்தில் பங் கேற்று கம்யூனிஸ்ட் கட்சியின் அங்கத்தினராகவும் இருந்தார். பின்னர், சில கருத்து வேறுபாடுகளால் கம்யூனிஸ்ட் கட்சியிலிருந்து விலகினார். தத்துவக் கோட்பாடுகளின் எல்லைக்கோடுகளைத் தாண்டி, வாழ்க்கையின் அபத்தம் பற்றியும், அதை எதிர்கொள்ளும் தனிமனிதனுக்கு இருக்கும் தேர்வுகளைப் பற்றியும் அவர் தீவிரமாகச் சிந்தித்துத் தன்னுடைய எழுத்துகளின் வாயி லாக வெளிப்படுத்தினார். 1950இல் தொடங்கி பிரான்ஸின் காலனி ஆதிக் கத்தை எதிர்த்து அல்ஜீரியா தீவிர விடுதலைப் போராட்டத்தில் இறங்கியது. அல்ஜீரியாவின் தேசிய விடுதலைப் போராட்ட முன்னணிக்கு (FLN) பிரெஞ்சு இடதுசாரி ஆதரவு அளித்தது. அதே காலகட்டத்தில் அல்ஜீரியா வில் இதழாளராக இருந்த காம்யு காலனி ஆதிக்கத்தின் ஒடுக்குமுறையை வன்மையாகக் கண்டித்தும், அல்ஜீரிய ஆப்பிரிக்க, இஸ்லாமிய சமூகத்தினர் படும் இன்னல்களைப் பற்றி விழிப்புணர்வை ஏற்படுத்தியும் எழுதிவந்தார். ஆனாலும், அல்ஜீரிய விடுதலை இயக்கத்தின் செயல்பாடுகளை அவர் ஆதரிக்கவில்லை. மாறாக, அல்ஜீரியாவின் ஆப்பிரிக்க-முஸ்லிம் மக்களுக்கு எல்லா வகைகளிலும் ஐரோப்பியர்களுக்கு நிகரான சம உரிமைகளை பிரெஞ்சு காலனி ஆட்சி அளிக்க வேண்டும் என்று வற்புறுத்தினார். இரு தரப்பினரும் தங்களுடைய தீவிரப் போக்கையும் தேவையற்ற வன்முறை யையும் தவிர்க்க வேண்டும் என்று விரும்பினார். நடைமுறையில் சாத்திய மற்ற லட்சியக் கனவு என்று அதைக் கருதிய இரண்டு தரப்புமே அவ ருடைய கருத்துகளை ஏற்றுக்கொள்ளவில்லை. அவர் இறந்து இருபது, முப்பது ஆண்டுகளுக்குப் பிறகு நிலவிய அரசியல் சூழ்நிலை, அவருடைய தொலைநோக்குப் பார்வையில் பெருமளவு நியாயம் இருந்ததைத் தெளி வாக்கியது.

‘மெர்சோ: மறுவிசாரணை’ நாவல், ஹரூன் என்ற வயதான அல்ஜீரிய னின் பார்வைக் கோணத்தில் இருக்கிறது. ‘அந்நியன்’ நாவலின் பிரதானப் பாத்திரமான மெர்சோவால் கொல்லப்பட்ட அராபியனின் தம்பி ஹரூன். “இந்த ஆசிரியருடைய பார்வையில் மெர்சோவால் கொல்லப் பட்ட பாத்திரத்துக்கு ஒரு பெயர்கூடக் கொடுக்கப்படவில்லை என்பதும், பலியான அராபியன் அந்த நாவலில் இருபத்தைந்து முறை குறிப்பிடப்பட் டாலும் மெர்சோவை விசாரித்துத் தீர்ப்பளிக்கும் நீதிபதிகளின் பார்வையில் தன்னுடைய தாயாரின் சவ அடக்கத்தின்போது மெர்சோ அழவில்லை என்பதுதான் மிகப் பெரிய குற்றமாகச் சொல்லப்பட்டது என்பதுதான் அவரை இந்த நாவலை எழுதத் தூண்டியது” என்கிறார் ஆய்வாளர் ஆலிஸ் காப்லன். கொல்லப்பட்ட அராபியனுக்கு மூசா என்று தாவுத் பெயரிடு

கிறார். தன்னுடைய புனைவுப் பாத்திரமான அவனுடைய தம்பியை ஹரூன் என்கிறார். மூசா இறந்த பிறகு அவனுடைய தம்பி ஹரூன், அவர்களுடைய தாயார் ஆகியோரின் வாழ்க்கை எப்படி அமைந்தது, அதன் பின்விளைவு கள் என்ன என்பதையெல்லாம் ஹரூன் வாயிலாகச் சொல்லவைக்கிறார். ஆகவே, 'மெர்சோ: மறுவிசாரணை' நாவல் மெர்சோவின் மேல் (காலனியப் பிரெஞ்சுக்காரர்கள்மேல்) ஹரூனுக்கு இருக்கும் கோபத்தில் தொடங்கு கிறது. ஆனால், சுவாரஸ்யமான விதத்தில், காம்யு விவரித்த அபத்தம் என்ற கோட்பாட்டில் போய் இணைகிறது என்பதுதான் இந்தப் புத்தகத்தின் தனித் தன்மை.

''ஒரு புத்தகத்தில் இறந்துவிட்ட'' என்று தன் அண்ணனைப் பற்றிச் சொல்லும் ஹரூனுக்கு 1962ஆம் ஆண்டு, அதாவது அல்ஜீரியா சுதந்திரம் பெற்ற ஆண்டு, இருபத்தியேழு வயது ஆகிறது. பிழைப்பைத் தேடி வரும் தன் தாயாருடன் ஹஜூத் ('அந்நிய'னில் வரும் மாரங்கோ) என்ற ஊருக்கு அவன் வருகிறான். வீட்டு வேலை செய்யும் பெண்ணாக அவனுடைய தாயார் ஒரு பிரெஞ்சுக்காரர் வீட்டில் வேலை செய்கிறாள். விடுதலைப் போர் முடிந்து, அல்ஜீரியாவுக்குச் சுதந்திரம் கிடைக்கும் நேரத்தில் அந்த வீட்டின் சொந்தக்காரர்களான பிரெஞ்சுக்காரர்கள் வீட்டையும் நாட்டை யும் விட்டு ஓடிவிடுகிறார்கள். வீடு இவர்களுக்குச் சொந்தமாகிறது. அப் போதுதான் ஒரு இரவில் இவர்களுடைய வீட்டுக்குப் பக்கத்துக் கொட்ட கையில் ஒளிந்து கொள்ள வந்த ஜோஸப் என்ற பிரெஞ்சுக்காரனை ஹரூன் சுட்டுக் கொன்றுவிடுகிறான். ''ஆமாம், ஜோஸப்பை நான் கொன்றேன், ஏனென்றால், எங்களுடைய நிலையின் அபத்தத்துக்கு ஈடுகட்ட வேண்டி யிருந்தது'' என்கிறான் ஹரூன் (அத். 13). ஆனால், அவனைப் பொறுத்த வரை, அது அவனையே புரட்டிப்போடும் செயலாக ஆகிவிடுகிறது. தானும் ஒரு கொலையாளி ஆகிவிட்டதால் பலியானவர்கள் பக்கம் இருக்க இனி யும் அவனால் முடியாது. முக்கியமான திருப்புமுனை! தன் அண்ணனைக் கொன்ற மெர்சொவின் மேல் அவனுக்கு இருந்த வெறுப்பு, மெர்சோவுடன் தன்னையே அடையாளம் கண்டுகொள்வதில் முடிகிறது. ''அந்தப் புத்தகத் தில் என் அண்ணனுடைய தடயங்களைத் தேடினேன், என்னுடைய பிரதி பலிப்பை அதில் பார்த்தேன், கிட்டத்தட்ட கொலையாளியின் அச்சாக நான் இருந்ததைப் பார்த்தேன்...'' (அத். 14).

இதில் வரும் விசாரணையின் அபத்தமும் பல தளங்களில் 'அந்நிய'னில் வரும் விசாரணையை எதிரொலிக்கிறது. விசாரணை நீதிபதி மெர்சோ விடம் விசாரணை செய்கிறார்; இதில் சுதந்திர அல்ஜீரியாவின் விடு தலைப் போராட்ட முன்னணி அதிகாரி, ஹரூனிடம் விசாரணை நடத்து கிறார். தன் அம்மாவின் சவ அடக்கத்தின்போது ஏன் அழவில்லை என்று மெர்சோவிடம் கேட்கப்படுகிறது; விடுதலைப் போராட்டத்தில் ஹரூன்

ஏன் பங்கு பெறவில்லை என்று அவனிடம் கேட்கிறார்கள். மெர்சோவிடம் நீதிபதி ஒரு சிலுவையைக் காட்டி, அது என்ன என்று அவனுக்குத் தெரியுமா என்று கேட்கிறார்; இதில் விடுதலைப் படை அதிகாரி அல்ஜீரியக் கொடியைக் காட்டி ஹரூனிடம் அதே மாதிரியான கேள்வியைக் கேட்கிறார். மெர்சோவும் சரி, ஹரூனும் சரி, தங்கள் மேல் சுமத்தப்பட்ட குற்றத்தை மறுப்பதில்லை; ஆனால், ஒருவன் அதற்காகத் தண்டிக்கப்படுவதில்லை, மற்றவன் தண்டனை இல்லாமல் விடுதலை ஆகிறான். ஒரு மத நம்பிக்கையின் பெயரிலோ அல்லது ஒரு அரசியல் புரட்சியின் பெயரிலோ அவர்களுடைய அடிப்படைக் குற்றம் திசை திருப்பப்படும் அபத்தம்!

அல்ஜீரியாவில் மதச் சார்பற்ற சோஷலிஸ அரசுக்கும் அடிப்படைவாதக் கிளர்ச்சியாளர்களுக்கும் இடையே 1990இல் வெடித்த கடுமையான உள்நாட்டுப் போர் காமெல் தாவுதை வெகுவாகப் பாதித்தது. சுதந்திர அல்ஜீரியாவின் முன்னேற்றத்துக்கு அது முட்டுக்கட்டையாக இருந்தது. அபத்தத்தைக் குறித்த ஆல்பெர் காம்யுவின் சிந்தனையும் தெளிவான கருத்துமே தன்னுடைய சிந்தனைக்கும் செயல்பாட்டுக்கும் ஒருவிதச் சுதந்திர உணர்வை அளித்ததாக தாவுத் சொல்கிறார். ''அதாவது, சுதந்திரத்தைப் பற்றிய, எது சுதந்திரம் என்பதைப் பற்றிய பிரச்சினை. நான் தனியாகப் பிறக்கிறேன், தனியாக இறக்கிறேன். அதுவே இந்த உலகத்தை நோக்கிக் கேள்வி எழுப்பும் உரிமையை எனக்கு அளிக்கிறது... பார்க்கப்போனால் என்னுடைய கண்ணிய உணர்வை நான் திரும்பப் பெறுவதற்கு உதவியதே அபத்தம் என்ற கருத்தாக்கம்தான்'' என்று அவர் சொல்லியிருக்கிறார். ''அபத்தத்திலிருந்து சிந்திக்கத் தொடங்கி வாழ்க்கைக்கு ஒரு அர்த்தத்தைக் கட்டமைத்துக்கொள்ள முடியும்; ஆனால், வாழ்க்கையின் அர்த்தமும், அதன் நிஜங்களும் தங்கள் கைவசம் இருப்பதாக நினைத்துச் சிந்திப்பவர்கள் எப்போதும் அபத்தத்தில்தான் போய் முடிகிறார்கள்.'' (காமெல் தாவுத், ஆலிஸ் காப்லனுக்கு அளித்த நேர்காணல், ஒரான், ஜூன் 2014.)

* * * * *

ஆல்பெர் காம்யுவின் தாக்கம் காமெல் தாவுதின் இந்த நாவலில் மறைமுகமாக, சில சமயங்களில் நேரிடையாக, நாவல் முழுவதிலும் இழையோடுகிறது. முதலாவதாக, காம்யுவின் 'வீழ்ச்சி' என்ற நாவலின் வடிவிலேயே இதுவும் இருக்கிறது. அதில் வருத்தம் தெரிவிக்கும் நீதிபதி என்று தன்னைச் சொல்லிக்கொள்ளும் நாயகனின் ஒருதலைச் சொல்லாடல்கள் பலவற்றின் மூலம் காம்யு ஒரு தத்துவார்த்த நாவலை அளிக்கிறார். க்லாமென்ஸ் என்ற அந்த நாயகன் பாரிஸில் வக்கீலாகப் பல ஆண்டுகள் வெற்றி

கரமாக இருந்துவிட்டு, ஆம்ஸ்டர்டாம் நகரில் குடிபுகுந்து, தினமும் மாலை வேளையில் ஒரு மதுக்கூடத்தில் உட்கார்ந்து குடித்துக்கொண்டு, தனக்கு அறிமுகமில்லாத ஒருவரிடம்—அது வாசகராகக்கூட இருக்கலாம்—மனம்திறந்து தன்னுடைய குற்றங்களை ஒப்புக்கொண்டு வருத்தம் தெரிவிக்கிறார். தாவுதின் நாவலின் நாயகனும் தினமும் மதுக்கூடம் ஒன்றில் பல்கலைக்கழக ஆய்வாளன் ஒருவனிடம் தன்னுடைய கதையைச் சொல்கிறான். இரண்டுக்கும் பல ஒற்றுமைகளும், சில வேற்றுமைகளும் இருக்கின்றன. காம்யுவின் 'வீழ்ச்சி'யில் வரும் ஒரு வாக்கியம் இங்கு நினைவு கூரத்தக்கது: ''என் மனிதர்களுக்கு நான் காட்டும் என் உருவச் சித்திரம் ஒரு முகம் பார்க்கும் கண்ணாடியாகவும் இருக்கிறது.''

இதைத் தவிர, 'அந்நிய'னின் தாக்கத்தை நாவல் முழுவதிலும் காணலாம். சில இடங்களில், குறிப்பாக இறுதியில், காம்யுவின் அதே வரிகள் (சில சமயம் சில மாறுதல்களுடன்) இடம்பெறுகின்றன. சில வாக்கிய அமைப்புகள் 'அந்நிய'னை நினைவூட்டுகின்றன. காம்யுவின் வேறு பல படைப்புகளின் அம்சங்களும் இந்த நாவலில் விரவிக்கிடப்பதாக விமர்சகர்கள் சுட்டிக்காட்டியிருக்கிறார்கள் 'மெர்சோ: மறுவிசாரணை' நாவலில் எட்டாம் அத்தியாயம், ஒன்பதாம் அத்தியாயங்களுக்குப் பிறகு காணப்படும் தலைகீழ் மாற்றம், 'அந்நிய'னின் முதல் பகுதிக்கும் இரண்டாம் பகுதிக்கும் இடையே ஏற்படும் மாற்றத்தை ஒத்திருக்கிறது; அதாவது, கொலைக்கு முன், கொலைக்குப் பின் என்ற மாற்றம்.

தாவுதின் நடையில் ஒரு சிறப்பு அம்சம், காம்யு என்ற ஆசிரியருக்கும் மெர்சோ என்ற பாத்திரத்துக்கும் இடையே வேண்டுமென்றே உருவாக்கப்படும் நிச்சயமின்மை, அதன் விளைவாக இடம்பெறும் முரண்பாடுகளும். ஆனாலும், நாவல் முழுவதுமே காம்யுவின் எழுத்தின் நேர்த்திக்கு அஞ்சலி செலுத்தும் வரிகள் ஏராளம்: ''...அவனுடைய அரவணைப்பில் இன்னும் சக்தி வாய்ந்ததாக ஆகிவிட்ட மொழி, ... அலங்காரங்கள் எதுவுமற்ற மொழி...'' இப்படி. பல்கலைக்கழக ஆய்வாளனிடம் ஹரூன் சொல்கிறான்: ''அதுதான் உன் நாயகனின் மேதாவிலாசம்: எந்தக் கணத்திலும் இறந்துவிடுவோம் என்பதைப் போல, தன் சுவாசத்தின் சிக்கனத்துடன் சொற்களைத் தேர்ந்தெடுக்கவேண்டும் என்பதைப் போல உலகத்தை விவரிக்கிறான். அவன் ஒரு யோகி.'' (அத். 10)

இந்த நாவலில் ஹரூனை விசாரிக்கும் அதிகாரி சொல்கிறார்: ''பிரெஞ்சுக்காரர்களை, போர் நடந்த அந்த நாட்களில் எங்களுடன் சேர்ந்து கொலை செய்திருக்க வேண்டும், இந்த வாரத்தில் அல்ல!'' அதாவது, விடுதலைப் போரின்போது செய்யப்படும் கொலை நியாயப்படுத்தப்பட்டு, அதன் பிறகு செய்யப்படும் கொலை அலட்சியப்படுத்தப்படுகிறது. ''இந்த நிலையின் அபத்தமே அதுதான், ஏனென்றால், கொலை என்றால் அடிப்படையில்

கொலைதான். அந்தச் செயலின் பின்னணியைப் பொறுத்து அது நியாயமான தற்காப்பு என்றோ, கொலை என்றோ, போர் என்றோ, நாகரிகம் என்றோ அழைக்கப்படுகிறது. ஒருவன் தன் சக மனிதனைக் கொல்லும் நிகழ்வை எடுத்துக்கொள்ளலாம்; அதில் ஒரு பெண்ணைச் சேர்த்துவிட்டால் அதுவே ஆணவக் கொலை ஆகிறது. ஒரு தேசியக் கொடியைச் சேர்த்தால், அது போர். இவை எதுவும் இல்லாதபோது (தண்டனைக்குரிய) குற்றம் ஆகிறது. நாம் வாழும் காலத்தின் அடிப்படைக் கேள்வி கொலை செய்வதிலிருந்து நம்மைத் தடுப்பது எது என்று தெரிந்துகொள்வதுதான். ஆனால், எல்லா வற்றையும்விட முக்கியமானது மனித வாழ்க்கையின் புனிதத்தை நாம் எப்படி வரையறுக்கிறோம் என்பதுதான்" *(காமெல் தாவுத், ஜூன், 2017).*

'அந்நிய'னின் தொடர்ச்சியான காமெல் தாவுதின் இந்தப் புத்தகத்தைப் பற்றி இன்னுமொரு சுவாரஸ்யமான தகவல்: பிரெஞ்சு மூலத்தில், 'அந்நியன்' புத்தகத்தில் உள்ள மொத்த எழுத்துகள் (நிறுத்தற்குறிகளையும் சேர்த்து) எவ்வளவோ துல்லியமாக அதே அளவு இந்தப் புத்தகத்தில் இருக்கும்படி காமெல் தாவுத் கவனமாகப் பார்த்து எழுதியிருக்கிறார்.